CHÁNH NIỆM
THỰC TẬP
THIỀN QUÁN

CHÁNH NIỆM - THỰC TẬP THIỀN QUÁN
HENEPOLA GUNARATANA
NGUYỄN DUY NHIÊN *dịch*
NGUYỄN MINH TIẾN *hiệu đính*

ISBN-13: 978-1-0905-3537-5
ISBN-10: 1-0905-3537-6

2019 © All rights reserved. No part of this book may be reproduced by any means without prior written permission from the publisher.

HENEPOLA GUNARATANA
NGUYỄN DUY NHIÊN *dịch*
NGUYỄN MINH TIẾN *hiệu đính*

CHÁNH NIỆM
THỰC TẬP THIỀN QUÁN

HƯỚNG DẪN THIỀN TẬP TRONG CUỘC SỐNG HẰNG NGÀY

UNITED BUDDHIST FOUNDATION
NHÀ XUẤT BẢN LIÊN PHẬT HỘI

Lời giới thiệu

Mục đích của quyển sách này là trình bày phương pháp thực hành thiền quán *vipassana*. Tôi lặp lại, *phương pháp thực hành*. Đây là một kim chỉ nam thiền tập, là những lời hướng dẫn chi tiết, từng bước từng bước một cho phương pháp thiền quán (*insight meditation*).

Tôi thấy chúng ta đã có khá nhiều những quyển sách bàn về các khía cạnh triết lý và lý thuyết của thiền tập Phật giáo. Có nhiều quyển rất hay. Nhưng đây là một quyển sách viết về thực hành. Tôi viết quyển sách này cho những người muốn thực tập thiền quán, và nhất là cho những ai muốn bắt đầu ngay bây giờ. Ý định của tôi là muốn trao cho bạn những dữ kiện căn bản cần thiết, để giúp bạn có thể khởi đầu cho suôn sẻ. Tôi nghĩ, chỉ những ai thật sự thực hành theo những lời chỉ dẫn ở đây mới có thể nói là tôi đã thành công hay thất bại. Và chỉ có những ai thực hành đều đặn và tinh tiến mới có thể phê bình những nỗ lực của chúng tôi.

Tôi nghĩ, không có bất cứ một quyển sách nào có thể trình bày được hết tất cả những vấn đề mà một thiền sinh có thể gặp phải. Cuối cùng rồi chúng ta cũng cần phải tìm đến một vị thầy có khả năng. Nhưng trong lúc này, đây là những quy luật nền tảng và căn bản mà tôi muốn chia sẻ với bạn. Hiểu rõ được những gì tôi trình bày trong những trang kế, sẽ giúp bạn tiến được những bước thật xa trên con đường thiền tập.

Có nhiều phương pháp thiền tập (*meditation*) khác nhau. Trong bất cứ truyền thống tôn giáo lớn nào, cũng có những phương cách mà ta thường gọi là tĩnh tâm, hoặc thiền. Danh từ này thường được dùng với tính cách chung chung. Cũng xin bạn hiểu rằng, trong quyển sách này chúng tôi chỉ đặc biệt nói về thiền *vipassana* trong truyền thống Phật giáo Nam tông mà thôi. *Vipassana* thường được dịch từ tiếng *Pali* sang là *Minh sát tuệ*, hay còn gọi là thiền quán. Mục đích của loại thiền này là mang lại cho hành giả một tuệ giác, hiểu được tự tính của mọi vật và nhìn thấy sâu sắc được sự vận hành của tất cả mọi hiện tượng trong cuộc sống.

Một đạo Phật toàn vẹn thật ra khác rất xa các tôn giáo thần học mà đa số chúng ta thường biết. Nó là một cánh cửa dẫn ta bước thẳng vào cảnh giới tâm linh hoặc siêu hình mà không cần phải nhờ vào sự giúp đỡ của bất cứ một vị thần linh hoặc một trung gian nào khác. Mùi vị của đạo Phật có tính chất gần với môn tâm lý học thực nghiệm hơn là cái mà ta gọi là tôn giáo. Trong đạo Phật, con đường tu tập là một sự quán chiếu thực tại không ngừng nghỉ, luôn luôn xem xét tỉ mỉ mọi tiến trình của tri giác. Mục đích là để lọc bỏ đi những gì sai lầm và giả dối, vén lên tấm màn che phủ thực tại, để ta có thể trực tiếp tiếp xúc được với tự tính của mọi sự vật chung quanh mình. Và pháp môn thiền quán *vipassana* này là một phương cách cổ truyền và mầu nhiệm, giúp ta có thể thực hiện được việc ấy.

Phật giáo Nam tông, *Theravada*, đã cung hiến cho chúng ta một phương pháp khai phá nội tâm rất hiệu quả, thật ra nó còn giúp ta tiếp xúc được với ngay chính gốc rễ tâm thức của mình nữa. Và truyền thống này là kết quả tự nhiên của hơn 2.500 năm phát triển trong những nền văn hóa truyền thống tốt đẹp nhất của vùng Nam Á và Đông Nam Á.

Trong quyển sách này, tôi sẽ cố gắng tách biệt ra những gì là trang sức với những gì là nền tảng thật sự, để trao cho bạn một sự thật cốt lõi nhất. Đối với những bạn nào thích về nghi lễ, có thể tìm đọc thêm về truyền thống Phật giáo Nam tông trong những quyển sách khác, chắc chắn bạn sẽ tìm được một gia tài phong phú đầy những nghi thức, cúng lễ, rất đẹp và đầy ý nghĩa. Và những bạn nào có khuynh hướng thực tiễn có thể chỉ cần chọn phương pháp thực hành thiền tập, và có thể đem áp dụng nó vào bất cứ lĩnh vực nào của cuộc sống. Vấn đề chính ở đây là sự thực hành.

Lời Giới Thiệu

Điểm khác biệt giữa thiền quán, *vipassana*, và những loại thiền khác rất là quan trọng. Chúng ta cần phải hiểu cho thật rõ điều này. Trong đạo Phật có hai loại thiền (*meditation*) khác nhau. Chúng khác nhau về phương pháp thực hành, về cách hoạt động, và về những trạng thái tâm thức. Hai loại thiền ấy là thiền quán (*vipassana*) và thiền định (*samatha*).

Thiền *quán, vipassana*, còn được dịch là thiền *Minh sát*, có nghĩa là một ý thức, một cái thấy rõ ràng và chính xác về những gì đang xảy ra. Thiền *định, samatha*, còn được dịch là thiền tĩnh lặng hay thiền *chỉ*, có nghĩa là dừng lại. Đây là một trạng thái khi tâm ta tập trung vào một đối tượng duy nhất nào đó, dừng lại, và không đi ra ngoài đối tượng ấy. Khi làm được như vậy, một trạng thái an vui sẽ lan tỏa khắp thân tâm hành giả. Một trạng thái tĩnh lặng rất sâu sắc mà ta phải tự mình trải nghiệm mới có thể hiểu được. Và đa số thì những phương pháp thiền của chúng ta đều được dựa trên yếu tố *định* này. Theo phương pháp này thì hành giả tập trung tâm ý mình vào một đối tượng duy nhất nào đó, như là một lời cầu nguyện, một bài kinh, một ngọn nến, hoặc là một linh ảnh... và loại bỏ tất cả những tư tưởng, nhận thức khác ra khỏi tâm thức của mình. Kết quả là hành giả sẽ cảm thấy một sự hỷ lạc rất lớn, nhưng nó chỉ có mặt cho đến khi ta xả thiền. Cảm giác ấy rất là nhiệm mầu, tốt đẹp, nhiều ý nghĩa, và lôi cuốn, nhưng nó cũng chỉ là tạm bợ mà thôi.

Thiền quán, *vipassana*, thì chú tâm vào yếu tố *tuệ giác*. Hành giả thực tập thiền quán chỉ dùng yếu tố *định* như là một phương tiện giúp cho chánh niệm của họ có thể lần hồi đục vỡ đi bức tường vô minh đã từ lâu ngăn che ánh sáng của thực tại. Đây là một tiến trình từ tốn và đều đặn. Nó mất nhiều năm tháng, nhưng rồi sẽ có một ngày, một nhát búa của hành giả sẽ làm cho bức tường vô minh ấy sụp đổ, và không gian chung quanh sẽ ngập tràn ánh sáng. Con đường chuyển hóa được hoàn tất. Ta gọi đó là giải thoát, và nó sẽ rất vững bền. Giải thoát là mục tiêu của mọi trường phái trong đạo Phật. Nhưng con đường đi đến đó có rất nhiều lối rẽ khác nhau.

Trong đạo Phật có rất nhiều trường phái khác biệt nhau. Chúng được phân chia ra làm hai dòng tư tưởng lớn là *Bắc tông* (*Mahayana*) và *Nam tông* (*Theravada*). Phật giáo *Bắc tông* được truyền qua khắp vùng Đông Nam Á, ảnh hưởng sâu rộng đến nền văn hóa của những quốc gia như là Trung Hoa, Triều Tiên, Nhật Bản, Tây Tạng và Việt Nam. Một tông phái lớn của Đại thừa là *Zen*, được truyền bá sâu rộng ở Nhật Bản, Triều Tiên và Việt Nam. Và Phật giáo *Nam tông* thì được du truyền qua những quốc gia miền Nam Á và Đông Nam Á như là Tích Lan, Thái Lan, Miến Điện, Lào và *Kampuchia*. Sách này đặc biệt nói về phương pháp hành thiền của Phật giáo *Nam tông*.

Những kinh điển thuộc truyền thống *Nam tông* đều có nói đến cả hai phương pháp hành thiền: *định* (*samatha*) và *quán* (*vipassana*). Kinh điển *Pali* có nói đến bốn mươi đề mục thiền khác nhau. Đây là những đề mục dành cho cả *thiền định* và *thiền quán* giúp dẫn đến tuệ giác. Nhưng quyển sách này là một kim chỉ nam căn bản, vì vậy chúng ta sẽ giới hạn đề mục của thiền quán vào một đối tượng chủ yếu và cơ bản nhất: *hơi thở*. Quyển sách này sẽ giới thiệu đến các bạn một phương pháp thực tập chánh niệm qua sự chú ý đơn thuần, và một ý thức rõ ràng về tiến trình của hơi thở. Chỉ cần dùng hơi thở làm đối tượng thiền quán, hành giả cũng có thể quán chiếu được hết toàn thể tiến trình nhận thức trong vũ trụ riêng của chính mình. Hành giả sẽ nhìn thấy được những thay đổi đang xảy ra trong mọi kinh nghiệm vật lý, cảm thụ và tri giác, cũng như những biến chuyển trong chính tâm thức của mình. Tất cả những đổi thay này lúc nào cũng đều đang có mặt trong mỗi kinh nghiệm của chúng ta, trong mỗi giây và mỗi phút!

Lời Giới Thiệu

Thiền (*meditation*) là sự sống. Nó là một sinh hoạt mà không thể nào đem ra giảng dạy như một môn học chỉ có tính cách hàn lâm. Trái tim của thiền học phải được xuất phát từ kinh nghiệm bản thân của chính vị thầy. Tuy vậy, chúng ta may mắn đã có được một số lượng lớn tài liệu về thiền học, được trao truyền bởi những vị có tuệ giác lớn đã từng bước đi trên mặt đất này. Số văn liệu này là một kho tàng quý giá giúp cho sự tu học của chúng ta. Đa số những điểm được nêu ra trong sách này đã được lấy ra từ *Tam tạng* (*Tipitaka*), đó là ba bộ kinh điển chứa đựng toàn bộ giáo lý của đức Phật. *Tam tạng* gồm có *Giới luật* (*Vinaya*), những giới luật dành cho các hàng tăng, ni và cư sĩ, *Kinh* (*suttas*), những bài giáo pháp của Phật, và *Luận* (*Abhidhamma*), những học thuyết, lý luận thường được xem như môn tâm lý học của đạo Phật.

Vào thế kỷ thứ nhất, có một nhà học Phật nổi tiếng là *Upatissa* đã viết quyển *Giải thoát đạo* (*Vimuttimagga*), trong đó ông tóm tắt những giáo lý của đức Phật đã dạy về thiền tập. Vào thế kỷ 5, một học giả nổi danh khác là ngài *Buddhaghosa* cũng viết thêm một bộ luận rất quan trọng khác về thiền tập, đó là quyển *Thanh tịnh đạo* (*Visuddhimagga*), mà cho đến ngày nay vẫn được xem là một quyển sách gối đầu giường của các thiền giả.

Trong sách này, chúng tôi có ý muốn trình bày với các bạn những lời chỉ dẫn rõ ràng và chính xác nhất về phương pháp thiền quán *vipassana*. Quyển sách này sẽ giúp bạn đặt một bước chân thật vững vàng trên ngưỡng cửa của thiền tập. Còn những bước chân kế tiếp trên con đường khai phá ra ta là ai và ý nghĩa của sự sống, là hoàn toàn tùy thuộc ở chính bạn. Và đây là một hành trình rất quan trọng. Tôi chúc bạn sẽ thành công!

Chương Một
Vì sao phải quan tâm đến thiền?

Thiền không dễ. Nó đòi hỏi thời giờ và công sức. Nó cũng đòi hỏi một sự chịu đựng bền bỉ và kỷ luật. Tóm lại, thiền tập đòi hỏi ở ta những phẩm chất mà thông thường ta vẫn cho là không có gì thú vị và nếu có thể thì luôn muốn tránh né. Ta có thể nói rằng thiền tập đòi hỏi ở ta một dũng lực. Ngồi thoải mái trên chiếc ghế bành để xem ti vi có phải là dễ dàng và thú vị hơn không? Thế thì tại sao ta lại cần phải ngồi thiền? Tại sao ta lại phải bỏ phí bao nhiêu là thời giờ và công sức của mình, trong khi ta có thể ngồi đó hưởng thụ được bao nhiêu là những sự vui thú khác? Tại sao thế?

Giản dị lắm! Vì chúng ta là con người. Và vì sự thật rằng chúng ta là con người, nên ta đã tự nhiên thừa hưởng cái tính chất bất toại nguyện của cuộc sống, và nó sẽ không bao giờ tự mất đi. Bạn có thể đè nén cảm giác bất mãn ấy trong giây lát, bạn có thể chối bỏ nó trong một vài giờ, nhưng rồi chắc chắn nó sẽ trở lại, và thường khi là vào những lúc bất ngờ nhất. Sẽ có một giây phút nào đó, đột nhiên bạn giật mình tỉnh dậy, nhìn lại những gì mình đang có và thấy rõ được tình trạng của chính mình.

Trong giây phút ấy, đột nhiên ta nhận thấy mình đã bỏ ra trọn cuộc đời, mà thật sự chỉ là mới cố gắng để sống. Ta lúc nào cũng gắng giữ một bề ngoài tốt đẹp. Ta cố gắng để giải quyết mọi vấn đề và giữ cho mình lúc nào cũng có vẻ tươi vui. Nhưng vào những lúc thất vọng, những khi ta cảm thấy mệt mỏi và chán nản, ta lại chỉ muốn giữ kín cho riêng mình. Trong ta là một nỗi cô đơn, buồn chán, và ta biết rất rõ điều ấy. Nhưng chúng ta giấu rất kín và rất tài.

Thật ra, sâu kín trong tâm hồn, ta tin rằng phải có một cái gì đó tốt đẹp hơn, một lối sống hạnh phúc hơn, một cái nhìn cao rộng hơn, một con đường mà ta có thể tiếp xúc được với sự sống này trọn vẹn hơn. Và thỉnh thoảng ta cũng có cơ hội nếm được cái hương vị ấy: khi ta tìm được một công việc tốt, khi ta biết yêu, khi ta thắng cuộc... Trong những giây phút ấy tất cả bỗng nhiên thay đổi. Cuộc sống này dường như tươi sáng hơn, có ý nghĩa hơn, khiến những muộn phiền và buồn tẻ hằng ngày đều tan biến mất. Trong giây phút ấy dường như tất cả đều thay đổi và ta tự nhủ: "Bây giờ là được rồi đó, mình sẽ là một người hoàn toàn có hạnh phúc." Nhưng rồi những giây phút ấy chỉ thoáng qua, như một làn sương mờ trong buổi sáng sớm. Ta chỉ còn lại chút ký ức nhỏ nhoi và một ý thức mơ hồ rằng cuộc đời này dường như có một sự bất an nào đó.

Chúng ta có cảm giác rằng cuộc đời này phải có một cái gì đó sâu sắc hơn, ý nghĩa hơn, nhưng sao mình vẫn không thấy được. Ta cảm thấy như mình bị chia cắt. Ta cảm thấy như mình bị cô lập. Ta không tiếp xúc được với sự sống đang thật sự có mặt quanh mình. Nhưng rồi những thao thức đó, những ý nghĩ đó cũng phai mờ đi, và ta lại trở về với thực trạng cũ. Cảm xúc trong cuộc đời cũng giống như một chuyến xe dạo chơi qua vùng đồi núi, ta mất nhiều thời gian ở phía dưới con dốc mong chờ, ao ước những giây phút được lên trên đỉnh cao.

Như vậy thì ta có vấn đề gì đây? Tại sao mình lại là như thế này? Thật ra thì ta không có một vấn đề gì hết. Ta chỉ là một con người, thế thôi! Ta mang một chứng bệnh chung của cả nhân loại. Trong mỗi người chúng ta có một con quái thú với nhiều cánh tay dài, chúng là sự căng thẳng tinh thần, thiếu tình thương chân thật đối với kẻ khác, ngay cả những người gần gũi với mình nhất, những cảm xúc đóng kín và sự khô cằn tình cảm. Con quái thú ấy có nhiều, rất nhiều cánh tay, và chúng ta không ai có thể thoát được nó. Ta có thể chối bỏ nó. Ta có thể cố gắng đè nén nó. Chúng ta còn xây cả một nền văn hóa để tự bảo vệ mình, để núp phía sau đó và giả vờ như mọi việc đều bình thường. Chúng ta tự tìm sự xao lãng trong những mục đích, qua các dự án, và những lo toan về địa vị của mình trong xã hội. Nhưng con quái thú ấy vẫn có mặt. Trong mỗi ý nghĩ, mỗi suy tưởng của ta, lúc nào cũng có một giọng nói nhỏ xen vào: "Như vậy cũng chưa đủ. Cần phải có thêm nữa. Cần phải làm cho tốt hơn nữa. Phải gắng được thêm nữa." Nó là một con quái thú, một con quái thú có mặt ở khắp mọi nơi, biểu hiện qua những hình dạng rất tinh tế.

Bạn đi đến một buổi tiệc, lắng nghe những tiếng cười dòn tan biểu lộ một sự vui thú bên trên, và một nỗi sợ hãi nằm phía dưới. Cảm thấy một sự căng thẳng, đè nén. Không có một ai là thật sự thoải mái. Tất cả mọi người đều giả tạo. Bạn đi đến xem một trận đá banh, nhìn những khán giả trên các hàng ghế, nhìn những cơn nóng giận bộc phát, nhìn những tức tối, bực dọc xuất phát từ mọi người, nhưng được trá hình dưới danh nghĩa của sự hâm mộ, hăng hái, tinh thần ủng hộ đội nhà. Những la ó, lăng mạ, tự tôn núp dưới danh xưng của sự trung thành với đội mình, say rượu, đánh nhau - tất cả chỉ là những cách để người ta giải tỏa sự căng thẳng của mình. Họ là những người bên trong có rất nhiều bất an. Xem tin tức trên ti vi, lắng nghe những lời ca của các bài nhạc đang thịnh hành, bạn sẽ thấy tất cả đều đang lặp đi lặp lại cùng những đề tài: ghen tỵ, khổ đau, bất mãn và căng thẳng.

Sự sống dường như là một cuộc tranh đấu không ngừng nghỉ, một nỗ lực chống lại những nghịch cảnh. Và giải pháp của chúng ta là gì? Chúng ta tự than vãn: "Nếu như... phải chi..." Nếu như tôi có nhiều tiền hơn, tôi sẽ có hạnh phúc... Phải chi tôi tìm được một người thật sự yêu mình... Phải chi tôi sụt đi chừng mười kí... Phải chi tôi có một cái ti vi màu, một bồn tắm nước nóng, một mái tóc cong... và danh sách ấy sẽ không bao giờ chấm dứt. Nhưng những cái đó phát xuất từ đâu? Và quan trọng hơn nữa, chúng ta có thể làm gì được với chúng? Chúng phát xuất từ những đòi hỏi trong chính tâm thức của chúng ta. Đó là những thói quen tâm lý đã ăn sâu từ lâu đời, rất tinh tế khó nhận biết và chi phối khắp cả, cũng giống như một gút mắc được dần dà cột thắt bởi nhiều mối thật chặt, và bây giờ cũng vậy, muốn mở ra thì ta cũng phải biết từ từ tháo gỡ từng mối một. Chúng ta cần thắp lên ngọn đèn của ý thức, vớt lên từ chiều sâu tâm thức từng mảnh vụn nhỏ, và mang ra đặt dưới ánh sáng của chánh niệm. Chúng ta có thể làm cho vô thức trở thành ý thức, thật từ tốn, mỗi lần một chút.

Bản chất mọi kinh nghiệm của chúng ta là sự thay đổi. Sự thay đổi ấy không bao giờ ngừng nghỉ. Trong mỗi giây, mỗi phút, sự sống trôi chảy và biến đổi liên tục, không bao giờ đứng yên. Chính sự chuyển biến không ngừng ấy là bản chất của vũ trụ tri giác này. Một tư tưởng khởi lên và chưa đến nửa giây, nó đã biến mất. Rồi một tư tưởng khác khởi lên, rồi cũng biến mất... Một âm thanh chạm vào tai ta, rồi thinh lặng. Mở mắt ra, cả thế giới tuôn tràn vào trong; nhắm mắt lại và tất cả mất hết. Có những người đã đến và đi trong đời ta. Bạn bè rời xa, người thân mất đi. Thời vận của ta lên rồi lại xuống. Đôi khi ta thắng, nhưng thường hơn là thua. Tất cả là một sự biến chuyển bất tận: đổi thay, đổi thay và đổi thay. Không bao giờ có hai giây phút giống hệt nhau!

Nhưng thật ra thì không có gì là vấn đề với việc ấy hết. Tự tính của vũ trụ này là vậy. Nhưng có điều là văn hóa nhân loại đã dạy cho chúng ta có một phản ứng khá kỳ cục đối với sự thay đổi này. Chúng ta phân loại những kinh nghiệm đã qua. Khi có bất cứ một nhận thức, một sự đổi thay nào xảy ra, chúng ta tự động bỏ nó vào một trong ba học tủ khác nhau: tốt, xấu hoặc trung hòa. Và tùy theo việc ta xếp nó vào học tủ nào mà ta sẽ có những phản ứng tương ứng với nó. Nếu đó là một nhận thức được ta cho là tốt, ta sẽ cố gắng níu kéo cho thời gian dừng lại. Ta nắm bắt, ôm cứng lấy nó, không cho nó thoát đi. Và khi ta biết rằng mình không thể giữ được nó mãi, ta sẽ tìm đủ mọi cách để mang lại kinh nghiệm nào đã khơi dậy nhận thức ấy. Chúng ta hãy gọi thái độ tâm lý này là "nắm giữ".

Và hộc tủ kế bên được dán nhãn hiệu là "xấu". Khi ta nhận diện điều gì đó là xấu, ta sẽ xô đẩy nó đi. Chúng ta cố gắng chối bỏ nó, xa lánh nó, xua đuổi nó bằng đủ mọi cách. Thật ra là chúng ta đang chống cự lại kinh nghiệm của chính mình. Chúng ta đang chối bỏ một phần của chính ta. Chúng ta hãy gọi thái độ tâm lý này là "xua đuổi".

Và giữa hai thái độ ấy là một hộc tủ thứ ba: "trung hòa." Trong hộc tủ này, chúng ta bỏ vào những kinh nghiệm nào mà ta nhận thấy không tốt cũng chẳng xấu. Những gì ta cảm thấy là nhạt nhẽo, nhàm chán, hoặc vô vị. Chúng ta xếp những kinh nghiệm ấy vào hộc tủ này để ta có thể quên đi, và mang sự chú ý của mình trở về với những gì là lý thú hơn. Nói một cách khác, ta trở lại chạy theo vòng quay bất tận của những sự thương và ghét. Và vì vậy, những kinh nghiệm "trung hòa" này bị chúng ta bỏ qua, không hề lưu ý đến. Ta hãy gọi thái độ này là "bỏ lơ."

Và kết quả trực tiếp của những thái độ điên rồ này là ta như một người chạy trên chiếc máy tập chạy, cứ chạy mãi mà chẳng đi đến đâu cả! Mỗi khi có điều gì ưa thích thì ta tìm cách *nắm giữ*, gặp điều gì khó chịu thì ta *xua đuổi*, và *bỏ lơ* đi gần 90 phần trăm những kinh nghiệm còn lại của đời mình. Và rồi chúng ta lại tự hỏi: vì sao cuộc đời này lại quá vô vị đến thế? Nói tóm lại, thái độ phản ứng máy móc đó của chúng ta sẽ không thể nào mang lại cho mình sự hạnh phúc.

Cho dù bạn có nỗ lực theo đuổi những thú vui và thành đạt đến đâu, rồi cũng có lúc bạn sẽ gặp thất bại. Cho dù bạn có chạy trốn nhanh và khôn khéo đến đâu, sẽ có lúc khổ đau bắt kịp bạn. Và giữa những giai đoạn đó, cuộc sống này nhàm chán đến độ bạn có thể thét lên được. Tâm ta chứa đầy những phê bình và thành kiến. Chúng ta tự xây lên cho mình những bức tường kiên cố để bảo vệ, và rồi vô tình tự giam mình vào ngôi nhà tù làm bằng những ưa thích và ghét bỏ của chính ta. Và ta khổ!

Khổ là một danh từ rất to tát trong đạo Phật. Đây là một ý niệm quan trọng mà chúng ta cần phải hiểu thật rõ. Chữ dùng trong tiếng Pali là *dukkha*, và nó không chỉ có nghĩa là sự đau đớn, dày vò của thân xác mà thôi. Nó còn mang một ý nghĩa thâm sâu, tinh tế hơn về một cảm giác bất toại nguyện của mỗi ý tưởng, mà chúng là kết quả trực tiếp của những phản ứng máy móc của ta.

Bản chất của sự sống là khổ, *dukkha*, đức Phật dạy thế. Mới nghe qua thì có vẻ như rất bi quan và chán đời. Mà dường như cũng không hoàn toàn đúng với sự thật nữa. Dầu sao thì cuộc sống này cũng đâu có thiếu gì những giây phút mà mình cảm thấy vui thú, phải thế không bạn? Nhưng không, sự thật không phải vậy. Nó *chỉ có vẻ* là như vậy mà thôi.

Bây giờ bạn hãy thử chọn ra một giây phút nào đó mà bạn nghĩ là mình thật sự cảm thấy hài lòng nhất, rồi nhìn kỹ lại đi. Bên dưới niềm vui ấy, bạn sẽ thấy có một sự căng thẳng, muộn phiền, biết rằng cho dù giây phút này có trọn vẹn đến đâu, rồi nó cũng sẽ chấm dứt. Cho dù bạn có thu đạt được nhiều đến đâu chăng nữa, chắc chắn rồi bạn cũng sẽ đánh mất đi, hoặc bỏ hết ngày tháng còn lại để bảo vệ những gì mình có và tính toán làm sao để được nhiều hơn nữa. Nhưng cuối cùng cuộc đời bạn sẽ còn lại gì? Cái chết! Cuối cùng rồi ta cũng phải buông bỏ hết tất cả. Tất cả chỉ là tạm bợ mà thôi!

Nghe có vẻ bi đát quá bạn nhỉ? Nhưng may mắn thay, sự thật không phải vậy. Nó chỉ bi đát nếu ta nhìn bằng con mắt của cuộc đời, một cái nhìn chỉ có sự *nắm giữ* hoặc *xua đuổi*. Nhưng chúng ta còn có một cách nhìn khác nữa. Với cách nhìn này, chúng ta không cần phải bắt thời gian dừng lại, không cần phải nắm bắt một kinh nghiệm nào trôi qua, và cũng không cần phải ngăn chặn hoặc *bỏ lơ* trước bất cứ một kinh nghiệm nào khác. Nó là một mức độ kinh nghiệm nằm trên những ý niệm về *tốt* và *xấu*, vượt lên trên sự vui sướng và đớn đau. Cách nhìn ấy về cuộc đời là một cách nhìn rất nhiệm mầu, và ta có thể học tập được. Lẽ dĩ nhiên không phải là dễ, nhưng ta có thể làm được.

Hạnh phúc và an vui là những vấn đề trọng đại của con người. Đó là những gì chúng ta đang thật sự tìm kiếm. Nhưng thật ra rất khó mà thấy được điều đó, vì cái ước mơ căn bản ấy thường bị che lấp bởi tầng tầng lớp lớp những mong muốn trên bề mặt. Chúng ta mong muốn nhiều thực phẩm, sự giàu sang, sắc dục, thú vui, danh vọng... Nhiều khi ta còn nghĩ rằng ý niệm về "*hạnh phúc*" trừu tượng quá. "Tôi là một con người rất thực tế. Cho tôi đủ tiền bạc, tôi sẽ mua được hết những hạnh phúc mà tôi cần." Điều không may là chuyện ấy không thể nào có được!

Bạn hãy thử nhìn cho sâu sắc về mục đích của những mong muốn đó, bạn sẽ thấy rằng chúng rất là nông cạn. Bạn muốn có thực phẩm. Để làm gì? "Vì tôi đói." Bạn đói à, vậy thì sao? "Thì nếu tôi ăn, tôi sẽ hết đói. Và khi hết đói thì tôi sẽ cảm thấy dễ chịu." À, thì ra là vậy! Bạn muốn được cảm thấy "*dễ chịu*": đây mới chính là lý do chân thật! Những gì chúng ta mong muốn không nằm trong những mục đích trên bề mặt, vì đó chỉ là những phương tiện dẫn ta đến cứu cánh mà thôi. Cái mà ta thật sự tìm kiếm là cái cảm giác nhẹ nhõm theo sau, khi mong muốn của mình đã được thỏa mãn. Một cảm giác nhẹ nhàng, thư thả, không còn bị căng thẳng nữa. Hạnh phúc và an vui - khi không còn những khát khao.

Thế thì hạnh phúc này là gì? Đối với phần lớn chúng ta thì ý niệm về sự hạnh phúc hoàn toàn là có được tất cả những gì mình muốn và có khả năng kiểm soát được tất cả, được làm một vị chủ tể có thể bắt cả thế giới này phải nhảy múa theo mỗi sở thích của riêng mình. Nhưng cũng thế, chuyện ấy cũng không thể nào có được. Hãy thử nhìn lại lịch sử của thế giới, bạn sẽ thấy thật ra cũng có những người có được quyền uy rộng lớn như thế, nhưng họ không hề là những người có hạnh phúc. Chắc chắn một điều là họ không có được sự an vui với chính mình. Tại sao thế? Vì họ có khát vọng muốn làm bá chủ thế giới này một cách tuyệt đối, và họ không thể nào làm được việc ấy! Họ muốn kiểm soát tất cả mọi người, nhưng vẫn còn có những người không bị kiểm soát. Họ không thể kiểm soát được những vì sao trên trời. Mưa vẫn rơi, mây vẫn bay, lá vẫn rụng. Họ vẫn ngã bệnh. Họ vẫn phải chết!

Ta không bao giờ có thể có được tất cả những gì mình muốn. Đó là chuyện không thể được. Nhưng may thay, ta vẫn có một sự lựa chọn khác. Ta có thể học cách làm chủ được tâm ý của mình, bước ra ngoài vòng xoay bất tận của sự *ham muốn* và *ghét bỏ*. Ta có thể thực tập trừ bỏ sự ham muốn, nhận diện những tham vọng nhưng không bị chúng sai khiến. Nhưng điều ấy không có nghĩa là từ nay chúng ta sẽ nằm xuống giữa đường, và để mặc cho ai cũng có thể bước ngang qua chà đạp. Điều ấy chỉ có nghĩa là ta vẫn tiếp tục sống đời sống bình thường của mình, nhưng với một cái nhìn hoàn toàn mới mẻ. Chúng ta vẫn làm những gì mà một người bình thường phải làm, nhưng ta có tự do, không bị thúc đẩy, lôi cuốn bởi những ham muốn của mình. Ta có thể muốn một cái gì đó, nhưng không phải đeo đuổi theo nó. Ta có thể sợ hãi một điều gì, nhưng không cần phải đứng đó mà run rẩy. Thái độ ấy không phải là dễ. Nó đòi hỏi rất nhiều năm tháng thực tập. Nhưng ta biết rằng cố gắng kiểm soát hết mọi việc trên đời này là một chuyện không thể nào có được. Thế thì giữa hai cái, cái khó làm vẫn còn hơn là cái không thể làm được.

Nhưng mà, hãy khoan cái đã! Hạnh phúc và an vui, có phải đó là mục tiêu nhắm đến của nền văn minh chúng ta chăng? Chúng ta xây những tòa nhà chọc trời và những xa lộ. Chúng ta có những tháng nghỉ hè được trả lương, những chiếc ti vi màu... Chúng ta có nhà thương miễn phí, những ngày nghỉ bệnh, an ninh xã hội và lợi dưỡng chung. Tất cả những cái đó nhằm mục đích mang lại cho chúng ta một mức độ hạnh phúc và an vui nào đó. Nhưng dù vậy, số bệnh nhân tâm thần trong xã hội vẫn mỗi ngày một nhiều và con số người phạm pháp mỗi ngày một tăng nhanh hơn. Đường phố đầy dẫy những cá nhân bạo động và thiếu quân bình. Đưa tay ra khỏi cửa nhà mình, bạn có thể bị ai đó lột mất đi chiếc đồng hồ mà không hay! Có điều gì đó không được ổn cho lắm. Một người hạnh phúc không bao giờ trộm cắp. Một người có an lạc không bao giờ biết bạo động. Ta muốn tin rằng, xã hội chúng ta đã tận dụng hết mọi lĩnh vực của kiến thức con người để đạt đến mục tiêu an lạc và hạnh phúc, nhưng sự thật không phải thế.

Chúng ta chỉ mới bắt đầu ý thức rằng, mình đã phát triển khía cạnh vật chất của sự sống quá độ, chúng ta sẵn sàng hưởng thụ nó trên sự sống tâm linh và tình cảm của mình. Và bây giờ chúng ta đang phải trả giá cho việc làm đó. Nói là một chuyện, và thật sự làm một cái gì đó để sửa đổi, lại là một chuyện khác. Nơi bắt đầu phải là từ bên trong chính mỗi người của chúng ta. Bạn hãy thử quay lại nhìn vào trong chính mình cho sâu sắc, một cách chân thật và khách quan. Bạn sẽ thấy rõ, chính ta cũng có những giây phút mà *"Tôi chính là kẻ phạm pháp"* và *"Tôi chính là người điên rồ."* Và khi ta có thể nhận diện được chúng một cách rõ rệt, vô tư, và không phê phán hoặc trách móc, chúng ta mới có cơ hội để bước ra khỏi được.

Và chúng ta sẽ không thể nào thay đổi được bất cứ một điều gì của mình hết, trừ khi ta nhìn thấy được con người thực của mình, ngay trong giờ phút này. Chừng ấy sự chuyển hóa sẽ xảy ra một cách rất tự nhiên và trôi chảy. Bạn không cần phải nỗ lực hoặc tuân phục theo một uy quyền nào bắt buộc bạn hết. Tự động bạn sẽ thay đổi.

Nhưng làm sao để ta vẫn có thể giữ được cái tuệ giác ban đầu ấy, đó mới là vấn đề khó! Bạn phải nhìn thấy được mình là ai, và như thế nào, một cách chân thật, không thành kiến, và không chối bỏ. Bạn phải thấy được chỗ đứng và ảnh hưởng của mình trong xã hội. Bạn phải thấy được bổn phận và trách nhiệm của mình đối với những người sống chung quanh, và hơn nữa trách nhiệm đối với chính mình như là một cá nhân sống chung với kẻ khác. Và cuối cùng, bạn phải thấy được rằng hết tất cả những điều ấy thật ra chỉ là một mà thôi, một cái chung toàn vẹn mà trong đó tất cả đều có liên hệ mật thiết với nhau. Tuy điều ấy nghe có vẻ rất phức tạp, nhưng thật ra nó có thể xảy ra trong một chớp mắt. Công năng của thiền tập có một sức mạnh vô song, nó có thể đem lại cho ta thứ tuệ giác này, và một hạnh phúc rất tĩnh lặng.

Kinh Pháp cú (*Dhammapada*), một quyển kinh rất xưa của đạo Phật có viết:

Ý dẫn đầu các pháp,
Ý làm chủ, ý tạo;
Nếu với ý ô nhiễm,
Nói lên hay hành động,
Khổ não bước theo sau,
Như xe, chân vật kéo .

Ý dẫn đầu các pháp,
Ý làm chủ, ý tạo;
Nếu với ý thanh tịnh,
Nói lên hay hành động,

An vui bước theo sau,
Như bóng, không rời hình
   (Kệ số 1 và 2, bản Việt dịch của Hòa Thượng Thích
                                              Minh Châu)

Một khi tử thần đến,
Không có con che chở,
Không cha, không bà con,
Không thân thích che chở.

Biết rõ ý nghĩa này,
Bậc trí lo trì giới,
Mau lẹ làm thanh tịnh,
Con đường đến Niết bàn.
   (Kệ số 288, 289, bản Việt dịch của Hòa Thượng Thích
                                              Minh Châu)

Và thiền tập là một phương pháp giúp ta làm thanh tịnh được tâm ý mình. Thiền tập giúp ta thanh lọc được tiến trình tư tưởng của ta, giúp ta gạn bỏ được những chất kích động tâm ý như là tham lam, sân hận và si mê, những thứ đã từng trói buộc ta bằng sợi dây giam hãm của tình cảm. Thiền tập sẽ mang tâm ta đến một trạng thái tĩnh lặng và tỉnh thức, một trạng thái của định và huệ.

Trong xã hội ngày nay, chúng ta đặt niềm tin rất lớn vào sự giáo dục. Chúng ta tin rằng học thức có thể làm một người trở nên văn minh hơn. Nhưng thật ra, văn minh và học thức chỉ đánh bóng phần bên ngoài của con người mà thôi. Bạn chỉ cần thử đem một người "học thức" và "đáng kính" ấy ra đối diện với những hoàn cảnh như là căng thẳng trong chiến tranh hoặc kinh tế suy sụp, và xem người ấy còn "đáng kính" nữa hay không! Chúng ta tuân theo luật lệ vì không muốn chịu hình phạt và sợ hậu quả là một chuyện; còn chúng ta tuân theo luật vì mình đã được thanh tịnh, không còn lòng tham để trộm cắp, hoặc lòng sân hận để giết hại, thì đó là một chuyện hoàn toàn khác. Thảy một hòn đá xuống dòng suối.

Dòng nước chảy sẽ làm mòn đi bề mặt bên ngoài của hòn đá, nhưng bên trong vẫn y nguyên. Nung hòn đá ấy trong một lò lửa cho đến khi ta nóng chảy, cả hòn đá ấy sẽ biến dạng từ trong ra ngoài. Văn minh và học thức chỉ có thể thay đổi bề ngoài của con người mà thôi. Thiền tập sẽ chuyển hóa con người một cách toàn diện từ bên trong.

Thiền tập còn được ví như là một vị thầy lớn. Nó là ngọn lửa tôi luyện chúng ta, tuy chậm chạp nhưng rất chắc chắn, bằng sự hiểu biết. Khi sự hiểu biết của chúng ta càng rộng lớn bao nhiêu, thì lòng tha thứ, bao dung và tâm từ của chúng ta sẽ càng rộng mở bấy nhiêu. Chúng ta sẽ trở thành như là một bậc cha mẹ gương mẫu hay một vị thầy toàn thiện. Ta sẵn sàng tha thứ và bỏ qua tất cả. Ta cảm thấy thương yêu tất cả mọi người vì ta hiểu được họ, và sở dĩ ta có thể hiểu được họ là vì ta hiểu rõ được chính mình. Chúng ta quay lại nhìn sâu vào chính mình, và ta đã thấy được những sự giả tạo, những thiếu sót của một con người, cũng như những giới hạn của kiếp người, và từ đó ta biết tha thứ và thương yêu tất cả. Khi ta có tâm từ đối với chính mình thì tự nhiên ta sẽ có tâm từ đối với kẻ khác. Một thiền sinh giỏi sẽ có được sự hiểu biết lớn đối với sự sống, và từ đó họ sẽ đối xử với cuộc đời này bằng một tình thương sâu xa, không hề phán xét.

Thiền tập cũng giống như làm ruộng vậy. Muốn có một thửa đất trống để ta trồng trọt, trước hết ta phải biết đốn cây và bứng đi hết những gốc rễ. Rồi sau đó chúng ta mới cày đất, bón phân, gieo hạt, và gặt hái. Đối với thửa ruộng tâm cũng thế, trước hết chúng ta phải dọn dẹp làm trống đi hết những yếu tố nào làm trở ngại - ta phải bứng nhổ tận gốc rễ để chúng không thể nào còn mọc trở lại. Rồi chúng ta bón phân cho mảnh đất tâm: bằng sự tinh tiến và nỗ lực. Và sau đó, ta gieo xuống những hạt giống tốt, và gặt hái những hoa trái của niềm tin, giới luật, chánh niệm và tuệ giác.

Niềm tin và giới luật trong đạo Phật mang một ý nghĩa rất đặc biệt. Niềm tin trong đạo Phật không phải là sự tin tưởng vào kinh điển xuất phát từ một đấng thiêng liêng, hay đức tin vào những giáo lý của một bậc đạo sư nào đó. Ý nghĩa của niềm tin ở đây gần giống với sự tự tin hơn. Chúng ta tin đó là sự thật vì chính ta đã thấy, vì tự mình đã kinh nghiệm được điều ấy. Và cũng thế, giới luật không phải là những nghi thức, những quy luật được đặt ra bởi một uy quyền nào đó ở bên ngoài. Thật ra giới luật là những khuôn thước hành động mà ta đã ý thức và tự nguyện hành xử theo, vì ta biết rằng chúng tốt đẹp và cao thượng hơn lối hành xử bình thường của mình trong đời sống hằng ngày.

Mục đích của thiền tập là một sự chuyển hóa tự thân. Cái *"tôi"* đi vào bên này của kinh nghiệm thiền tập sẽ không phải là cái *"tôi"* đi ra phía bên kia. Thiền tập sẽ thay đổi con người của ta qua một tiến trình nhận thức sâu sắc về những cảm giác của mình, nó bắt ta ý thức rõ rệt về những ý nghĩ, lời nói và hành động của ta. Lòng tự tôn sẽ tan biến và thái độ chống đối của ta cũng sẽ khô cạn đi. Tâm ta sẽ trở nên an tĩnh. Và cuộc sống cũng được suôn sẻ hơn. Thiền tập có khả năng giúp ta đối diện với những thăng trầm của cuộc đời một cách dễ dàng hơn. Nó làm giảm đi những sự căng thẳng, lo lắng và sợ hãi. Những bất an sẽ vơi đi và những đam mê cũng sẽ nhẹ nhàng hơn. Mọi việc rồi nằm yên vào vị trí của nó, và cuộc đời của ta sẽ giống với một con thuyền nhẹ lướt trên một dòng nước hơn là gập ghềnh trôi qua những con thác. Và tất cả bắt đầu bằng một sự hiểu biết.

Thiền tập sẽ giúp cho định lực và tuệ giác của ta ngày được sâu sắc thêm. Và từ đó, những động cơ thúc đẩy nằm sâu kín trong vô thức, những phản ứng máy móc của ta, sẽ dần dần bị phơi bày ra. Trực giác của ta sẽ trở nên bén nhạy hơn xưa. Sự suy nghĩ của ta sẽ chính xác hơn, và dần dần ta sẽ có thể trực tiếp tiếp xúc được với sự vật chung quanh mình như bản chất hiện hữu thật sự của chúng - đúng như vậy - không phán xét, không bị những vọng tưởng làm sai lệch.

Bấy nhiêu đó lý do liệu đã đủ để trả lời cho ta câu hỏi *"vì sao phải quan tâm đến thiền"* hay chưa? Thật ra thì chưa thấm thía gì hết! Dầu sao thì chúng cũng chỉ là những lý thuyết suông trên giấy mà thôi! Chỉ có một cách duy nhất giúp bạn có thể biết được thiền có ích lợi gì cho mình hay không, đó là thực hành, và thực hành cho đúng. Bạn hãy tự chính mình kinh nghiệm lấy.

Chương Hai
Những gì không phải là thiền?

Thiền là một danh từ. Chắc bạn cũng đã nghe nói về nó rồi, nếu không thì có lẽ bạn đã không cầm đến quyển sách này. Chữ "thiền" ngày nay đã được dùng trong đủ mọi lĩnh vực, và nói lên nhiều quan niệm khác nhau. Có những cái đúng, và cũng có những cái hoàn toàn không đúng. Có những quan niệm có thể đúng đối với những hệ thống thiền tập khác, nhưng chúng không liên quan gì đến phương pháp thiền quán *vipassana*. Trước khi bắt đầu, tôi nghĩ là chúng ta nên gạn lọc hết những ý niệm sai lầm về thiền quán ra khỏi đầu, để có thể tiếp nhận những cái mới. Và bây giờ, chúng ta hãy bắt đầu với những sai lầm rõ rệt nhất.

Tôi sẽ không dạy bạn ngồi suy tưởng về cái bụng của mình hay tụng những âm thanh bí mật nào đó. Bạn cũng không cần phải hàng phục ác quỷ hay là kiểm soát những năng lượng vô hình. Bạn không cần phải đeo đai màu, cũng không cần phải cạo đầu hay quấn tóc. Bạn không cần cho hết tài sản của mình và đi vào sống trong một tu viện. Thật ra, bạn có thể bắt đầu ngay từ bây giờ để cải thiện cuộc sống của mình, trừ khi là bạn đang sống một cuộc sống bất lương hoặc quá nhiều biến động. Nghe ra thật khích lệ đối với hầu hết mọi người, bạn có thấy vậy không?

Có rất nhiều sách viết về thiền. Đa số được trình bày theo một quan điểm hoàn toàn thuộc về một tôn giáo, hoặc một truyền thống đặc biệt nào đó. Nhưng nhiều khi tác giả không nói rõ cho độc giả biết điều ấy. Họ có những lời tuyên bố về thiền như đó là một sự thật chung cho tất cả mọi phương pháp thiền, trong khi thật ra nó chỉ là những tính chất riêng, theo truyền thống đặc biệt của họ mà thôi. Và nhiều khi những lý thuyết, những lời giải thích ấy lại rất mâu thuẫn với nhau. Kết quả là một sự hỗn loạn và lầm lẫn lớn: có trăm ý kiến trái ngược được hỗ trợ bởi ngàn dữ kiện khác nhau.

Quyển sách này rất là riêng biệt. Chúng tôi chỉ trình bày duy nhất phương pháp thiền quán *vipassana* mà thôi. Tôi sẽ hướng dẫn cho bạn phương cách nhìn, theo dõi những hoạt động của tâm ý mình, một cách khách quan và tĩnh lặng, để ta có thể có tuệ giác về những hành động của chính mình. Mục đích của ta là phát triển chánh niệm, một ý thức mãnh liệt, sáng tỏ và tinh tế, giúp ta có thể thấy được thẩm thấu tự tính của mọi hiện tượng.

Tôi thấy có một số quan niệm sai lầm chung về thiền. Những vấn đề này thường xuyên được nêu lên bởi các thiền sinh mới. Vì chúng là những quan niệm sai lầm, nên có thể có ảnh hưởng đến sự thực tập của ta. Tôi nghĩ, chúng ta cần nên mang những sự hiểu lầm ấy ra từng cái một, và hóa giải chúng:

1. Thiền chỉ là một phương pháp nghỉ ngơi?

Sai lầm trong quan điểm này nằm ở chữ *"chỉ là"*. *Nghỉ ngơi* là một phần chính yếu của thiền tập, nhưng trong thiền quán *vipassana*, chúng ta còn nhắm đến một mục tiêu khác cao thượng hơn. Câu ấy có thể đúng với một số phương pháp thiền tập khác. Tất cả những pháp môn thiền đều nhấn mạnh đến việc tập trung tư tưởng, đem tâm ý về một đề mục, một điểm duy nhất.

Khi ta có thể thực hiện được việc ấy một cách thuần thục, ta sẽ đạt đến một trạng thái hỷ lạc và an nghỉ, gọi là *Jhana*, hay là các tầng định. Trong trạng thái tĩnh lặng ấy, ta sẽ cảm nhận được một sự hỷ lạc rất lớn, một cảm giác hạnh phúc sâu sắc mà ta không thể nào kinh nghiệm được với một tâm thức bình thường. Và đa số những pháp môn thiền đều dừng lại ở chỗ này. *Jhana*, hay các tầng định, là mục tiêu của họ. Và khi ta đã đạt được nó rồi thì sự tu tập của ta là cứ tiếp tục lặp lại những kinh nghiệm ấy suốt đời mình.

Nhưng thiền quán *vipassana* thì khác, vì nó hướng đến một mục tiêu khác: sự tỉnh giác. Sự tập trung và nghỉ ngơi chỉ là những yếu tố đi kèm theo *sự tỉnh giác* mà thôi. Chúng là những yếu tố quan trọng đi trước, những công cụ cần thiết và là những phó sản kỳ diệu. Nhưng chúng không phải là mục tiêu chính. Mục tiêu chính là tuệ giác. Thiền quán là một pháp môn tu tập nhiệm mầu, nhắm đến một mục tiêu duy nhất là làm thanh tịnh và chuyển hóa cuộc sống hằng ngày của ta. Trong một chương sau, chúng ta sẽ có dịp nói sâu hơn về sự khác biệt giữa thiền định (*concentration*) và thiền quán (*insight*).

2. Thiền là đi vào một trạng thái xuất thần?

Cũng vậy, quan điểm này có thể đúng với một pháp môn thiền tập đặc biệt nào khác, nhưng nó không phải là thiền quán. Thiền quán không phải là một hình thức thôi miên. Chúng ta không bao giờ cố gắng khóa kín tâm thức mình lại để không còn biết gì cả, hoặc biến ta trở thành một thứ cỏ cây, gỗ đá vô tri giác. Ngược lại, thiền quán sẽ giúp ta trở thành bén nhạy hơn, hòa điệu hơn với những biến đổi trong tình cảm của mình. Chúng ta sẽ hiểu được mình một cách rõ rệt hơn và chính xác hơn.

Trong sự thực tập, sẽ có những lúc có những trạng thái mà đối với người đứng ngoài có vẻ như là hành giả đang xuất thần. Nhưng sự thật hoàn toàn ngược lại. Trong trạng thái xuất thần của thôi miên, hành giả hoàn toàn bị kiểm soát bởi người bên ngoài; còn trong trạng thái định, hành giả hoàn toàn giữ được sự tự chủ. Cả hai chỉ giống nhau ở vẻ ngoài mà thôi. Nhưng dầu sao đi nữa thì những trạng thái này vẫn không bao giờ là mục tiêu của thiền quán. Như ta đã nói, các tầng định này chỉ là những phương tiện, những bước chuyển tiếp trên con đường đi đến tuệ giác cao hơn mà thôi. *Vipassana*, thiền quán, tự nó có nghĩa là một sự đào luyện chánh niệm và tuệ giác. Vì vậy, nếu như trong khi ngồi thiền mà bạn cảm thấy mình trở nên không còn hay biết gì nữa, thì lúc đó bạn không không phải là ngồi thiền theo ý nghĩa của *vipassana*.

3. Thiền là huyền bí không thể hiểu được?

Điều ấy cũng là gần đúng, nhưng chưa đúng. Thiền có liên quan đến những mức độ tâm thức sâu kín hơn những tư tưởng bình thường của ta. Vì vậy, có một số kinh nghiệm trong thiền tập chúng ta không thể nào giải thích bằng lời được. Nhưng điều ấy *không có nghĩa rằng thiền là một cái gì đó huyền bí không thể hiểu được*.

Có nhiều cách để ta hiểu sâu sắc một vấn đề gì đó mà không cần dùng đến ngôn ngữ. Bạn hiểu được đi bộ là như thế nào, phải không? Nhưng có thể bạn không giải thích được những sợi thần kinh và những bắp thịt của ta hoạt động chung với nhau như thế nào. Nhưng bạn biết cách thực hành. Thiền tập cũng cần được hiểu theo cách đó - bằng sự thực hành. Ta không thể hiểu thiền qua những lý thuyết trừu tượng, hoặc chỉ bàn luận suông. Ta phải trải nghiệm được nó. Thiền không phải là một công thức máy móc, lúc nào cũng đem lại những kết quả tự động và có thể đoán trước được. Trong giờ thiền tập, ta sẽ không bao giờ có thể đoán chính xác được việc gì sẽ xảy ra. Mỗi lần thiền tập là một tiến trình khám phá, một cuộc thí nghiệm và là một chuyến phiêu lưu. Thật ra, nếu như sự thực tập của bạn đi đến một giai đoạn mà bạn có thể đoán trước được điều gì sẽ xảy ra, tất cả đều lặp lại giống như nhau, thì đó là dấu hiệu bạn đã đi sai đường và sự tu tập đang bị đình trệ. Học nhìn mỗi giây phút này như là một giây phút đầu tiên và duy nhất trong cuộc đời mình, đó chính là tinh hoa của thiền quán.

4. Mục đích của thiền là đạt thần thông?

Không phải vậy! Mục đích của thiền là để phát triển sự tỉnh giác. Biết được tương lai hoặc đọc được ý nghĩ của kẻ khác *không phải là mục đích của thiền*. Bay bổng khỏi mặt đất không phải là mục đích của thiền. *Mục tiêu của thiền là giải thoát*. Có một sự liên hệ giữa những hiện tượng phi thường với thiền tập, nhưng sự liên hệ ấy rất phức tạp. Trong những giai đoạn đầu của thiền tập, những hiện tượng này có thể xảy ra hoặc không xảy ra. Có người kinh nghiệm được những trực giác khác thường, hoặc nhớ lại quá khứ trong một tiền kiếp nào đó; và cũng có người không thấy gì hết. Thật ra, những hiện tượng này không nên được coi như là một khả năng siêu phàm, đáng tin cậy, hoặc sự chứng nhận cho trình độ tu tập của mình. Chúng ta đừng bao giờ dành cho chúng một sự quan tâm quá đáng. Thật ra, những loại hiện tượng ấy rất nguy hiểm đối với những thiền sinh mới, vì chúng rất cám dỗ. Chúng có thể là những cái bẫy của tự ngã, lừa gạt chúng ta đi lạc hướng. Cách hay nhất là đừng bao giờ xem những điều đó là quan trọng. Chúng có xảy ra hay không cũng không thành vấn đề. Sẽ có một giai đoạn trên con đường tu tập, hành giả có thể cần phải thực hành để phát triển một số quyền năng nào đó. Nhưng việc đó còn lâu lắm mới xảy ra. Chỉ khi nào hành giả đã đạt đến một tầng định, *jhana*, rất cao, họ mới có thể tiếp xúc được với những năng lượng này mà không sợ nguy hiểm, không sợ bị chúng kiểm soát và chiếm hữu luôn đời mình. Những quyền năng ấy bao giờ cũng chỉ được dùng để phục vụ và giúp đỡ kẻ khác mà thôi. Thường thường thì giai đoạn này chỉ đến đối với những hành giả nào đã có hàng chục năm tu tập tinh chuyên. Bạn đừng lo lắng gì hết! Chỉ nên cố gắng thực tập phát triển chánh niệm cho mỗi ngày một thêm vững mạnh. Giả sử như có hình ảnh hoặc âm thanh nào lạ hiện lên, bạn chỉ cần ghi nhận chúng rồi buông bỏ đi. Đừng vướng mắc vào chúng.

5. Thiền rất nguy hiểm và nên tránh xa?

Tất cả mọi việc đều nguy hiểm. Khi băng qua đường bạn có thể bị xe đụng. Khi vào buồng tắm bạn có thể trượt chân té gãy xương. Khi ngồi thiền bạn có thể khơi lên những vấn đề xấu xa hoặc rắc rối trong quá khứ của mình. Những điều đã được chôn vùi sâu kín qua biết bao năm tháng ấy, chúng có thể rất đáng sợ. Nhưng khám phá và tìm hiểu chúng sẽ mang lại cho ta những lợi ích rất lớn. Không có một hành động nào mà không kèm theo những sự may rủi, nhưng điều ấy không có nghĩa là ta nên nằm yên co rút trong cái tổ kén của mình! Đó không phải là sống mà là một cái chết khi đang sống. Phương cách để ta đối diện với những nguy hiểm là ý thức được cường độ của nó, biết nó nằm ở đâu, và biết cách đối phó mỗi khi nó khởi lên. Và đó cũng chính là mục đích của quyển sách thực hành này.

Thiền quán, *vipassana*, là sự phát triển của chánh niệm và tỉnh giác. Không có gì là nguy hiểm trong sự thực tập ấy. Ngược lại, chánh niệm còn là một sự che chở, bảo vệ ta tránh khỏi những hiểm nguy. Nếu ta thực hành đúng, thiền tập là một tiến trình rất từ tốn và nhẹ nhàng. Cứ thực hành thong thả, sự tiến triển và chuyển hóa sẽ xảy ra một cách rất tự nhiên. Không nên thúc bách bất cứ điều gì. Và sau này, khi bạn đã sẵn sàng, dưới sự hướng dẫn và tuệ giác của một vị thầy có khả năng, bạn có thể gia tăng tốc độ tiến triển của mình bằng cách tham dự những khóa thiền nghiêm túc nhiều ngày hơn. Nhưng trong giai đoạn đầu, bạn hãy thực hành cho thoải mái. Từ tốn mà thực tập, mọi việc sẽ tốt đẹp.

6. Thiền chỉ dành riêng cho các bậc thánh?

Thái độ này thường thấy rất nhiều ở các nước châu Á, trong những nền văn hóa mà các vị sư, tu sĩ rất được tôn thờ và kính nể. Điều này cũng giống như thái độ của người phương Tây đối với những thần tượng ca sĩ, tài tử, và những anh hùng thể thao của họ vậy. Những nhân vật ấy được thiên hạ đóng khung, đặt lên trên thật cao để chiêm ngưỡng, và rồi họ được gán cho những cá tính mà ít có một người nào có thể sống đúng theo được. Và chúng ta cũng có những thái độ tương tự đối với thiền tập. Chúng ta cho rằng thiền giả là một nhân vật rất tôn kính, nơi họ ngồi một chiếc lá cũng không dám rơi. Nhưng chỉ cần tiếp xúc với họ trong vài giây phút là những ảo vọng của ta sẽ tự động tan vỡ hết. Thật ra họ chỉ là những người biết tinh tiến, có một sự ham thích mãnh liệt, và sống đời mình với một nghị lực lớn.

Lẽ dĩ nhiên là đa số những bậc thánh nhân, đạo sư đều có hành thiền, nhưng không phải họ hành thiền bởi vì họ là thánh nhân. Mà ngược lại, họ là thánh nhân bởi vì họ hành thiền; nhờ thiền tập mà họ trở thành thánh nhân. Họ bắt đầu tập thiền trước khi trở thành một thánh nhân, nếu không họ đã không thể nào thánh thiện được! Đó là điểm quan trọng. Có một số thiền sinh quan niệm rằng trước tiên cần phải hoàn toàn trong sạch và có đạo đức rồi mới có thể học thiền. Nhưng việc đó không bao giờ có thể xảy ra. Vì vấn đề đạo đức đòi hỏi ta phải có khả năng kiểm soát được tâm ý mình đến một mức độ nào đó. Ta không thể nào tuân theo giới luật được nếu ta không có một chút gì tự chủ. Mà nếu tâm ta cứ chạy vòng quanh, bất an mãi, thì đâu thể gọi là có tự chủ được? Điều trước tiên chúng ta cần phải có là một số vốn liếng tâm linh.

Thiền tập trong đạo Phật gồm có ba yếu tố chính là giới, định và tuệ. Ba yếu tố ấy cùng phát triển với nhau khi sự tu tập của ta mỗi ngày được thâm sâu hơn. Yếu tố này sẽ ảnh hưởng trực tiếp đến hai yếu tố kia, vì vậy lúc nào chúng ta cũng trau giồi cả ba cùng lúc chứ không riêng rẽ. Khi bạn có tuệ giác để thấy rõ được vấn đề, tự nhiên bạn sẽ có tình thương đối với tất cả những người đang bị kẹt trong hoàn cảnh ấy, và tâm từ tự nhiên thúc đẩy bạn kiềm chế tư tưởng, lời nói và hành động của mình, không làm những gì có thể gây thêm khổ đau cho mình và kẻ khác. Vì vậy, hành động của bạn tự nhiên sẽ có đạo đức. Chỉ khi nào không hiểu biết ta mới gây ra vấn đề. Khi ta không nhìn thấy được hậu quả chuyện mình làm, ta sẽ hành xử rất dại dột. Nếu ta cứ chờ cho mình thật trong sạch, thật đạo đức rồi mới bắt đầu học thiền, thì ta sẽ phải chờ suốt đời, vì chuyện đó sẽ không bao giờ xảy ra! Người xưa nói việc ấy cũng giống như một người đứng chờ cho biển lặng, sóng yên rồi mới xuống tắm.

Để hiểu rõ hơn về mối liên hệ này, chúng ta hãy ý thức rằng vấn đề đạo đức, hay giới luật có những cấp bậc khác nhau. Trình độ thấp nhất là tuân hành theo những quy tắc, điều luật do một người nào đó đặt ra. Người ấy có thể là vị giáo chủ của bạn, và cũng có thể là người có quyền hạn, vị tộc trưởng, hoặc cha mẹ... Không cần biết người đặt ra là ai, ở cấp bậc này thì chúng ta chỉ cần nhớ và làm đúng theo luật lệ là đủ. Một người máy cũng làm được chuyện đó. Một con khỉ được huấn luyện cũng có thể làm được, nếu những điều luật tương đối đơn giản, và thỉnh thoảng ta cứ đánh nó vài roi mỗi khi nó phạm luật. Ở trình độ này thì chúng ta không cần gì đến thiền tập. Chúng ta chỉ cần những điều luật rõ rệt và có người cầm roi đứng kế bên là đủ.

Một trình độ giới luật cao hơn là ta vẫn tuân theo bấy nhiêu đó quy luật, cho dù không có ai đứng kế bên để phạt. Ta giữ giới luật vì chúng đã thâm nhập vào mình. Ta tự phạt lấy, mỗi khi ta phạm một giới gì. Ở trình độ này thì nó đòi hỏi ta cần phải có một chút tập luyện tâm ý nào đó. Vì khi tư tưởng ta bất an thì hành động của ta cũng sẽ bị bấn loạn theo. Tập luyện tâm ý sẽ giúp ta được an ổn hơn.

Và một trình độ cao nhất của giới luật, cấp bậc thứ ba, mà ta có thể gọi là *"đạo đức"*. Trình độ này là một bước nhảy vọt rất xa so với hai trình độ vừa kể, nó là một cái nhìn hoàn toàn khác biệt. Ở trình độ của đạo đức thì một người không nhất thiết cần phải cứng ngắt tuân theo những luật lệ đã được đặt ra, bởi bất cứ một uy quyền nào. Người ấy chỉ chọn tuân theo con đường được hướng dẫn bởi chánh niệm, tuệ giác và từ bi. Trình độ này đòi hỏi ta phải có một trí thông minh, một khả năng nhận xét, thấy được hết tất cả những yếu tố trong mọi hoàn cảnh, và lúc nào cũng đi đến những phản ứng sáng suốt. Và hơn nữa, ta phải có khả năng bước ra ngoài cái tầm nhìn nhỏ bé của mình. Ta phải thấy được hoàn cảnh dưới một ánh mắt khách quan, xem những nhu cầu của người khác cũng quan trọng như của chính mình. Nói một cách khác, ta phải thoát ra được khỏi sự kiềm chế của tham lam, sân hận và ganh tỵ, và mọi thứ ích kỷ, nhỏ nhen khác của riêng mình, để còn nhìn thấy được những vấn đề của người kia. Chỉ chừng ấy, ta mới có thể thật sự chọn lựa được những hành động nào là thích ứng cho hoàn cảnh đang có mặt. Và trình độ này, chắc chắn đòi hỏi ta cần phải có một sự thực tập thiền quán, trừ khi sinh ra ta đã là một vị thánh. Ngoài ra, không còn có một phương cách nào khác hơn nữa. Tiến trình này đòi hỏi ta cần có một khả năng phân lọc rất lớn, ta phải biết phân tách và chọn lọc những gì đang xảy ra trong mọi hoàn cảnh. Nhưng tâm thức bình thường của ta không thể nào làm hết được những việc ấy. Nếu như tâm trí của ta cứ phải phân tách, suy xét hết tất cả những gì đang xảy ra, thì chắc chúng ta sẽ không còn thì giờ để làm gì khác được nữa hết. Cũng như một người làm trò múa rối không thiện nghệ, ta không thể nào thảy bấy nhiêu những trái banh và giữ chúng trên không trung cùng một lúc được. Nhưng may mắn thay, ở một mức độ tâm thức thâm sâu hơn, ta có thể làm được việc đó. Thiền quán có thể giúp ta thực hiện được tiến trình phân tách và chọn lọc ấy. Đó là một chuyện hơi lạ, nhưng sự thật là vậy.

Có một ngày kia bạn gặp một vấn đề - ví dụ như là chú Ba sắp sửa ly dị. Hoàn cảnh của chú Ba dường như không còn có lối thoát, dẫu như Trạng Trình tái sinh có muốn giúp cũng không thể có lời khuyên gì được. Ngày hôm sau, trong khi bạn đang đứng rửa chén, và trong đầu đang suy nghĩ về một chuyện đâu đâu nào đó, tự nhiên có một giải pháp lại hiện ra rất rõ ràng. Từ đâu đó sâu xa trong tâm thức, câu trả lời khởi lên và mọi khó khăn đều được giải quyết. Những sự kiện trực giác này chỉ xảy ra khi nào bạn biết tạm gác qua một bên những suy luận, tính toán bình thường của mình, và để cho phần sâu hơn của tâm thức có cơ hội để ôm ấp vấn đề. Nhiều khi, cái đầu óc suy luận hằng ngày của ta có thể là một chướng ngại. Thiền tập dạy cho ta một phương cách để tự tháo gỡ mình ra khỏi cái tiến trình suy nghĩ ấy. Nó là một nghệ thuật tự tránh qua một bên, để cho chính mình có thể bước tới. Đó là một nghệ thuật rất có ích lợi trong cuộc sống hằng ngày.

Thiền tập không bao giờ là một pháp môn đặc biệt chỉ dành riêng cho những nhà ẩn sĩ, những nhà tu khổ hạnh. Nó là một pháp môn có liên hệ trực tiếp đến những vấn đề trong đời sống hằng ngày, và có thể áp dụng ngay vào cuộc sống của chính chúng ta. Thiền không phải là để dành riêng cho một *"thế giới khác"*.

Nhưng không may là sự thật này có thể làm cho một số thiền sinh bị thất vọng. Họ bước chân vào thiền với hy vọng sẽ có được những khám phá lớn lao và tức thì, cùng với tiếng thiên thần ca hát vang trời. Nhưng cái mà họ học được là một phương cách làm sao để mang rác ra trước nhà được hữu hiệu hơn, làm sao để giúp chú Ba được nhiều kết quả tốt đẹp hơn... Nhưng thật ra họ cũng đừng nên vội thất vọng. Vấn đề đem rác ra thì bao giờ cũng cần được giải quyết trước tiên, tiếng ca hát của thiên thần thì phải mất thời gian lâu hơn một chút.

7. Thiền tập là sự trốn tránh thực tại?

Hoàn toàn sai! Thiền tập có nghĩa là đi tìm thực tại. Thiền tập không tách rời chúng ta với những nỗi đau của cuộc đời. Ngược lại, nó giúp ta tiếp xúc sâu sắc với mọi khía cạnh của sự sống, giúp ta có thể đi xuyên qua những bức tường khổ đau và vượt thoát ra ngoài. Thiền quán là một phương pháp có mục đích duy nhất là tiếp xúc với thực tại, trải nghiệm cuộc sống đúng thật như nó đang hiện hữu, và ứng xử một cách chính xác với những gì ta thấy. Thiền tập giúp ta phá tan đi những ảo tưởng, thoát ra những điều giả tạo, những lời dối trá hay đẹp mà ta thường dùng với chính mình. Cái gì có mặt thì đang có mặt. Bản thân ta ra sao thì sẽ là như vậy. Khi ta tự dối mình về những yếu đuối, về những động lực thúc đẩy của mình là ta chỉ tự trói buộc vào chúng chặt hơn mà thôi. Thiền quán không phải là một cách để tự quên mình và che giấu đi những vấn đề của ta. Thiền quán là học cách tự nhìn lại cho thật chính xác, thấy được những gì đang thật sự có mặt và chấp nhận chúng. Và chỉ từ đó ta mới có thể chuyển hóa được chúng mà thôi.

8. Thiền tập là một cách đạt đến khoái cảm?

Quan điểm này có phần đúng nhưng cũng có phần sai. Thiền tập đôi khi có mang lại cho ta một cảm giác lâng lâng, thích thú. Nhưng đó không phải là mục đích của thiền, và cũng không phải lúc nào nó cũng xảy ra. Hơn nữa, nếu bạn ngồi thiền với mục đích để có được những khoái cảm ấy, nó sẽ lại càng ít khi nào xảy ra, hơn là những khi bạn chỉ ngồi thiền với một mục đích phát triển chánh niệm. Cảm giác hỷ lạc phát sinh từ một sự nghỉ ngơi, và sự nghỉ ngơi là kết quả của sự buông thư hết những căng thẳng trong ta. Nếu như trong thiền tập, ta cố gắng tìm kiếm một cảm giác hỷ lạc, tức là ta đã tạo nên một sự căng thẳng trong ta, và lẽ dĩ nhiên lúc ấy ta sẽ không thể nào buông thư được. Nó ngộ như vậy, ta chỉ có thể có được sự hỷ lạc nếu ta không tìm kiếm và đeo đuổi nó. Vừa đưa tay nắm bắt là nó sẽ biến mất ngay. Nhưng bạn nên nhớ rằng sự khoái lạc không phải là mục tiêu của thiền tập. Nó sẽ khởi lên rất thường, nhưng ta nên nhớ chúng chỉ là những ảnh hưởng phụ thuộc mà thôi. Dù sao thì đây cũng là một hiệu ứng phụ rất dễ chịu, và khi ta càng thiền tập lâu ngày bao nhiêu, chúng sẽ lại càng xảy ra thường xuyên hơn bấy nhiêu. Tôi tin rằng bạn sẽ không bao giờ nghe một thiền giả nhiều kinh nghiệm nào mà lại không đồng ý việc này.

9. Thiền là ích kỷ?

Có lẽ nhìn bề ngoài thì người khác thấy là như vậy. Một thiền sinh nhắm mắt ngồi yên trên tọa cụ. Có phải anh hay chị ta đang cho máu chăng? Không phải! Thế thì anh hay chị đó đang giúp các nạn nhân bị thiên tai chăng? Cũng không phải! Ta hãy thử tìm hiểu xem động cơ nào thúc đẩy một thiền sinh ngồi yên đó. Mục đích của một thiền sinh là làm sao để loại được những sân hận, thành kiến và ghét bỏ ra khỏi tâm ý của mình, cũng như những tham lam, sự căng thẳng và thái độ vô tình của ta. Những yếu tố nào mà đã từng ngăn trở lòng từ bi và tình thương của họ đối với mọi người chung quanh. Và chỉ trừ khi nào những chướng ngại đó không còn nữa, bất cứ những việc làm tốt lành nào của họ cũng sẽ chỉ là một sự biểu lộ của tự ngã mà thôi, và nó sẽ không mang lại một ích lợi lâu dài nào hết.

Gây thương đau cho cuộc sống dưới danh nghĩa cứu đời là một trong những trò xa xưa nhất. Những cuộc thánh chiến và tôn giáo pháp đình vào thời trung cổ ở châu Âu là một ví dụ. Những cuộc thiêu sống các phù thủy ở *Salem* dưới danh nghĩa *"vì lợi ích chung"* cũng thế. Bạn hãy nhìn lại cuộc đời của những thiền giả nhiều kinh nghiệm, đa số họ là những người có tham gia vào các việc làm xã hội. Nhưng bạn sẽ không bao giờ thấy họ hy sinh bất cứ một cá nhân nào cho lý tưởng của họ, dầu cao thượng đến đâu. Sự thật là chúng ta ích kỷ và nhỏ nhen hơn mình tưởng. Bản ngã của ta có khả năng biến những việc làm cao thượng thành những thứ rác rưởi thấp hèn nếu ta buông thả nó hoàn toàn. Nhờ thiền tập mà chúng ta ý thức được con người thật của mình, bằng cách thấy được những hành động thúc đẩy bởi lòng vị kỷ. Và nhờ đó mà ta mới có thể thật sự trở thành hoàn toàn vị tha. Chuyển hóa hoàn toàn lòng ích kỷ của mình, đó không phải là một hành động ích kỷ.

10. Thiền là ngồi nghĩ đến những ý tưởng cao thượng?

Điều đó không đúng! Có những truyền thống thiền tập khác làm như vậy. Nhưng đó không phải là thiền quán *vipassana*. Thiền quán là một sự thực tập chánh niệm, tỉnh giác, có ý thức rõ ràng về những gì đang có mặt, cho dù đó là một chân lý tuyệt vời hay chỉ là một cọng rác nhỏ. Cái gì có mặt thì nó có mặt.

Lẽ dĩ nhiên, trong thiền tập cũng có lúc những tư tưởng cao thượng sẽ khởi lên. Ta không cần phải tránh né chúng. Và ta cũng không cần phải tìm kiếm chúng. Chúng chỉ là những phản ứng dễ chịu của thiền tập. Thiền quán là một phương pháp thực tập rất đơn giản. Nó bao gồm sự trải nghiệm những sự kiện trong đời sống một cách trực tiếp, không để tâm ưa thích và cũng không thêm thắt vào đó bất cứ một hình ảnh hay ý tưởng nào khác. Thiền quán có nghĩa là nhìn sự sống mình khai mở ra trong mỗi giây mỗi phút, không thiên vị. Việc gì đến sẽ đến. Rất đơn giản như vậy thôi!

11. Sau vài tuần thiền tập, mọi khó khăn sẽ biến mất?

Rất tiếc, thiền tập không phải là một thứ thần dược nhanh chóng trừ được tất cả mọi căn bệnh. Tuy bạn có thể thấy được những thay đổi ngay từ bước đầu, nhưng những hiệu quả sâu sắc sẽ phải cần đến nhiều năm dài. Đó cũng cách cấu thành của cả vũ trụ này. Không một điều gì có giá trị lại có thể đạt được một cách quá nhanh chóng!

Xét theo một vài khía cạnh thì thiền tập là rất khó khăn. Nó đòi hỏi tính kỷ luật kiên trì và đôi khi là cả quá trình rèn luyện vất vả. Sau mỗi lần ngồi thiền, bạn sẽ có được những kết quả chuyển hóa, nhưng những kết quả ấy thường là rất vi tế. Chúng xảy ra trong chiều sâu thẳm của tâm thức và chỉ biểu hiện ra sau đó khá lâu. Và nếu bạn ngồi thiền với tâm ý luôn mong đợi những thay đổi lớn lao ngay tức thì, bạn sẽ không có được ngay cả những chuyển hóa rất vi tế đó. Rồi bạn sẽ thất vọng, từ bỏ và nguyền rủa rằng thiền tập không mang lại bất cứ kết quả nào. Sự kiên nhẫn là chìa khóa của vấn đề. Hãy kiên nhẫn. Cho dù bạn không học được gì khác qua thiền tập, bạn cũng học được sự kiên nhẫn. Và đó chính là bài học giá trị nhất luôn sẵn dành cho bạn.

Chương Ba: Thiền là gì?

Thiền là một danh từ. Và từ ngữ thì được sử dụng qua nhiều cách khác nhau, bởi nhiều người khác nhau. Điều này nghe qua có vẻ rất tầm thường, nhưng không phải vậy. Bao giờ chúng ta cũng cần phải hiểu được chính xác ý nghĩa của những từ ngữ mà một người nào đó sử dụng. Điều đó rất quan trọng. Có thể là trên toàn thế giới này, bất cứ một nền văn hóa nào cũng có những phương pháp đào luyện tâm linh, mà họ gọi là *thiền* (meditation). Tất cả tùy thuộc vào việc bạn định nghĩa thiền như thế nào. Phương pháp thiền thì trên thế giới này có rất nhiều và khác biệt nhau, nhưng chúng ta sẽ không bàn đến ở đây. Có nhiều sách khác đã làm việc ấy. Ở đây, chúng ta chỉ giới hạn vào những phương pháp thiền quen thuộc và phổ thông đối với người phương Tây.

Trong truyền thống Thiên chúa giáo, chúng ta thấy có hai phương pháp chồng lấn lên nhau, đó là cầu nguyện (*prayer*) và trầm tư (*contemplation*). Cầu nguyện là một hình thức dâng lên hoặc nói chuyện trực tiếp với một đấng linh thiêng nào đó. Trầm tư là dành một thời gian dài suy tư mặc tưởng về một đề tài nhất định, thường là những lý tưởng tôn giáo hoặc một đoạn kinh nào đó. Theo quan điểm của thiền tập thì cả hai phương pháp trên đều là những bài tập thuộc về thiền định. Những tư tưởng tạp nhạp, ồn ào trong đầu đều bị hạn chế, hành giả đem tâm ý mình tập trung vào một đề mục duy nhất. Và kết quả cũng giống với những gì ta tìm thấy trong mọi phương pháp thiền định khác: một sự tĩnh lặng sâu sắc, những hoạt động tâm sinh lý chậm lại, với một cảm giác rất an vui và khỏe khoắn.

Trong truyền thống Ấn độ giáo (*Hindu*), ta có pháp môn *yoga*, và đây cũng là một pháp môn thuần túy thuộc về thiền định. Phương pháp thực tập căn bản là đem tâm ý tập trung vào một đối tượng duy nhất - như là một hòn đá, một ngọn nến, một âm thanh, hay một điều gì đó - và không suy nghĩ lan man. Sau một thời gian thực hành thuần thục, hành giả sẽ tiếp tục nói rộng sự thực tập của mình ra bằng cách chọn những đối tượng khác phức tạp hơn - như là những bài kinh, những hình ảnh tâm linh màu sắc, những luân xa trong người... Nhưng cho dù đề mục thiền tập của họ có phức tạp, cầu kỳ đến đâu, phương pháp cũng vẫn là một, thuần túy đó chỉ là những bài tập về định.

Trong truyền thống của đạo Phật thì thiền định có một giá trị rất cao. Nhưng nó còn có cộng thêm một yếu tố mới, và được nhấn mạnh hơn, đó là yếu tố tỉnh giác. Tất cả những phương pháp thiền tập trong đạo Phật đều nhắm đến cùng một mục tiêu là sự phát triển tuệ giác, và định lực được dùng như là một công cụ để đi đến đó. Pháp môn của đạo Phật thì rất mênh mông, và vì vậy mà có nhiều con đường khác nhau để đi đến mục tiêu ấy.

Trong truyền thống của *Zen* thì người ta sử dụng hai phương cách. Cách thứ nhất là trực tiếp đi thẳng vào tâm thức bằng nghị lực và ý chí của chính mình. Ta chỉ việc ngồi xuống, và cứ ngồi yên đấy, có nghĩa là ta bỏ ra ngoài tất cả những gì trong đầu, chỉ trừ cái ý thức tỉnh giác về sự ngồi thiền của mình mà thôi. Nghe thì có vẻ rất là giản dị. Nhưng thật ra là rất khó. Nếu bạn không tin cứ thử ngồi xuống thực hành trong giây lát đi, bạn sẽ hiểu những gì tôi nói. Phương cách thứ hai, được dùng trong truyền thống thiền Lâm Tế, là khéo léo lừa tâm ý của ta ra khỏi những lối suy nghĩ thông thường và đi vào một sự tỉnh giác đơn thuần. Theo phương cách này người ta sử dụng công án, tức là những vấn đề không thể giải đáp được, những câu hỏi không có câu trả lời, và thiền sinh bị bắt buộc phải giải quyết, trong một hoàn cảnh huấn luyện rất gian nan. Và vì thiền sinh không thể nào trốn chạy đi đâu được, họ bắt buộc phải nhảy thẳng vào cái kinh nghiệm thật của giây phút hiện tại, chứ đâu còn một nơi nào khác hơn nữa? Zen là một pháp môn thực tập khá gian nan.

Chương Ba: Thiền Là Gì?

Nó có thể mang lại hiệu quả cho nhiều người, nhưng là một pháp môn rất cam go.

Một pháp môn khác nữa là Phật giáo Mật tông, (*Tantric Buddhism*) phương pháp này thì hoàn toàn trái ngược lại. Những tư tưởng bình thường, thường ngày của ta là những biểu hiện của một tự ngã, một cái *"tôi"* mà ta nhận đó là mình. Mọi ý thức của ta đều có liên hệ đến một ý niệm về cái *ngã*. Thật ra ý niệm về một cái *tôi*, hay cái *ngã* chỉ là những phản ứng và những hình ảnh đã được đặt lên trên những ý thức đơn thuần của mình. Pháp môn *tantra* này cố gắng đập tan đi những hình ảnh đó, để giúp ta trở về với ý thức thanh tịnh. Và phương pháp của họ dùng là quán tưởng. Thiền sinh được trao cho một hình ảnh thiêng liêng nào đó để quán tưởng, ví dụ như là một vị thần trong truyền thống của họ. Người thiền sinh sẽ thực tập cho đến khi nào họ trở thành vị thần linh ấy. Ta bỏ cái *ngã* của mình đi và mang lên một cái *ngã* khác. Công việc này, như bạn thấy nó đòi hỏi nhiều thời gian, nhưng rất có hiệu quả. Qua tiến trình ấy, hành giả sẽ hiểu được cách cấu thành bản ngã và hoạt động của nó. Từ đó, họ có thể nhận diện được tính chất vô nền tảng của mọi cái *ngã*, bao gồm cả bản ngã của chính mình, và nhờ đó mà họ có thể giải thoát khỏi sự trói buộc với bản ngã. Họ cũng nhận thức rằng, ta có thể chọn lấy bất cứ một cái ngã nào nếu muốn, và ta cũng có thể không chọn một cái nào hết, tùy tiện. Và kết quả là một ý thức đơn thuần. Nhưng pháp môn *tantra* này cũng không phải dễ.

Thiền quán *vipassana* là một pháp môn thiền tập xa xưa nhất của đạo Phật. Phương pháp này bắt nguồn từ kinh *Tứ niệm xứ* (*Bốn lĩnh vực quán niệm* - *Satipatthana Sutta, Trung bộ, 10*) do chính đức Phật dạy. Thiền quán *vipassana* là một phương pháp trực tiếp và từ tốn, nó nuôi dưỡng và giúp ta phát triển chánh niệm và tuệ giác. Thiền quán là một phương pháp tiến chậm rãi từng bước, từng bước một, qua nhiều năm tháng. Hành giả đem sự chú ý của mình chiếu soi thật cặn kẽ vào một số phương diện nào đó trong đời sống của chính mình. Ta ghi nhận mọi kinh nghiệm của đời sống. Thiền quán là một pháp môn rất nhẹ nhàng, nhưng nó cũng rất là tỉ mỉ và hoàn toàn. Nó là một pháp môn cổ truyền và là một truyền thống rất nghiêm túc, gồm những bài thực tập giúp ta phát huy chánh niệm, và ý thức được những kinh nghiệm trong cuộc sống mình rõ ràng hơn. Đó là nhờ ta biết lắng nghe chăm chú hơn, quán sát tỉnh thức hơn, và thực nghiệm kỹ càng hơn. Chúng ta thực tập ngửi nếm mùi vị tinh nhuệ hơn, xúc chạm trọn vẹn hơn, và ý thức được hết những biến đổi xảy ra trong tất cả những kinh nghiệm ấy. Chúng ta học cách lắng nghe những tư tưởng của mình mà không bị vướng mắc vào chúng.

Mục đích của thiền quán là để thấy được tự tính của vô thường, vô ngã và sự bất toại nguyện có mặt trong tất cả mọi hiện tượng. Chúng ta cứ tưởng rằng mình đã biết hết chúng rồi, nhưng thật ra đó chỉ là một ảo tưởng mà thôi. Trong cuộc đời, chúng ta rất ít khi nào chú ý đến những kinh nghiệm sống của mình, nhiều khi chúng ta hành xử như một người đang mơ ngủ. Chúng ta không có chánh niệm đủ để ý thức được rằng mình không có chánh niệm!

Qua sự thực tập chánh niệm, dần dần chúng ta sẽ ý thức được mình là ai. Chúng ta sẽ nhìn xuyên qua được tấm màn của tự ngã. Ta tỉnh dậy và tiếp xúc với sự sống đang có mặt. Cuộc sống không phải chỉ là những cuộc thăng trầm, hơn thua, còn mất. Chúng không thật. Sự sống sâu sắc hơn thế, nếu ta biết nhìn, và nhìn bằng một con mắt quán chiếu.

Thiền quán là một phương pháp tôi luyện tâm ý, dạy cho ta biết kinh nghiệm sự sống này qua một đường lối hoàn toàn mới lạ. Lần đầu tiên, ta sẽ thực sự trải nghiệm được những gì đang xảy ra cho ta, chung quanh ta và trong ta. Nó là một tiến trình tự khám phá, một sự khảo sát mà trong đó ta vừa quán sát những kinh nghiệm của mình, lại vừa trực tiếp tham gia vào đó. Chúng ta thực tập với một thái độ:

Chương Ba: Thiền Là Gì?

"Không cần biết những gì tôi đã học. Bỏ qua hết một bên những lý thuyết, ý niệm và thành kiến của mình. Tôi chỉ muốn hiểu được tự tính của sự sống này. Tôi muốn biết được thế nào là một kinh nghiệm sống thực sự. Tôi muốn được hiểu thấu và sâu sắc tính chất của cuộc đời này, và tôi không muốn chỉ nghe lời giải thích của bất cứ một người nào khác. Tôi muốn tự chính mình nhìn thấy."

Và nếu bạn theo đuổi con đường thực tập thiền quán với thái độ ấy, tôi tin chắc bạn sẽ thành công. Bạn sẽ biết cách nhìn sự vật bằng con mắt khách quan, như chúng thật sự đang hiện hữu - biến chuyển và thay đổi trong từng mỗi giây phút. Cuộc sống lúc ấy sẽ tự nhiên trở nên vô cùng phong phú và kỳ diệu. Ngôn ngữ không thể nào diễn tả được, ta chỉ có thể tự trải nghiệm mà thôi.

Trong tiếng *Pali*, danh từ chuyên môn của thiền quán là *vipassana bhavana*. Bhavana có ngữ căn là *bhu*, có nghĩa là tăng tiến hay trở thành. Vì vậy, *bhavana* có nghĩa là một sự tôi luyện, và luôn luôn nó được dùng có liên quan đến tâm ý. *Bhavana* có nghĩa là sự đào luyện tâm ý. Chữ *vipassana* được ghép từ hai chữ gốc: *Passana* có nghĩa là thấy, hay là nhận biết. *Vi* là một tiếp đầu ngữ (*prefix*) bao gồm nhiều nghĩa mà ta có thể tạm dịch là *"bằng một cách đặc biệt"*, và cũng có thể là *"đi vào"* hay *"xuyên qua một cách đặc biệt"*. Toàn nghĩa của chữ *vipassana* là nhìn thẳng vào một vật, hay một đối tượng nào đó, một cách rõ rệt và chính xác, thấy rõ được từng yếu tố riêng biệt, và xuyên thấu qua tất cả để nhận diện được bản chất thực sự của nó. Vipassana còn được dịch là *minh sát tuệ*. Tiến trình ấy dẫn ta đến một tuệ giác về tự tính căn bản của đối tượng mà ta đang quán sát. Ghép hai chữ ấy lại với nhau, *vipassana bhavana* có nghĩa là sự đào luyện tâm ý, giúp ta nhìn sự vật qua một phương cách đặc biệt để mang lại tuệ giác và một sự hiểu biết trọn vẹn.

Trong thiền quán *vipassana*, chúng ta thực tập một cách nhìn đặc biệt đối với sự sống. Chúng ta tập tiếp xúc với thực tại đúng thật như chúng đang hiện hữu, và ta gọi cách nhìn này là *chánh niệm*. Chánh niệm là một cách nhìn mới mẻ, khác với cách nhìn thông thường của ta.

Thường ngày, chúng ta có nhìn nhưng không thấy được những gì đang thật sự có mặt ở ngay trước mắt mình. Chúng ta nhìn cuộc đời qua một lăng kính của tư tưởng và ý niệm, và rồi ta nhầm lẫn chúng với thực tại. Chúng ta bị chìm trôi trong dòng sông ý tưởng bất tận này, trong khi thực tại vẫn đi ngang qua mà ta không hề hay biết đến. Ta miệt mài trong những sinh hoạt của đời sống, đeo đuổi theo những thú vui và sự thoả mãn, trốn tránh những khổ đau và sự thất vọng. Chúng ta dồn hết năng lực để cố gắng làm sao cho mình được dễ chịu hơn, che giấu đi những lo lắng và sợ hãi và không ngừng tìm kiếm một sự an ổn. Trong khi ấy, thực tại vẫn đi ngang qua, mà ta không hề tiếp xúc, không hề hay biết đến. Trong thiền quán *vipassana*, chúng ta thực tập buông bỏ hết những thôi thúc mong muốn được dễ chịu hơn. Thay vào đó, chúng ta tiếp xúc trực tiếp và hòa nhập với thực tại. Bởi vì điều nghịch lý ở đây là, *hạnh phúc thật sự chỉ có mặt khi chúng ta không còn theo đuổi nó.* Đây cũng là một tình huống bế tắc cho hầu hết chúng ta!

Khi ta biết dừng lại, không để cho sự ham muốn những cảm giác dễ chịu thúc đẩy mình nữa, hạnh phúc thật sự sẽ có mặt. Khi ta thôi không còn theo đuổi ngoại cảnh, sự sống mầu nhiệm sẽ bắt đầu hiển lộ. Khi ta sẵn sàng muốn biết một thực tại trọn vẹn, không ảo tưởng, gồm cả những đau đớn và hiểm nguy, khi ấy ta sẽ có được tự do và an ổn thật sự. Đây không phải là một kiểu giáo thuyết mà tôi muốn bạn tin theo, nhưng là một sự thật rất hiển nhiên mà bạn có thể và nên tự mình kiểm chứng.

Chương Ba: Thiền Là Gì?

Đạo Phật đã có từ hơn 2.500 năm, và bất cứ một hệ thống tư tưởng nào được trao truyền lâu đời như vậy đều có đủ thời gian để tạo dựng nên nhiều tầng lớp giáo thuyết và nghi thức. Dù vậy, thái độ căn bản của đạo Phật vẫn là sự thực nghiệm và không dựa vào thần quyền. Đức Phật *Cồ-đàm* (*Gotama*) là một người không bị trói buộc vào truyền thống và chống lại chủ nghĩa giáo điều. Ngài không bao giờ xem những lời dạy của mình như là những tín điều độc đoán, mà chỉ xem đó như là những ý tưởng đề xuất mà mỗi người phải tự mình kiểm chứng. Lời mời gọi của đức Phật lúc nào cũng vẫn là "*Hãy đến và thấy.*" Ngài dạy rằng: "*Đừng bao giờ đặt thêm lên đầu mình một cái đầu nào khác nữa.*" Có nghĩa là ta đừng bao giờ chấp nhận lời giải thích của bất cứ một ai khác. Hãy tự mình thấy.

Và tôi muốn bạn cũng có cùng một thái độ ấy khi đọc quyển sách này. Tôi sẽ trình bày những điều mà bạn không nên tin và chấp nhận chỉ vì uy tín của tôi trong lĩnh vực này. Một niềm tin mù quáng không có ích lợi gì. Tất cả những sự thật này đều có thể chứng nghiệm được. Bạn hãy học biết thay đổi cách nhìn của mình theo những chỉ dẫn trong sách này, và rồi bạn sẽ thấy. Khi đó, và chỉ đến khi đó bạn mới có được nền tảng cho niềm tin của mình. Thiền quán nhất thiết phải là một sự thực hành quán xét khám phá tự thân.

Và giờ đây tôi xin phép được trình bày sơ lược một số điểm chính trong giáo lý đạo Phật. Tôi không muốn nói nhiều, vì tôi nghĩ bạn có thể tìm thấy đầy đủ hơn ở những nơi khác. Nhưng những điều tôi trình bày ở đây có liên hệ trực tiếp và sẽ giúp ta hiểu rõ thêm về thiền quán.

Theo cách nhìn của đạo Phật thì loài người chúng ta đang sống theo một cung cách rất kỳ lạ. Chúng ta nhìn thấy những sự vật vô thường, thay đổi chung quanh mình, nhưng cứ vẫn tin rằng chúng sẽ tồn tại vĩnh cửu. Những thay đổi xảy ra liên tục và không ngừng nghỉ. Ngay cả trong khi bạn đang đọc những dòng chữ này, cơ thể của bạn cũng đang già nua đi. Nhưng bạn đâu có chú ý đến việc ấy đâu! Quyển sách bạn cầm trên tay đang mục nát đi. Những dòng mực đang phai mờ, và những tờ giấy đang vụn vỡ ra. Những bức tường chung quanh bạn đang đổ nát đi. Những phân tử bên trong bức tường ấy đang rung động với một tầng số rất cao, tất cả đều đang trong tiến trình đảo ngược, tan vỡ và từ từ tiêu hủy. Và bạn cũng chẳng hề để ý gì đến việc ấy.

Rồi cho đến một ngày, bạn chợt nhìn lại. Da mình sao lại nhăn nheo và những khớp xương bắt đầu đau nhức. Quyển sách này bây giờ chỉ còn là những tờ giấy ố vàng, phai mờ, rời rã. Căn nhà, những bức tường là những đống gạch vụn. Bạn tiếc nuối tuổi trẻ đã mất, khóc thương cho những gì đã là của mình. Nhưng nỗi đau ấy phát xuất từ đâu? Nó phát xuất từ sự thiếu tỉnh thức của chính mình. Ta đã không chịu nhìn cho rõ sự sống. Ta đã không nhìn thấy một dòng sông biến đổi trôi chảy liên tục trong cuộc đời này. Chúng ta xây dựng lên những ý niệm, hình ảnh về *"tôi"*, *"quyển sách"*, *"căn nhà"*, và rồi ta cứ đinh ninh cho chúng là thật, là bất biến, không bao giờ thay đổi! Ta nhất định cho rằng chúng sẽ tồn tại mãi mãi. Điều đó chẳng bao giờ có được! Nhưng bạn có thể thực tập tiếp xúc với những sự biến đổi liên tục ấy. Bạn có thể học cách nhận thức đời mình như là một dòng chuyển động không ngừng, như một vũ điệu hay một nhạc khúc rất tuyệt vời. Bạn có thể học cách tìm được niềm vui trong sự trôi qua liên tục của tất cả mọi hiện tượng. Bạn có thể học cách sống với dòng chảy của thực tại thay vì là liên tục chống lại những đổi thay. Bạn có thể làm được tất cả những điều ấy. Vấn đề chỉ là thời gian và sự thực tập mà thôi.

Thói quen nhận thức của con người chúng ta rất là sai lầm. Chúng ta bỏ ra ngoài hết 99% những cảm xúc thu nhận qua các giác quan của mình. Và 5% còn lại, ta đem đông cứng lại thành một nhận thức kiên cố trong tâm. Và rồi ta phản

Chương Ba: Thiền Là Gì?

ứng với nhận thức ấy bằng những tập quán và thói quen của mình.

Ví dụ, bạn đang ngồi một mình yên tĩnh trong một buổi tối thanh vắng. Bỗng từ xa có tiếng chó sủa. Bản thân sự nhận biết âm thanh ấy thật tuyệt vời đến mức không thể mô tả được, nếu như bạn chịu để tâm phân tích nó. Trong màn đêm tịch mịch như mặt biển im lặng bỗng nổi lên những con sóng âm thanh rung động. Tai bạn tiếp nhận những âm thanh phức tạp đáng yêu đó, biến chúng thành những điện từ li ti kích thích tế bào thần kinh. Bản thân tiến trình nhận thức đó thật tuyệt vời và hoàn hảo. Nhưng con người chúng ta thường có khuynh hướng bỏ qua không nhận biết tất cả những điều đó. Thay vì vậy, chúng ta đông cứng sự nhận thức ấy lại thành một đối tượng tâm ý. Ta dán thêm lên đó một hình ảnh, và rồi tiếp theo là một chuỗi phản ứng tâm lý và vật lý: "Cũng lại con chó đó nữa! Hễ tới khuya tối là cứ sủa om lên. Không ai chịu được. Đêm nào cũng như đêm nấy thì ai đây mà chịu nổi! Phải có ai làm gì đi chứ! Chắc là mình phải gọi cảnh sát! Không được, gọi chỗ bắt chó mới phải! Thôi, để mình viết một lá thư thật nặng rồi gửi thẳng cho người chủ chó. Mà cũng phiền phức quá, thôi mình cứ nhét bông gòn vào tai cho xong chuyện." Thật ra, tất cả những cái đó chỉ là những tập quán và thói quen nhận thức. Chúng ta đã được học cách suy nghĩ và phản ứng như thế từ lúc còn nhỏ, từ những người sống quanh ta. Lối phản ứng ấy không phải là một cơ cấu di truyền có sẵn trong hệ thần kinh của ta. Những mạch điện tuy đã có ở đấy rồi, nhưng đó không phải cách duy nhất ta có thể sử dụng chúng. Những gì ta đã học được thì cũng có thể bỏ được. Bước đầu tiên là nhận diện rõ ràng những hành động của mình đang làm, và bước lùi lại, lặng yên quán sát.

Theo quan điểm của đạo Phật thì con người của chúng ta có một cái nhìn khá đảo ngược về cuộc đời. Chúng ta nhìn những nguyên nhân gây nên khổ đau, và lại thấy đó là hạnh phúc. Nguyên nhân của khổ đau là cái bệnh ham muốn và ghét bỏ mà ta đã nói đến trước đây. Một nhận thức nào đó khởi lên. Có thể là bất cứ một điều gì, một cô gái dễ thương, một anh chàng đẹp trai, một chiếc xe hơi đời mới, mùi thơm của một chiếc bánh mới nướng, một chiếc xe tải lao thẳng vào bạn... bất cứ một nhận thức nào. Và ngay sau đó sẽ là cái phản ứng thương ghét của mình đối với nó.

Ví dụ như sự lo lắng chẳng hạn. Chúng ta lo lắng rất nhiều. Lo lắng tự nó chính là một vấn đề. Sự lo lắng là một tiến trình có thứ lớp. Lo lắng không phải chỉ là một trạng thái của sự sống, mà nó còn là một tiến trình rất rõ ràng. Chúng ta chỉ việc nhìn vào giai đoạn đầu của tiến trình ấy, lúc sơ khởi trước khi nó bắt đầu phát triển lớn mạnh. Móc đầu tiên trong sợi dây xích lo lắng chính là cái phản ứng thương-ghét của ta. Ngay khi có một hiện tượng nào đó vừa khởi lên trong tâm thức, lập tức ta phản ứng bằng cách hoặc có ý *nắm giữ*, hoặc *xua đuổi* nó đi. Và từ đó vòng quay lo lắng bắt đầu xoay chuyển. Nhưng may mắn thay, thiền quán là phương cách có thể giúp chúng ta làm cho chiếc bánh xe ấy dừng lại.

Thiền quán dạy cho chúng ta cách quán sát tỉ mỉ tiến trình nhận thức của mình một cách chính xác. Ta sẽ học theo dõi sự sinh khởi của những tư tưởng và nhận thức của mình, với một thái độ tĩnh lặng khách quan. Ta sẽ nhìn thấy rõ ràng những phản ứng của ta khi bị kích động, với một sự an tĩnh. Và từ đó, ta sẽ thấy được mình đang phản ứng, nhưng không hề bị dính mắc vào những phản ứng ấy. Chúng ta vẫn có thể lập gia đình. Chúng ta vẫn có thể tránh sang một bên mỗi khi có một chiếc xe tải lao thẳng vào mình. Nhưng ta không cần phải khổ đau vì chúng.

Khi ta giải thoát ra khỏi được những ràng buộc của tư tưởng, một chân trời mới sẽ mở rộng ra. Đó là một biến chuyển rất lớn lao, một cách nhận thức mới hoàn toàn khác biệt. Nó

Chương Ba: Thiền Là Gì?

mang đến cho ta một niềm vui được giải thoát ra khỏi sự khống chế. Vì những lý do đó mà đạo Phật xem cách nhìn này là một cách nhìn chân chính về cuộc đời. Trong kinh Phật gọi đó là nhìn sự vật đúng thật như chúng đang hiện hữu.

Thiền quán là một phương thức thực tập giúp chúng ta dần dần mở ra một cách nhìn mới về thực tại đúng thật như nó đang hiện hữu. Và cùng với thực tại mới mẻ ấy là một cách nhìn mới về khía cạnh quan trọng nhất của thực tại, đó là cái "*tôi*". Thật ra, cách ta xử sự với cái "*tôi*" này, cũng giống y như cách ta xử sự đối với những nhận thức khác. Chúng ta đem những biến chuyển không ngừng của tư tưởng, cảm thụ, cảm xúc đông cứng lại thành một cấu trúc tâm linh. Rồi chúng ta dán lên đó một nhãn hiệu là "*tôi*". Từ đó, chúng ta hành xử như nó là một thực thể có thật, bất biến và vững bền. Ta xem cái "*tôi*" đó như là một cá thể riêng biệt và độc lập với những thứ khác. Chúng ta tự tách rời ra khỏi một sự sống mà lúc nào cũng đổi thay, và rồi than thở rằng mình cảm thấy quá cô đơn. Chúng ta quên đi bản chất liên hệ mật thiết giữa ta với mọi sinh thể khác, và cứ nhất định là "*tôi*" phải gom góp mọi thứ về thành "*của tôi*", rồi trách móc sao con người lại quá tham lam và vô tình. Và chu kỳ ấy cứ tiếp tục mãi. Tất cả mọi hành động ác tâm, những thái độ vô tình của con người đối xử với nhau trên thế giới này, đều bắt nguồn trực tiếp từ cái nhận thức sai lầm về một cái "*tôi*" riêng rẽ này.

Nếu bạn đập vỡ được ý niệm về cái tôi ấy, toàn thể vũ trụ của bạn sẽ thay đổi. Nhưng bạn cũng đừng kỳ vọng rằng mình có thể thực hiện được việc ấy một cách quá nhanh chóng. Bạn đã bỏ ra một đời mình để xây dựng nên ý niệm ấy, bảo vệ và nuôi dưỡng nó với mỗi tư tưởng, trong từng lời nói và hành động, qua biết bao nhiêu là năm tháng. Nó sẽ không dễ dàng gì mà tan biến ngay. Nhưng nó sẽ thay đổi nếu bạn dành đủ thời gian và sự chú ý. Thiền quán là một phương thức giúp ta hóa giải được ý niệm sai lệch về cái "*tôi*". Từng chút, từng chút một, bạn sẽ làm vỡ nó ra, chỉ bằng sự quán chiếu của mình.

Ý niệm về cái *tôi* là một tiến trình. Và chúng ta lúc nào cũng ở trong tiến trình ấy. Nhờ thiền quán, chúng ta nhận thấy được rõ mình đang làm việc ấy, khi nào ta làm việc ấy, và ta làm như thế nào. Chừng đó, ý niệm về một *tự ngã* sẽ tan rã như sương mù buổi sáng, như mây trôi qua bầu trời tĩnh lặng. Ta ý thức rằng mình có tự chủ, ta có thể quyết định làm hay không làm, tùy theo việc có thích hợp với hoàn cảnh hay không. Sự bắt buộc không còn nữa, ta bây giờ đã có một sự chọn lựa.

Đó là những tuệ giác lớn. Mỗi tuệ giác là một sự hiểu biết rất sâu sắc về những vấn đề căn bản của hiện hữu. Nhưng việc ấy sẽ không xảy ra trong một sớm một chiều, và cũng đòi hỏi khá nhiều công phu. Nhưng lợi ích của nó rất là to tát, sẽ chuyển hóa được đời mình. Mỗi giây phút sống của ta sẽ hoàn toàn thay đổi. Hành giả đi đến giai đoạn này sẽ chấm dứt hết mọi khổ đau, có được một hạnh phúc trọn vẹn, một tình thương chân thật đối với mọi loài. Việc đó dĩ nhiên không phải là dễ. Nhưng thật ra bạn cũng không cần phải đi đến cuối con đường mới thấy được kết quả. Những kết quả nho nhỏ sẽ có mặt ngay lập tức, và chúng sẽ tích tụ thêm theo ngày tháng. Càng ngồi thiền lâu ta lại càng nhìn thấy rõ được tự tính của mình. Càng bỏ ra nhiều giờ thực tập, ta lại càng có khả năng quán sát, trong tĩnh lặng, mỗi tác ý, tư tưởng và cảm thụ khi chúng vừa khởi lên trong tâm. Sự tiến bộ trên con đường giải thoát được đo lường bằng những giờ ngồi trên tọa cụ. Và bạn cũng có thể dừng lại bất cứ lúc nào, khi bạn cảm thấy đã quá đủ. Không có một quy luật tuyệt đối nào bắt bạn phải tuân theo, tất cả chỉ là vì ta muốn thấy được tự tính của sự sống, muốn làm cho cuộc đời của mình và người chung quanh được tươi đẹp hơn thêm.

Thiền quán là một pháp môn thực nghiệm chứ không phải là lý thuyết suông. Thực tập thiền quán sẽ khiến ta trở nên nhạy cảm trước những kinh nghiệm sống, giúp ta tiếp xúc được với những gì đang thật sự có mặt quanh ta. Ta không ngồi suy tưởng, mơ mộng về cuộc đời. Ta thực sự sống. Và thiền quán, trên hết tất cả, chính là một phương cách sống!

Chương Bốn: Thái độ

Trong thế kỷ vừa qua, giới khoa học phương Tây đã có một khám phá lớn làm chấn động tất cả mọi người: *Chúng ta là một phần của thế giới ta nhìn*. Điều ấy có nghĩa là, chính sự quán sát của ta sẽ thay đổi đối tượng mà ta quán sát.

Ví dụ, hạt điện tử là một vật thể nhỏ bé nhất. Chúng ta không thể nào nhìn thấy nó bằng mắt thường. Và những khí cụ nào ta sử dụng để nhìn sẽ quyết định những gì ta nhìn thấy. Nếu ta nhìn một hạt điện tử, dưới một góc cạnh nó sẽ có những đặc tính của một hạt phân tử (*particle*), một viên banh bé tí nhảy theo những đường thật thẳng. Và khi ta nhìn nó dưới một góc cạnh khác, hạt điện tử ấy lại có đặc tính của một làn sóng (*wave*), nó rực sáng và nghiêng ngửa khắp nơi, không có một vẻ gì là đặc rắn hết. Một hạt điện tử là một sự kiện (*event*) hơn là một vật, và người quán sát tham gia vào sự kiện ấy bằng chính hành động quán sát của họ. Không có cách nào để tránh khỏi mối tương quan ấy.

Khoa học của phương Đông đã nhận ra được nguyên lý căn bản này từ lâu. Tâm thức cũng vậy, tự nó là một nhóm sự kiện, và chúng ta tham gia vào các sự kiện ấy mỗi khi ta quay lại nhìn vào chính mình. Thiền tập là một sự quán chiếu có tham gia: đối tượng quán chiếu sẽ phản ứng tùy theo sự quán chiếu của ta. Trong trường hợp này, đối tượng quán chiếu là chính ta, và những gì ta thấy sẽ hoàn toàn tùy thuộc vào cách ta nhìn. Vì vậy, phương pháp thực tập thiền quán phải vô cùng tinh tế, vì kết quả sẽ hoàn toàn tùy thuộc vào trạng thái tâm thức của ta. Tôi muốn trình bày cho bạn một số thái độ quan trọng, cần thiết cho sự thực tập. Những thái độ này cũng đã được nói sơ qua trước đây, nhưng ở đây tôi muốn gom chúng lại như là những quy luật thiết yếu cho sự thực tập:

1. Đừng kỳ vọng bất cứ điều gì

Chỉ việc ngồi lại và xem chuyện gì sẽ xảy ra. Coi tất cả như là một cuộc thí nghiệm. Hãy tích cực chú tâm, nhưng đừng để bị dính mắc vào những kỳ vọng về bất kỳ một kết quả nào. Cũng thế, đừng lo nghĩ về bất cứ một việc gì sẽ xảy ra. Hãy để cho tiến trình thiền quán xảy ra theo nhịp độ và đường hướng của nó. Hãy để sự thực tập dạy cho ta. Trong thiền quán ta chỉ muốn thấy được sự vật đúng thật như chúng đang hiện hữu. Cho dù có đúng với sự kỳ vọng của ta hay không, ta cũng cần tạm gác qua một bên mọi ý niệm và định kiến của mình. Trong suốt thời gian ngồi thiền, chúng ta cần bỏ qua hết những hình ảnh, ý kiến, và sự phê phán của ta. Bằng không ta có thể bị vấp ngã.

2. Đừng nỗ lực căng thẳng quá

Đừng thúc ép bất cứ điều gì hoặc cố gắng quá mức bình thường. Thiền tập không thể bạo động. Mọi cố gắng có tính chất bạo động đều không có chỗ đứng và hoàn toàn không cần thiết trong thiền tập. Hãy giữ cho sự nỗ lực của ta thật vừa phải và bền vững.

3. Đừng vội vã

Không có gì gấp gáp cả, cứ từ tốn. Hãy ngồi xuống tọa cụ và cứ ngồi như là ta có trọn ngày. Bất cứ điều gì quý giá đều cần phải có thời gian để phát triển. Kiên nhẫn, kiên nhẫn và kiên nhẫn.

4. Đừng bám víu và cũng đừng bác bỏ

Hãy để cho việc gì đến cứ đến, và làm cho mình thích nghi

với nó, bất cứ là việc gì. Nếu một hình ảnh tốt đẹp nào khởi lên trong tâm, cũng được. Nếu một hình ảnh xấu xa khởi lên trong tâm, cũng không sao. Hãy nhìn tất cả bằng một con mắt bình đẳng, và giữ cho mình được thoải mái trước mọi việc xảy ra, đừng chống lại những gì mình kinh nghiệm, chỉ quán sát nó trong chánh niệm.

5. Buông xả

Hãy để mình trôi theo với những biến đổi phát sinh ra. Buông xả mọi thứ và thư giãn.

6. Chấp nhận những gì khởi lên

Hãy chấp nhận những cảm thụ của mình, cho dù đó có thể là những điều mình không muốn. Hãy chấp nhận những kinh nghiệm của mình, cho dù đó là những gì mình ghét. Đừng bao giờ tự lên án mình vì đã có những khiếm khuyết và lỗi lầm. Hãy xem tất cả những hiện tượng trong tâm là rất tự nhiên và có thể hiểu được. Hãy cố thực tập lúc nào cũng có một thái độ chấp nhận khách quan đối với mọi kinh nghiệm của mình.

7. Hãy rộng lượng với chính mình

Hãy xử sự tốt với chính mình. Bạn có thể không hoàn hảo, nhưng chính sự không hoàn hảo này là những gì bạn có để thực tập. Tiến trình trở thành một người hoàn hảo như mong muốn phải được khởi đầu trước hết bằng sự chấp nhận hoàn toàn con người thật hiện nay của bạn.

8. Quán chiếu tự thân

Đặt câu hỏi với tất cả. Đừng bao giờ cho bất cứ một điều gì là dĩ nhiên hết. Đừng bao giờ tin một điều gì chỉ vì nó nghe có vẻ đầy tuệ giác, thiêng liêng, hoặc vì một thánh nhân nào đó đã nói. Hãy tự mình thấy. Nhưng điều ấy không có nghĩa là ta cần phải đa nghi, bất kính hoặc sỗ sàng. Nó chỉ có nghĩa là ta nên có tinh thần thực nghiệm. Hãy thử nghiệm hết tất cả những lời tuyên bố ấy, và lấy kết quả làm kim chỉ nam cho mình. Thiền quán phát sinh từ một khát vọng muốn được tỉnh thức, tiếp xúc với thực tại, và thắp sáng hiện hữu. Toàn bộ quá trình thực tập phải dựa trên một ước mơ muốn thấy được chân lý. Bằng không thì sự thực tập ấy sẽ chỉ là cạn cợt, hình thức mà thôi.

9. Xem mọi khó khăn như là sự thử thách

Hãy nhìn mọi vấn đề tiêu cực khởi lên như là những cơ hội giúp ta học hỏi và trưởng thành. Đừng chạy trốn, đừng tự trách móc, cũng đừng ôm nặng trong lòng với sự im lặng của bậc thánh. Bạn có vấn đề? Tốt! Thêm cơ hội để cho ta thực tập. Vui lên, dấn thân vào và quán chiếu.

10. Đừng suy luận

Chúng ta không cần phải hiểu hết tất cả mọi chuyện. Lối suy nghĩ miên man sẽ không giúp ta giải thoát được. Trong thiền quán, tâm ta được thanh lọc bởi năng lượng của chánh niệm, bởi một sự nhận diện đơn thuần không cần đến ngôn từ. Những lối suy luận và bàn thảo theo thói quen là không cần thiết cho sự giải thoát của ta. Điều cần thiết là một nhận thức không định kiến, không phân biệt về tự tính của sự vật. Bấy nhiêu đó thôi cũng đủ làm cho những sợi dây trói buộc ta bị đứt tung. Ý niệm và lý luận chỉ là những cản trở mà thôi. Đừng nghĩ ngợi gì hết. Nhìn đi.

11. Đừng cố chấp vào những sự khác biệt

Giữa con người với nhau sẽ có những sự khác biệt, nhưng nếu để mình bị kẹt vào đó thì rất là nguy hiểm. Phải cẩn thận lắm, bằng không nó có thể trực tiếp đưa ta đến một thái độ *chấp ngã*. Lối suy nghĩ của một người bình thường bao giờ cũng đầy những tham lam, ganh tỵ và tự ái. Một người đàn ông gặp một người khác đi trên đường có thể nghĩ ngay: "Anh chàng này đẹp trai hơn mình." Và kết quả lập tức sẽ là sự ganh tỵ hay mặc cảm. Một cô gái gặp một cô gái khác có thể nghĩ: "Mình chắc chắn là đẹp hơn cô ta." Và kết quả là sự tự kiêu. Thái độ so sánh đó là một tập quán của tâm ý, và nó sẽ trực tiếp dẫn đến một cảm thụ bất an nào đó, như là ham muốn, ganh tỵ, tự ái, tự kiêu, hoặc thù ghét. Chúng là những tâm trạng bất thiện, nhưng lại luôn xảy đến với ta. Chúng ta so sánh vẻ ngoài của mình với người khác, hoặc là sự thành công, tiền bạc, tài sản, hoặc chỉ số thông minh... và tất cả đều dẫn đến cùng một kết quả: sự xa rời, ngăn cách giữa mọi người và một cảm giác bất an.

Công việc của người thiền sinh là hoá giải thói quen bất thiện này bằng cách nhìn cho sâu sắc, và rồi thay thế nó bằng một cái khác. Thay vì tìm kiếm những điểm sai biệt giữa ta và người khác, chúng ta hãy ghi nhận những điểm tương đồng của nhau. Ta chú tâm đến những điểm chung phổ biến ở mọi sự sống, những điều sẽ mang chúng ta xích lại gần nhau hơn. Và nếu có sự so sánh, thì đó phải là những gì dẫn ta đến một cảm giác tương thân chứ không phải là chia cách.

Hô hấp là một tiến trình phổ biến. Tất cả động vật đều có một lối thở giống như nhau. Mọi sinh vật đều trao đổi thán khí và dưỡng khí với môi trường chung quanh mình, bằng cách này hoặc cách khác. Đó cũng là một trong những lý do mà hơi thở được chọn làm một đề mục của thiền quán. Thiền sinh được khuyên nên tự khám phá tiến trình thở của mình, nó sẽ giúp ta ý thức được sự liên hệ mật thiết giữa mình và những sự sống khác chung quanh. Nhưng điều đó không có nghĩa là chúng ta nên nhắm mắt làm ngơ trước những sự khác biệt trên cuộc đời này. Sự khác biệt bao giờ cũng có mặt. Nó chỉ có nghĩa là chúng ta nên bớt quan trọng hóa những sai biệt, và nên nhấn mạnh vào những yếu tố chung, phổ biến mà trong chúng ta ai cũng giống như ai.

Phương pháp nhận thức ấy là như thế này: Khi tiếp nhận một đối tượng của giác quan, chúng ta sẽ không ôm giữ nó theo một lối thông thường. Thay vào đó, chúng ta sẽ quán sát tiến trình nhận thức ấy. Ta theo dõi xem đối tượng ấy ảnh hưởng đến giác quan và nhận thức của ta như thế nào. Ta theo dõi xem có những cảm thụ và tâm hành nào khởi lên tiếp theo sau. Ta ghi nhận kết quả là một sự thay đổi xảy ra trong tâm thức mình. Và trong khi theo dõi những hiện tượng này, chúng ta cần ý thức được tính chất phổ biến của những gì mình nhìn thấy. Nhận thức ban đầu sẽ làm phát sinh những cảm thụ dễ chịu, khó chịu, hoặc trung hòa. Và đó là một sự kiện rất phổ biến, nó xảy ra trong tâm thức của tất cả mọi người khác, cũng như trong ta, và ta cần thấy rõ được điều ấy. Tiếp theo những cảm thụ ấy sẽ là những phản ứng, và chúng có thể khác nhau. Chúng ta có thể cảm thấy ham muốn, khao khát hoặc ghen ghét. Chúng ta cũng có thể cảm thấy sợ hãi, lo lắng, bất an hoặc buồn chán. Những phản ứng ấy cũng rất là phổ biến. Chúng ta chỉ cần ghi nhận và gom chúng lại với nhau. Ta nên nhớ rằng, những phản ứng này chỉ là sự đáp ứng bình thường của mọi con người, nó có thể khởi lên trong bất cứ một ai.

Sự thực tập theo phương pháp so sánh này, lúc đầu có thể cảm thấy như là hơi bị ép buộc và giả tạo. Nhưng thật ra nó cũng không kém phần tự nhiên hơn những gì chúng ta vẫn hành xử thường ngày. Chỉ có điều là ta chưa quen mà thôi. Với một sự thực tập, thói quen mới này sẽ thay thế thói quen so sánh cũ đầy *ngã chấp*, rồi về sau ta sẽ cảm thấy nó tự nhiên hơn. Và kết quả là ta trở thành một người rất hiểu biết và cảm thông. Chúng ta không còn bực mình vì những thiếu sót của kẻ khác. Ta tiến dần đến một trạng thái hài hòa với tất cả mọi sự sống quanh ta.

Chương Năm:
Sự thực tập

Mặc dù trong thiền quán chúng ta có rất nhiều đề mục để quán chiếu, nhưng tôi khuyên bạn nên bắt đầu bằng cách tập trung sự chú ý vào hơi thở của mình. Điều đó sẽ giúp cho ta đạt được một mức định lực căn bản. Nhưng các bạn nên nhớ, làm như vậy không có nghĩa là chúng ta cố gắng để nhập định, hay chỉ thuần túy thực hành thiền định mà thôi. Chúng ta đang thực hành thiền quán, chánh niệm, và điều đó đòi hỏi ta phải có một định lực cơ bản. Mục đích của ta là thực tập chánh niệm, phát huy tuệ giác để thấy được chân tính của hiện hữu. Ta muốn thấy được sự hoạt động và những liên hệ của thân tâm đúng như chúng đang thật sự hiện hữu. Ta muốn chuyển hóa được hết mọi phiền muộn, âu lo trong tâm thức, để mình thật sự có một đời sống an vui và hạnh phúc.

Tâm ta không thể nào thanh tịnh nếu ta không biết nhìn sự vật đúng như chúng đang thật sự hiện hữu. "*Nhìn-sự-vật-đúng-như-đang-hiện-hữu*", đó là một tuyên bố khá quan trọng và cũng hơi mơ hồ. Nhiều thiền sinh mới thực tập khi nghe chúng tôi nói câu ấy thường rất thắc mắc, vì họ nghĩ trong chúng ta ai có mắt mà lại không "*nhìn sự vật đúng như chúng đang hiện hữu*"?

Thật ra, chúng tôi dùng câu ấy để nói đến một tuệ giác do sự thực tập thiền quán. Nó không có nghĩa là nhìn sự vật bằng một cái thấy nông cạn bề ngoài, nhưng thấy bằng một cái nhìn sâu sắc, bằng tuệ giác. Và nhìn bằng tuệ giác là nhìn sự vật trong khuôn khổ của *thân-tâm* mình, còn được gọi là *danh-sắc*, không bị ảnh hưởng bởi những ý niệm và định kiến vì tham, sân và si. Thường thường, khi ta quán sát sự hoạt động của thân-tâm, ta có khuynh hướng xua đuổi những cảm thụ khó chịu và nắm giữ những cảm thụ nào dễ chịu. Một lý do là vì tâm ta lúc nào cũng bị ảnh hưởng bởi sự ham muốn, ghét bỏ và mê mờ của mình. Cái *tôi*, cái *ngã*, ý kiến của mình lúc nào cũng xen vào và tô màu, làm sai lệch đi sự phán đoán của ta.

Khi quán sát những cảm giác trong thân (*bodily sensation*) bằng chánh niệm, ta không nên lầm lẫn chúng với các tâm hành (*mental formation*). Vì cảm giác có thể phát sinh hoàn toàn độc lập với tâm thức.

Ví dụ, ta đang ngồi thoải mái. Một lúc sau, có thể có những cảm giác khó chịu khởi lên nơi lưng và ở chân. Tâm ta sẽ kinh nghiệm được những cảm giác khó chịu ấy ngay, và lập tức tạo nên một số ý nghĩ chung quanh cái cảm giác ấy. Ngay lúc đó, thay vì để cho cảm thụ trở nên lẫn lộn với tâm hành, chúng ta nên phân biệt và tách rời cảm thụ ra, quán sát chúng dưới ánh sáng của chánh niệm. Cảm thụ là một trong 7 tâm hành phổ thông, mà không có một tâm nào lại không có bảy yếu tố này. Bảy tâm hành phổ thông (*Sabbacittasdhran*) là *xúc* (*Phassa*), *thọ* (*Vedan*), *tưởng* (*Sa*), *tư* (*Cetan*), *định* (*Ekaggat*), *nuôi dưỡng sự sống* (*Jvitindriya*), và *tác ý* (*Manasikra*).

Những lúc khác, cũng có thể sẽ có những cảm xúc như là bất mãn, sợ hãi hoặc là ái dục sinh khởi. Trong những lúc này, chúng ta cũng cần theo dõi những cảm xúc ấy đúng thật như chúng đang hiện hữu, và không để lẫn lộn với bất cứ một cái gì khác. Khi chúng ta gom năm uẩn - *sắc, thọ, tưởng, hành và thức* - của mình thành một, và xem tất cả như là một cảm thụ duy nhất, ta sẽ bị lẫn lộn, vì ta không còn thấy được đâu là nguồn gốc của cảm thụ nữa. Nếu chúng ta quán sát cảm thụ, nhưng không biết tách rời nó ra khỏi những tâm hành khác, ta sẽ khó có thể thấy được sự thật.

Chúng ta muốn có tuệ giác để nhìn thấy rõ tự tính vô

thường của vạn vật, nhờ đó mà vượt qua hết những khổ đau và sợ hãi của mình. Một hiểu biết sâu sắc về khổ đau, sẽ giúp ta chiến thắng được những tham ái nào đã gây nên khổ đau. Một ý thức sâu sắc về *vô ngã*, sẽ giúp ta vượt thắng được những si mê phát sinh bởi một ý niệm về tự ngã. Có được những tuệ giác này, ta sẽ bắt đầu thấy được thân và tâm, danh-sắc, là hai tự thể riêng biệt. Khi thấy rõ được sự riêng biệt ấy, ta cũng sẽ ý thức rằng chúng có một liên hệ vô cùng mật thiết với nhau. Và khi tuệ giác bắt đầu bén nhạy hơn, ta lại càng ý thức được rõ rệt năm uẩn của mình, tâm và sắc, lúc nào cũng hợp tác và hỗ tương lẫn nhau, cái này không thể có mặt mà không cần cái kia. Chừng ấy, ta sẽ thật sự hiểu được tỉ dụ về một người mù có một thân thể khỏe mạnh, và một người tật nguyền nhưng có đôi mắt sáng. Hai người ấy đều bị giới hạn. Nhưng khi người tật nguyền có đôi mắt tốt leo lên vai người mù khỏe mạnh, cùng với nhau họ có thể đi khắp nơi và làm được những gì họ muốn. Thân và tâm ta cũng tương tự như thế. Tự một mình, thân không thể làm được gì hết, nó cứng đơ như một khúc gỗ, không cử động hay nhúc nhích, chỉ nằm yên đó chịu định luật của vô thường làm hư hoại và tan rã. Và tâm của ta nếu không có thân, cũng chỉ là vô dụng. Khi chúng ta quán sát thân và tâm dưới ánh sáng chánh niệm, ta có thể thấy được những điều kỳ diệu mà cả hai có thể cùng hợp tác làm nên.

Nhờ ngồi yên một chỗ mà ta có thể phát huy được niệm lực. Tham dự một khóa thiền vài ngày, hoặc vài tháng, để theo dõi hơi thở của mình, theo dõi nhận thức, vô số những tư tưởng, và mọi trạng thái của tâm thức, sẽ giúp cho ta được trở nên tĩnh lặng và an vui hơn. Nhưng thường thường thì chúng ta đâu có thì giờ nhiều để dành cho việc ngồi yên một chỗ. Vì vậy, ta phải tìm cách áp dụng sự thực tập ấy vào đời sống hằng ngày, giúp chúng ta đối phó với tất cả những chuyện bất ngờ có thể xảy ra.

Những gì chúng ta đối diện mỗi ngày, ta không bao giờ có thể đoán trước được. Chuyện xảy ra do nhiều nguyên nhân, và nhiều điều kiện khác nhau, vì chúng ta sống trong một thế giới vô thường, luôn thay đổi. Chánh niệm là cây chìa khóa, một cây đũa thần, luôn luôn có mặt để giúp đỡ ta. Giả sử như khi ta cảm thấy mình bị khinh thường, nếu có chánh niệm, ta có thể khám phá ra nhiều sự thật khó ưa về mình. Ví dụ, có thể vì ta là một người ích kỷ, tự cao, chấp ngã, lúc nào cũng cho mình là đúng, ai khác cũng sai, ta có thành kiến, thiên vị, mà tất cả cũng bởi vì ta không thật sự biết thương mình... Sự khám phá ấy về con người thật của ta, tuy rất chói tai, nhưng đó lại là một tuệ giác to lớn nhất. Và trên con đường tu học, khám phá ấy sẽ giúp ta giải thoát ra khỏi mọi khổ đau và sợ hãi.

Thực tập chánh niệm có nghĩa là thực tập thành thật với chính mình một trăm phần trăm. Khi ta nhìn sâu vào thân tâm, ta sẽ ghi nhận được một số điều về mình không được đẹp đẽ cho lắm. Và vì không thích, cho nên ta sẽ loại bỏ chúng đi. Chúng ta không thích những điều gì? Chúng ta không thích xa lìa những người mình thương, hoặc phải sống với những người mình ghét. Không phải chúng ta chỉ thương ghét đối với con người, nơi chốn, và vật chất mà thôi, mà còn là những ý kiến, niềm tin và quyết định nữa. Thường thì chúng ta không thích những gì tự nhiên xảy đến cho mình. Ví dụ như là chúng ta không thích già nua, bệnh tật, yếu đuối, chúng ta làm đủ mọi cách để giữ cho mình có được vẻ trẻ trung. Chúng ta không thích ai chỉ lỗi của mình, vì ta rất tự hào. Chúng ta cũng không thích ai có trí tuệ hơn mình, vì ta rất tự cao. Và đó chỉ là một vài thí dụ kinh nghiệm cá nhân của tham, sân và si.

Trong cuộc sống hằng ngày, mỗi khi tham, sân, si nổi lên, biểu hiện ra, chúng ta sẽ dùng ánh sáng và năng lực của chánh niệm để theo dõi và tìm đến gốc rễ của chúng. Gốc

Chương Năm: Sự Thực Tập

rễ của chúng nằm sâu kín ngay trong chính ta. Vì nếu như ta không có hạt giống của sân hận, sẽ không một ai có thể làm cho ta nổi giận được hết. Chính cái hạt giống sân hận có mặt trong ta, phản ứng lại với hành động hoặc lời nói của một người nào đó, khiến ta tức giận. Nếu có chánh niệm, ta sẽ kiên nhẫn dùng tuệ giác và tự quay nhìn lại chính mình. Nếu trong ta không có hạt giống của sân hận, ta sẽ không quan tâm hay bực mình gì khi có người khác chỉ lỗi của mình. Thay vì vậy, ta còn biết ơn người ấy đã giúp cho ta thấy được những lỗi lầm của mình. Người có chánh niệm và tuệ giác sẽ cám ơn những ai đã giúp mình sửa lỗi, để ta thăng tiến nhanh hơn trên con đường tu học.

Trong tất cả chúng ta, ai cũng có khuyết điểm. Người chung quanh có thể là những tấm gương giúp ta thấy được những khiếm khuyết ấy của mình. Chúng ta phải biết xem những người chỉ lỗi cho ta như là những kẻ đã khám phá giúp ta những kho tàng quý giá còn chôn kín trong ta. Vì nhờ thấy được những lỗi lầm ấy mà ta có thể sửa đổi chúng, ta mới có thể thăng tiến được. Con đường tự chuyển hóa là một con đường thẳng trực tiếp dẫn ta đến một sự toàn thiện, mục đích của sự tu tập. Trước khi sửa đổi thì ta cần phải thấy được những gì mình cần phải sửa đổi. Khi ấy, và chỉ khi ấy, bằng cách chuyển hóa những khiếm khuyết của mình, ta mới có thể phát triển được những cá tính hay đẹp vẫn còn đang bị vùi kín sâu trong tiềm thức.

Như khi mắc bệnh, ta cần phải tìm cho ra nguyên nhân bệnh của mình. Chừng đó ta mới có thể tìm cách để chữa trị. Nếu ta cứ giả vờ như mình khỏe mạnh, không có khổ đau hay bệnh tật, ta sẽ không bao giờ đi tìm thuốc chữa. Cũng thế, nếu ta không chịu nhận mình có lỗi lầm, ta sẽ không thể nào sửa đổi để tiến lên trên con đường tu học. Nếu như chúng ta không thấy được những khiếm khuyết của mình, ta cần phải nhờ đến người khác chỉ giúp cho ta. Và ta phải biết ơn người ấy, như thầy *Xá-lợi-phất* nói: "Dầu cho có một thầy sa di 7 tuổi chỉ cho tôi thấy những lỗi lầm của mình, tôi cũng sẽ kính trọng và ghi nhận với hết lòng thành kính." Thầy *Xá-lợi-phất* là một người có năng lượng chánh niệm rất cao, thầy không bao giờ lầm lỗi. Nhờ Thầy không còn tự ái nên Thầy mới có được thái độ ấy. Mặc dù sự tu tập của chúng ta chưa đến mức độ của Thầy *Xá-lợi-phất*, nhưng chúng ta cũng nên thực tập có thái độ ấy, vì mục đích sự tu tập của ta là để đạt được sự chứng đắc như Thầy.

Lẽ dĩ nhiên, người chỉ lỗi cũng chưa chắc gì hoàn toàn đã hết lỗi, nhưng dù vậy họ vẫn có thể thấy được lỗi lầm của ta, cũng như ta nhìn thấy những điều mà họ không hề biết đến, cho đến khi ta chỉ cho họ. Nhưng hành động ấy, chỉ lỗi của kẻ khác và phản ứng khi được người khác chỉ lỗi, phải được thực hành trong chánh niệm. Nếu chúng ta sử dụng những từ ngữ nặng nề và khó nghe để chỉ lỗi của kẻ khác, điều đó sẽ tạo nên đổ vỡ và nguy hại hơn là mang lại lợi ích. Một người bất mãn thì không thể nào có chánh niệm, và không thể nào bày tỏ rõ ràng được. Một người cảm thấy bị tổn thương sẽ mất đi chánh niệm, và không còn thật sự nghe người kia đang nói gì nữa. Chúng ta phải biết thực tập nói và lắng nghe trong chánh niệm thì sự trao đổi mới có thể được nhiều hiệu quả. Khi chúng ta biết chia sẻ và lắng nghe trong chánh niệm, tâm ta sẽ không còn bị ảnh hưởng, chi phối bởi những sự tham lam, nhỏ nhen, sân hận và si mê nữa.

Mục đích của ta

Là một thiền sinh, chắc chắn chúng ta cần phải có một mục đích. Bằng không nếu ta cứ mù quáng nghe theo lời hướng dẫn, thì ta cũng như một người quờ quạng trong bóng tối mà thôi. Một hành động có ý thức và cố ý nào chắc chắn cũng phải có một mục đích. Nhưng mục đích của một thiền sinh *vipassana* không phải là để được giác ngộ sớm hơn những

Chương Năm: Sự Thực Tập

kẻ khác, hoặc có nhiều quyền năng hơn, hoặc được hưởng lợi lộc nhiều hơn. Các thiền giả không bao giờ tranh đua, giành giật với nhau về chánh niệm.

Mục đích của ta là đạt được trọn vẹn những trạng thái cao đẹp và toàn thiện vẫn còn nằm sâu kín trong tâm thức mình. Mục đích ấy có năm yếu tố: thanh lọc tâm, chuyển hóa muộn phiền, vượt thắng khổ đau, đi trên con đường dẫn đến hạnh phúc chân thật, và đạt được hạnh phúc ấy. Bạn hãy ghi nhớ năm điều ấy trong tâm, và chúng ta có thể bước tới trong tự tin và hy vọng.

Sự thực tập

Trong khi ngồi thiền, bạn hãy cố gắng đừng thay đổi tư thế cho đến khi hết giờ đã định trước. Ví dụ, bạn thay đổi tư thế ngồi vì cảm thấy khó chịu, và chuyển sang một tư thế mới. Chỉ một chút sau, bạn lại sẽ cảm thấy tư thế mới này cũng trở thành khó chịu. Rồi bạn lại muốn đổi sang một tư thế khác, và một chút sau, tư thế ấy cũng trở thành khó chịu. Ta có thể nhúc nhích, cử động, thay đổi tư thế trong suốt thời gian ngồi thiền, nhưng rồi ta sẽ không phát huy được một mức độ định lực nào hết. Vì vậy, ta cần phải cố gắng đừng thay đổi tư thế trong khi ngồi thiền. Chúng ta sẽ bàn thêm về phương cách đối trị cái đau trong chương 10.

Để tránh việc thay đổi tư thế, trước khi ngồi thiền bạn nên định trước là mình sẽ ngồi bao lâu. Nếu bạn là người mới thực tập, nên chỉ ngồi yên dưới hai mươi phút. Càng thực tập lâu, bạn có thể gia tăng thời gian ấy lên. Thời gian ngồi thiền tùy thuộc vào hai yếu tố: bạn có thể bỏ ra bao nhiêu giờ mỗi ngày và bạn có thể ngồi được bao lâu mà không bị cái đau hành hạ quá mức.

Chúng ta cũng không nên đặt ra một thời hạn nào cho mục đích ấy, vì sự thành công của ta còn tùy thuộc vào sự phát triển tâm linh và tuệ giác của mình nữa. Chúng ta thực tập tinh tiến trong chánh niệm để đạt đến mục tiêu mình muốn, nhưng không cần phải hạn định một khoảng thời gian nhất định nào. Khi nào sẵn sàng, ta sẽ đến nơi. Việc chúng ta có thể làm bây giờ là chuẩn bị cho thời điểm ấy.

Sau khi ngồi yên không cử động, bạn hãy nhắm mắt lại. Tâm ta cũng ví như một ly nước đục vì có pha trộn bùn. Càng giữ cho ly nước được yên chừng nào, bùn cặn sẽ lóng xuống nhanh chừng ấy, và nước sẽ trở nên trong hơn. Cũng vậy, khi ta giữ cho thân mình được yên, không nhúc nhích, hoàn toàn để hết tâm ý vào đề mục thiền quán, tâm ta sẽ tự nhiên lắng đọng xuống, và ta sẽ kinh nghiệm được một niềm vui của việc ngồi thiền (*thiền duyệt*).

Muốn đạt đến trình độ này, trước hết ta phải thực tập giữ cho tâm mình có mặt trong giây phút hiện tại. Giây phút hiện tại thay đổi luôn và rất nhanh, một người bình thường không thể nào thấy được việc ấy, cho dù họ có nhìn. Mỗi giây phút nào cũng có mặt trong đó một chuỗi những sự kiện, và không có giây phút nào mà lại không có một sự kiện xảy ra. Chúng ta không thể nào ghi nhận một giây phút mà lại không ghi nhận những sự kiện đang có mặt trong giây phút ấy. Vì vậy, giây phút mà ta đang chú tâm bằng một sự chú ý đơn thuần phải là giây phút hiện tại này. Tâm ta đi qua một chuỗi sự kiện như là những hình ảnh chạy ngang qua máy chiếu phim. Có những hình ảnh phát sinh từ những kinh nghiệm trong quá khứ, và có những hình ảnh là do sự tưởng tượng của ta về những dự định trong tương lai.

Tâm ta không thể nào tập trung được nếu nó không có một đối tượng. Vì vậy, ta cần tìm cho tâm mình một đối tượng mà lúc nào cũng sẵn sàng và có mặt trong giây phút hiện tại. Một trong những đối tượng ấy là hơi thở. Hơi thở lúc nào cũng có mặt và rất dễ tìm thấy. Trong mỗi giây mỗi phút, hơi thở ra vào nơi mũi của ta. Khi ta thực tập thiền quán, tâm ta có thể dễ dàng tập trung vào hơi thở vì nó rõ rệt và đều đặn hơn bất cứ một đối tượng nào khác.

Sau khi bạn ngồi thật yên như chúng ta đã trình bày, và bạn rải tình thương đến tất cả mọi người, hãy thở ba hơi *dài và sâu*. Sau khi thở ba hơi, hãy để cho hơi thở trở lại bình thường, ra vào tự nhiên, không có một cố gắng nào hết. Bạn bắt đầu tập trung sự chú ý vào vành lỗ mũi, nơi không khí ra vào xúc chạm. Chỉ đơn giản ghi nhận cảm giác của hơi thở ra vào nơi đầu mũi. Khi một hơi *thở vào* vừa xong và trước khi một hơi *thở ra* bắt đầu, có một sự ngưng nghỉ ngắn. Ghi nhận nó và ghi nhận sự bắt đầu của hơi *thở ra*. Khi hơi *thở ra* chấm dứt, cũng có một sự ngừng nghỉ ngắn trước khi hơi *thở vào* bắt đầu. Bạn cũng nhớ ghi nhận giai đoạn ngừng nghỉ ấy. Có nghĩa là chúng ta có hai lúc hơi thở tạm ngừng - một ở cuối hơi *thở vào* và một ở cuối hơi *thở ra*. Hai khoảng ngừng ấy rất ngắn, xảy ra chỉ trong giây lát, có thể chúng ta không hề nhận thấy. Nhưng với sự thực tập chánh niệm, ta có thể ghi nhận được chúng rất rõ ràng.

Bạn không nên nói thầm hay tưởng tượng thêm một điều gì cả. Hãy đơn giản ghi nhận hơi thở ra vào mà không cần phải nói thêm, "*Tôi thở vào*," hoặc là "*Tôi thở ra*." Khi ta đặt sự chú ý của mình vào hơi thở, ta bỏ qua hết một bên mọi tư tưởng, trí nhớ, âm thanh, mùi vị... và chỉ hoàn toàn chú tâm vào hơi thở mà thôi, không một điều gì khác.

Lúc đầu, cả hơi thở vào và ra đều rất ngắn, vì thân và tâm của ta chưa được lắng yên và buông thư. Ghi nhận cảm giác của hơi thở vào ngắn và hơi thở ra ngắn trong khi nó xảy ra, nhưng đừng nói thầm "*thở vào ngắn*" hoặc "*thở ra ngắn*". Trong khi ta tiếp tục ghi nhận cảm giác của hơi thở vào ngắn và thở ra ngắn, thân và tâm ta sẽ trở nên tĩnh lặng hơn. Hơi thở ta sẽ tự nhiên trở nên dài hơn. Và ta hãy ghi nhận cảm giác của hơi thở dài ấy mà không cần phải nói thầm: "*hơi thở dài*". Tiếp theo đó, ta ghi nhận toàn thể tiến trình của hơi thở từ đầu cho đến cuối. Hơi thở ta sẽ dần dà trở nên vi tế hơn, thân và tâm ta sẽ trở nên tĩnh lặng hơn. Ghi nhận cảm giác tĩnh lặng và an vui này của hơi thở mình.

Ta làm gì khi tâm mình nghĩ đến việc khác?

Cho dù có cố gắng hết sức để giữ cho tâm mình luôn chú ý vào hơi thở, tâm ta vẫn luôn có khuynh hướng đi lan man đến những nơi khác. Nó có thể lang thang về quá khứ, nhớ lại những nơi chốn mình đã một lần viếng thăm, những người đã có dịp gặp, những bạn bè cách xa lâu ngày, một quyển sách đã đọc từ lâu, mùi vị của chiếc bánh ngày hôm qua... và rồi cứ tiếp tục mãi. Mỗi khi bạn vừa ý thức là tâm mình không còn chú ý đến hơi thở nữa, hãy mang nó trở về với hơi thở, và bỏ neo nơi đó. Nhưng có lẽ chỉ vài giây sau là bạn lại có thể bị lôi kéo nghĩ đến tiền nhà chưa trả, tiền chợ chưa đưa, cần phải gọi điện thoại cho một người bạn, viết một lá thư, giặt quần áo, đi chợ, đi ăn tiệc, dự tính cho chuyến nghỉ hè sắp tới... Và mỗi khi bạn thấy tâm mình không còn với hơi thở, bạn chỉ cần nhẹ nhàng mang nó trở về trong chánh niệm. Dưới đây là một vài đề nghị có thể giúp bạn phát huy một định lực cần thiết cho sự thực tập chánh niệm.

1. Đếm hơi thở

Trong những trường hợp nói trên, việc đếm hơi thở sẽ giúp ích rất nhiều. Mục đích của việc đếm là giúp ta tập trung tâm ý mình vào hơi thở. Và khi tâm ta đã tập trung vào hơi thở rồi, ta không cần phải đếm nữa. Đây là một phương cách để giúp ta phát huy định lực. Có nhiều cách đếm khác nhau. Nhưng dù là cách nào, ta cũng phải đếm thầm trong tâm mà thôi, không nên phát ra tiếng động. Dưới đây là một vài phương cách đếm hơi thở:

a) Trong khi thở vào, đếm *"một, một, một..."* cho đến khi phổi đầy dưỡng khí. Trong khi thở ra, đếm *"hai, hai, hai..."* cho đến khi buồng phổi ta trống không. Và khi tiếp tục thở vào hơi kế, đếm "*ba, ba, ba...*" cho đến khi buồng phổi đầy trở lại, và khi thở ra cũng đếm "*bốn, bốn, bốn...*" cho đến khi hết hơi thở ra. Đếm cho đến mười rồi quay trở lại một.

b) Phương pháp thứ hai là đếm nhanh từ một đến mười. Trong khi đếm "*một, hai, ba...*" cho đến *mười*, bạn thở vào hết một hơi, và khi thở ra bạn cũng đếm "*một, hai, ba...*" cho đến *mười*. Có nghĩa là trong mỗi hơi *thở vào* và *thở ra* bạn đều đếm từ một cho đến mười. Bạn có thể tiếp tục phương pháp này bao nhiêu lần cũng được, cho đến khi nào tâm ta được định vào hơi thở.

c) Phương pháp thứ ba là đếm nối tiếp nhau từ một đến mười. *Thở vào* ta chỉ đếm đến *năm* mà thôi: "*một, hai, ba, bốn, năm*", *thở ra* ta đếm lên đến *sáu* "*một, hai, ba, bốn, năm, sáu*". Rồi khi *thở vào*, ta lại đếm đến *bảy*: "*một, hai, ba, bốn, năm, sáu, bảy*", và khi *thở ra* ta đếm cho đến tám "*một, hai, ba, bốn, năm, sáu, bảy, tám*". Tiếp tục, *thở vào* ta đếm cho đến *chín*, *thở ra* ta đếm cho đến *mười*. Ta có thể tiếp tục như vậy bao nhiêu lần cũng được, cho đến khi nào tâm ta được định vào hơi thở.

d) Phương pháp thứ tư là thở dài hơi. Khi phổi ta đầy không khí, niệm thầm "*một*" và thở ra hoàn toàn cho đến khi nào phổi trống không. Tiếp đó đếm thầm "*hai*", *thở vào* một hơi dài, đếm "*ba*" và thở ra hoàn toàn như lần trước. Khi phổi ta đã trống không, niệm thầm "*bốn*"... Tiếp tục đếm như vậy cho đến *mười*. Rồi lại đếm ngược từ *mười* cho đến *một*. Tiếp tục đếm từ *một* đến *mười* rồi lại từ *mười* đến *một*.

e) Phương pháp thứ năm là nối liền hơi thở vào với hơi thở ra. Khi buồng phổi ta xẹp hẳn không còn không khí, niệm thầm "*một*". Lần này, bạn đếm cả *hơi thở vào* và *hơi thở ra* là *một*. Bạn tiếp tục thở vào và thở ra, và đếm thầm "*hai*". Theo phương pháp này, bạn chỉ đếm từ *một* đến *năm* và lặp lại từ *năm* đến *một*. Bạn có thể thực tập theo cách này cho đến khi nào hơi thở mình trở nên thật tinh tế và nhẹ nhàng.

Nên nhớ rằng không phải lúc nào ta cũng cần đếm hơi thở. Khi tâm ta đã tập trung được vào vành mũi, nơi hơi thở vào ra xúc chạm, và ta bắt đầu cảm thấy hơi thở mình trở nên tinh vi và nhẹ nhàng, ta không còn phân biệt được giữa hơi thở vào và hơi thở ra nữa, lúc đó bạn nên ngừng đếm. Phương pháp đếm dùng để giúp cho tâm mình được tập trung lên một đối tượng nào đó.

2. Nối liền

Sau hơi thở vào, đừng đợi giây phút ngắn mà hơi thở ta ngưng lại, hãy nối liền hơi thở vào với hơi thở ra, để ta cảm thấy hai hơi thở *vào* và *ra* như là một hơi thở liên tục.

3. Điểm nối liền

Sau khi nối liền hơi thở vào với hơi thở ra, giữ cho tâm ta ở ngay điểm mà ta cảm thấy hơi thở vào và hơi thở ra giao tiếp với nhau. Thở vào-ra như là một hơi thở duy nhất đi vào ra và xúc chạm, tiếp xúc với đầu mũi của mình.

4. Tập trung tâm ý như người thợ mộc

Người thợ mộc vạch một đường thẳng trên tấm ván mà anh muốn cưa. Rồi anh giữ lưỡi cưa của mình cho thẳng, cắt ngay theo đường đã vạch sẵn. Anh không hề nhìn theo những răng cưa khi anh kéo lưỡi cưa lên xuống trên tấm ván. Anh hoàn toàn đặt hết tâm ý của mình vào đường đã vẽ, để giữ cho tấm ván được cắt ngay. Cũng vậy, chúng ta nên giữ tâm của mình ngay trên vành mũi, nơi điểm mà ta cảm nhận được sự xúc chạm của hơi thở rõ ràng nhất.

5. Tâm ta làm người gác cổng

Một người gác cổng không bao giờ cần chú ý đến mọi chi tiết của những người ra vào. Anh ta chỉ cần ghi nhận những người nào đang vào và ra cổng. Cũng thế, khi bạn tập trung tâm ý của mình, bạn không cần quan tâm đến các chi tiết những kinh nghiệm của mình. Chỉ cần đơn giản chú ý và ghi nhận cảm giác của hơi thở ra vào ngay nơi đầu lỗ mũi.

Khi bạn tiếp tục sự thực tập của mình, thân và tâm của bạn sẽ trở nên nhẹ bỗng, khiến có lúc bạn cảm thấy như mình đang lơ lửng trong không khí, hoặc là đà trên mặt nước. Bạn cũng có thể cảm thấy như thân mình đang bay bổng lên trời. Khi những phần thô thiển của hơi thở đã chấm dứt, phần vi tế của hơi thở vào-ra sẽ sinh khởi. Hơi thở tinh tế này bây giờ trở thành đối tượng tập trung tâm ý của ta. Và đó là dấu hiệu của định. Một đối tượng có hình tướng được thay thế bằng một đối tượng càng lúc càng vi tế hơn. Ta có thể ví dụ việc ấy cũng giống như một tiếng chuông. Khi chúng ta lấy một cây dùi lớn đánh vào chuông, ban đầu ta sẽ nghe một âm thanh lớn và thô. Khi tiếng vang nhỏ dần đi, âm thanh sẽ càng lúc càng trở nên rất vi tế. Cũng thế, hơi thở vào-ra của ta lúc ban đầu có một hình tướng rất thô thiển. Khi ta đem một sự chú ý đơn thuần đặt lên trên hơi thở của mình, hình tướng của nó sẽ dần dần trở nên tinh tế hơn. Tâm ý của ta vẫn hoàn toàn tập trung vào đầu lỗ mũi, nơi hơi thở ra vào xúc chạm. Lúc ấy, những đối tượng thiền quán khác sẽ càng lúc càng trở nên rõ rệt, trong khi hơi thở càng lúc càng trở nên nhẹ nhàng và vi tế hơn. Nhiều lúc, ta có cảm tưởng như không còn nhận diện được hơi thở mình nữa. Bạn đừng thất vọng nghĩ rằng ta đã đánh mất hơi thở của mình, hoặc là sự thực tập không còn tiến bộ nữa. Đừng lo việc ấy. Hãy giữ chánh niệm và kiên trì mang cảm giác của hơi thở về lại nơi đầu lỗ mũi của mình. Đây là lúc bạn phải thực hành cho thật tinh tiến, giữ cho quân bình năm năng lượng của *tín, tấn, niệm, định* và *tuệ*.

Tỷ dụ người nông phu

Có một bác nông phu dùng trâu để cày ruộng. Đến giữa ngày, bác tháo mở cho những con trâu được tự do, và tự mình đến nằm nghỉ dưới bóng mát của một gốc cây. Khi bác thức dậy thì không thấy những con trâu đâu nữa! Nhưng bác không lo lắng, bác chỉ đi xuống phía bờ ao, nơi những con thú vẫn thường tụ tập để uống nước, và bác tìm thấy những con trâu của mình nơi đây. Bác lại dắt chúng trở về, gắn chiếc ách vào và cày tiếp thửa ruộng.

Cũng tương tự như vậy, khi bạn tiếp tục thực tập, sẽ có lúc hơi thở bạn trở nên rất vi tế và nhẹ nhàng, khiến bạn hoàn toàn như không thể ghi nhận cảm giác của hơi thở được nữa. Khi việc này xảy ra, bạn đừng nên lo lắng. Nó không mất đi đâu hết. Nó cũng vẫn có mặt ngay nơi đó như trước - ở ngay đầu lỗ mũi của bạn. Bạn thử thở nhanh vài hơi là bạn sẽ cảm thấy nó lại ngay. Cứ tiếp tục nhận diện đơn thuần vào cảm giác xúc chạm của hơi thở với vành lỗ mũi của mình.

Khi bạn tiếp tục tập trung chú ý vào đầu mũi, bạn sẽ bắt đầu ghi nhận được những dấu hiệu tiến triển của thiền tập. Bạn sẽ cảm thấy được một cảm xúc dễ chịu của một dấu hiệu, hay một biểu tượng, bắt đầu xuất hiện. Mỗi hành giả sẽ có một kinh nghiệm riêng. Dấu hiệu ấy sẽ giống như một vì sao, một viên ngọc quý tròn, một hạt trân châu, một hột bông gòn, một cái chốt làm bằng gỗ quý, một sợi dây dài, một tràng hoa, một làn khói, một màn nhện, một làn mây mỏng, một hoa sen, một vòng mặt trăng hay mặt trời...

Khi ta bắt đầu thực tập, ta lấy hơi thở vào và hơi thở ra làm những đối tượng của thiền tập. Bây giờ ta lại có thêm một đối tượng thứ ba nữa là dấu hiệu ấy. Khi bạn tập trung tâm vào đối tượng thứ ba này, tâm bạn sẽ đạt đến một trạng thái định sâu sắc đủ để có thể giúp cho sự thực tập thiền quán. Dấu hiệu ấy có mặt rất rõ rệt ngay nơi đầu mũi. Bạn hãy tập làm chủ nó, hoàn toàn kiểm soát được nó, để bất cứ khi nào cần đến, nó sẽ sẵn sàng cho bạn. Hãy đem tâm ta hòa nhập với dấu hiệu ấy, mà nó chỉ có mặt trong giờ phút hiện tại, và để cho tâm ta đi theo từng giây phút kế tiếp nhau. Khi

Chương Năm: Sự Thực Tập

ta chú tâm một cách đơn thuần, ta sẽ thấy dấu hiệu ấy đang biến đổi trong từng giây phút. Giữ cho tâm mình có mặt với từng sự thay đổi ấy. Và ta cũng ghi nhận rằng, tâm mình chỉ có thể tập trung vào giây phút hiện tại này mà thôi.

Sự kết hợp giữa tâm mình và giây phút hiện tại được gọi là *định nhất thời* (*momentary concentration*). Vì khi những giây phút cứ tiếp tục trôi ngang qua, không ngừng nghỉ, tâm ta cũng sẽ đi theo cùng một nhịp độ, thay đổi theo chúng, sinh diệt theo chúng, mà không hề bị dính mắc vào bất cứ một cái nào. Nếu chúng ta cố gắng bắt tâm mình dừng lại trong một giây phút, ta sẽ trở nên hoang mang và bối rối, vì tâm thức ta không thể nào dừng yên được. Nó phải theo kịp với những gì đang xảy ra trong mỗi giây phút mới. Vì giây phút hiện tại có thể được tìm thấy trong bất cứ một lúc nào, cho nên mỗi giây phút tỉnh thức của ta có thể là một giây phút tập trung, một loại *định nhất thời*.

Muốn kết hợp tâm ta với giây phút hiện tại, chúng ta phải tìm một cái gì đó đang xảy ra trong giây phút hiện tại. Nhưng dĩ nhiên, bạn không thể nào tập trung tâm ý mình vào tất cả những thay đổi, nếu bạn không có được một mức định lực nào đó. Và khi có được định lực rồi, bạn sẽ có thể dùng nó để tập trung tâm ý vào bất cứ một kinh nghiệm nào của mình - sự phồng xẹp của bụng theo hơi thở, sự lên xuống ở ngực, sự phát sinh và chấm dứt của cảm xúc, hơi thở, tư tưởng của mình...

Muốn được tiến triển trên con đường thiền quán, bạn cần phải có được loại *định nhất thời* này. Thật ra, trên con đường thực tập thiền quán, bạn chỉ cần có bấy nhiêu thôi, bởi vì tất cả những kinh nghiệm của ta chỉ có mặt trong một phút chốc. Khi bạn tập trung tâm định này vào những sự biến đổi đang xảy ra trong *thân* và *tâm*, bạn sẽ ghi nhận rằng, hơi thở chính là thuộc về *thân*, và những cảm xúc hơi thở, ý thức về cảm xúc, và ý thức về các dấu hiệu, chính là thuộc về *tâm*. Trong khi định tâm vào đó, bạn sẽ thấy rằng chúng luôn thay đổi không ngừng nghỉ. Bạn cũng có thể cảm nhận được một số những cảm giác khác có mặt trong thân, ngoài cảm giác của hơi thở. Hãy quán sát toàn thân mình. Nhưng cũng đừng cố gắng tạo thêm một cảm thụ nào không tự nhiên phát sinh trong ta. Chỉ ghi nhận tất cả những cảm giác nào khởi lên trong thân. Và khi có một tư tưởng khởi lên, ta cũng cần phải ghi nhận nó. Trong mọi việc xảy ra, bạn chỉ cần nhìn thấy được tự tính *vô thường, vô ngã* và *bất toại nguyện* có mặt trong tất cả những kinh nghiệm của mình, cho dù đó là thuộc về *thân* hay *tâm*.

Khi chánh niệm của ta phát triển, sự bất mãn về những đổi thay, sự ghét bỏ những kinh nghiệm khó chịu và nắm giữ những gì dễ chịu, và ý niệm về một cái *tôi*, tất cả những điều đó sẽ được thay thế bằng một nhận thức sâu sắc về *vô thường, vô ngã* và *bất toại nguyện*. Cái nhìn mới về thực tại này sẽ giúp cho ta có được một thái độ an tĩnh và chín chắn hơn về cuộc đời. Ta sẽ thấy rằng, những gì trong quá khứ ta cho rằng *thường hằng* và *bất biến*, thật ra đang thay đổi rất nhanh, tưởng chừng như tâm ta cũng không thể nào bắt theo kịp. Nhưng dù vậy, chúng ta vẫn ghi nhận được hầu hết những biến đổi ấy. Ta sẽ thấy được sự vi tế của tự tính *vô thường* và *vô ngã*. Những tuệ giác này sẽ mang lại cho ta an vui và hạnh phúc, và giúp ta đối diện với những vấn đề trong đời sống hằng ngày một cách sáng suốt hơn.

Khi tâm ta hợp nhất với một hơi thở luôn chuyển động, ta sẽ tự nhiên có mặt trong giây phút hiện tại này. Ta ghi nhận được cảm thụ phát sinh do hơi thở tiếp xúc với vành lỗ mũi. Khi yếu tố *đất* của hơi thở tiếp xúc với yếu tố *đất* của lỗ mũi, tâm ta sẽ cảm nhận được sự chuyển động của không khí ra vào. Cảm giác ấm áp có mặt nơi đầu mũi, hoặc ở bất cứ phần nào trên cơ thể, là do sự tiếp xúc với yếu tố *lửa* phát sinh lên bởi tiến trình của hơi thở. Cảm thụ về *vô thường* của hơi thở phát khởi lên khi yếu tố *gió* của nó chuyển động xúc chạm với lỗ mũi. Mặc dù yếu tố *nước* cũng có mặt trong hơi thở, nhưng tâm ta không thể ghi nhận được nó.

Và ta cũng cảm nhận được sự phồng xẹp và co giãn của buồng phổi, bụng, phần dưới đan điền, khi hơi thở trong sạch được vào ra nơi phổi. Sự co giãn của phần dưới rốn, bụng và ngực đều là một phần của một tiết độ nhịp nhàng chung của vũ trụ. Tất cả mọi việc trong vũ trụ này đều có một nhịp co thắt và giãn nở, cũng giống như hơi thở và cơ thể của ta. Mọi sự việc đều *sinh ra* và *diệt đi*. Nhưng ở đây, chúng ta chỉ chủ yếu quan tâm đến hiện tượng *sinh diệt của hơi thở* và những phần chi tiết của *thân* và *tâm* mà thôi.

Mỗi khi ta thở vào, ta kinh nghiệm được một sự tĩnh lặng nho nhỏ nào đó. Sự tĩnh lặng đó sẽ trở thành sự căng thẳng nếu ta ngừng lại trong giây lát và không chịu thở ra. Khi ta thở ra, sự căng thẳng sẽ biến mất. Và sau khi thở ra, ta cũng sẽ cảm thấy khó chịu nếu chúng ta chờ đợi hơi lâu một chút, trước khi mình lại thở vào. Điều đó có nghĩa là, mỗi khi phổi ta đầy, ta phải *thở ra*, và mỗi khi phổi ta trống, ta phải *thở vào*. Sau mỗi lần *thở vào* ta sẽ cảm thấy một sự an tĩnh nho nhỏ, và sau mỗi lần *thở ra* ta cũng cảm thấy một cảm giác an tĩnh nho nhỏ. Chúng ta muốn được an tĩnh và thoải mái, ta không thích cảm giác căng thẳng vì thiếu hơi thở. Ta muốn sự thoải mái ấy được kéo dài lâu hơn, và sự căng thẳng qua đi nhanh hơn. Nhưng sự căng thẳng ấy không qua nhanh như ý ta muốn, và cảm giác tĩnh lặng ấy cũng không ở lâu như ta mong cầu. Và vì vậy mà ta đâm ra bực bội và cau có. Điều đó giúp cho ta thấy được một sự thật là, chỉ cần một mức độ nắm bắt rất nhỏ nhoi, trong một hoàn cảnh vô thường, cũng có thể mang lại cho ta nhiều khổ đau. Và vì không có một cái *tôi* nào có khả năng làm chủ được tình trạng ấy, ta lại càng cảm thấy thất vọng hơn nữa.

Nhưng nếu ta biết theo dõi hơi thở của mình mà không mong cầu sự an tĩnh, và cũng không ghét bỏ sự căng thẳng phát sinh theo mỗi hơi thở ra vào, chúng ta chỉ kinh nghiệm thuần túy những tự tính *vô thường, vô ngã* và *bất toại nguyện* của hơi thở mình, tâm ta sẽ tự nhiên trở nên tĩnh lặng và an vui.

Tâm ta không phải lúc nào cũng có mặt với hơi thở. Nó cũng sẽ có mặt với những âm thanh, ký ức, tình cảm, ý tưởng, nhận thức và các tâm hành khác khởi lên. Khi chúng ta kinh nghiệm được trạng thái này, ta nên tạm quên đi cảm thụ của hơi thở, và lập tức đem sự chú tâm của mình đặt lên các đối tượng mới - mỗi lần chỉ một cái thôi, đừng bao giờ một lúc mà gom hết tất cả. Và khi những đối tượng ấy phai mờ đi, ta lại đem tâm mình trở về với hơi thở. Hơi thở là một căn nhà trú ẩn mà tâm ta có thể trở về sau mỗi chuyến đi, dài hoặc ngắn, đến những trạng thái khác nhau của thân tâm. Và chúng ta cũng nên nhớ rằng, tất cả những hành trình này đều xảy ra ngay trong chính tâm thức của mình.

Mỗi khi ta mang tâm mình trở lại với hơi thở, nó trở về mang theo một tuệ giác sâu sắc hơn về tự tính *vô thường, vô ngã* và *bất toại nguyện* có mặt trong tất cả. Tâm ta có được nhiều tuệ giác hơn nhờ biết quán chiếu, theo dõi những gì xảy ra một cách khách quan, không dính mắc. Ta ý thức được một sự thật là thân này, cảm thụ này, nhận thức này và các tâm hành này, chỉ được dùng với một mục đích duy nhất, là để giúp ta nhìn và hiểu sâu về một thực tại phức tạp của thân tâm.

Chương Sáu:
Phương cách điều thân

Phương pháp thiền tập đã có mặt từ hơn mấy ngàn năm. Thời gian ấy đủ dài để người ta có thể thử nghiệm và tôi luyện cho nó thật hoàn hảo. Trong đạo Phật, thân và tâm ta có một mối liên hệ rất mật thiết với nhau, cái này có ảnh hưởng đến cái kia. Vì vậy, có một số lời khuyên về phương pháp điều thân có thể giúp ích ta rất nhiều. Chúng ta nên thực hành theo những lời hướng dẫn này. Nhưng bạn cũng nên nhớ, những tư thế này chỉ là một phương tiện hỗ trợ thêm cho sự thực tập mà thôi. Đừng lẫn lộn hai việc này với nhau. Thiền tập không có nghĩa là ngồi yên trong tư thế kiết già. Thiền tập là một sự tôi luyện tâm linh. Nó có thể được thực tập bất cứ ở đâu và lúc nào mình muốn. Những tư thế này chỉ là phương tiện giúp bạn đạt được việc ấy, và nhờ vậy giúp bạn thăng tiến nhanh hơn trên con đường tu tập. Bạn nên biết cách áp dụng chúng.

Luật chung

Mục đích của các tư thế ngồi thiền đều có chung ba yếu tố. Thứ nhất, giúp cho thân ta được cảm thấy vững vàng. Nhờ vậy, ta không phải quan tâm đến những vấn đề như là sự cân bằng, hoặc bắp thịt mệt mỏi, để ta có thể chú tâm vào đề mục thiền quán của mình. Thứ hai, tạo ra một sự bất động ở thân, và sẽ được phản ảnh bằng một sự tĩnh lặng ở tâm. Nó giúp cho tâm ta có được một định lực rất vững và sâu. Thứ ba, giúp ta có thể ngồi lâu mà không bị ảnh hưởng bởi ba chướng ngại chung của các thiền sinh - *đau đớn, nhức mỏi* và *buồn ngủ*.

Điều quan trọng nhất trong khi ngồi thiền là *giữ lưng thật thẳng*. Cột xương sống của ta phải được giữ cho thật thẳng, với những đốt xương như những đồng xu được chồng ngay ngắn lên nhau. Giữ cho đầu của ta thẳng hàng với cột xương sống. Nhưng tất cả phải được làm một cách thật thoải mái. Không được gồng cứng quá! Bạn không phải là một tên lính gỗ, mà cũng không có một huấn luyện viên nào bắt nạt bạn hết. Giữ cho lưng thẳng, nhưng nhớ đừng làm căng hoặc gồng một bắp thịt nào hết. Ngồi một cách nhẹ nhàng và buông thư. Xương sống ta cũng giống như một thân cây trẻ trung và ngay thẳng, mọc thẳng đứng trên một mặt đất mềm. Những phần còn lại của cơ thể buông thả theo hai bên thân cây ấy một cách tự nhiên. Việc này cũng đòi hỏi một số thử nghiệm và thực tập của ta. Thường thường, chúng ta quen ngồi trong một tư thế kín đáo, và hơi thủ thế mỗi khi ta đi đứng hoặc nói chuyện, và khi nghỉ ngơi thì ta cứ ngả lăn người ra, không giữ gìn gì hết. Cả hai trường hợp ấy, không một thái độ nào là thích hợp. Nhưng thật ra chúng chỉ là tập quán và thói quen mà thôi, và có thể sửa đổi được.

Mục đích của ta là tìm cho mình một tư thế nào mà ta có thể ngồi yên không động đậy trong suốt thời gian ngồi thiền. Lúc đầu, bạn có thể cảm thấy hơi khó chịu khi ngồi thẳng lưng. Nhưng rồi cũng sẽ quen. Điều này đòi hỏi một sự luyện tập, nhưng bạn nên nhớ rằng một tư thế ngay thẳng là rất quan trọng. Trong sinh lý học, tư thế này được xem là một tư thế gây phấn khởi, mang lại cho ta sự tỉnh táo và sáng suốt. Tư thế cong vẹo sẽ làm cho tinh thần ta mỏi mệt, hôn trầm. Và việc chọn tọa cụ cũng quan trọng không kém. Bạn sẽ cần đến một chiếc ghế hay là một gối ngồi thiền, tùy theo tư thế bạn chọn, nhưng độ cứng mềm của tọa cụ cũng phải được chọn lựa cẩn thận. Một tọa cụ mềm quá có thể khiến bạn buồn ngủ. Cứng quá sẽ dễ làm cho bị đau.

Y phục

Quần áo mặc trong khi ngồi thiền nên rộng và nhẹ. Nếu

chật quá có thể ngăn chận sự lưu thông của máu và đè ép những dây thần kinh trên thân thể, kết quả là ta dễ bị nhức mỏi hoặc tê chân. Nếu bạn có mang dây nịt, nên nới ra. Đừng mặc quần bó chặt quá, hoặc được làm bằng thứ vải thô cứng. Những chiếc váy dài là lý tưởng nhất cho các bà, các cô. Quần mỏng và thun giãn sẽ thích hợp cho mọi người. Những chiếc áo thụng dài trong các truyền thống châu Á, như là *sà-rông* hoặc là *ki-mô-nô* cũng rất tốt. Bạn nên cởi giày ra, và nếu vớ của bạn chặt quá, cũng nên cởi ra luôn.

Tư thế ngồi truyền thống

Nếu bạn ngồi trên sàn nhà theo truyền thống của một số nước châu Á, bạn cần có một chiếc gối để nâng cột xương sống lên cho thẳng. Hãy chọn một chiếc gối tương đối cứng, và khi ngồi lên vẫn còn dày khoảng ba phân. Ngồi trên phần phía trước của gối, chân xếp bằng để trên sàn nhà trước mặt. Nếu sàn nhà có lót thảm sẽ giúp cho đầu gối và ống chân bạn được đỡ đau. Nếu không, bạn cần có một tấm lót để ngồi lên. Ngồi trên một tấm chăn xếp lại cũng được. Bạn nhớ đừng ngồi xích ra phía sau của gối. Vị thế này sẽ khiến cạnh trước của gối chặn vào phía dưới đùi và ngăn cản sự lưu thông của máu. Kết quả là chân sẽ bị tê và đau.

Có nhiều cách khác nhau để ngồi xếp bằng. Chúng tôi sẽ nêu ra bốn cách, từ dễ đến khó.

a) Cách ngồi của thổ dân châu Mỹ: Bàn chân phải để phía dưới đầu gối trái, và bàn chân trái đặt dưới đầu gối phải.

b) Cách ngồi Miến Điện: Cả hai chân đều đặt sát trên sàn nhà từ đầu gối cho đến bàn chân, song song với nhau, chân này phía trước chân kia.

c) Cách ngồi bán già: Cả hai đầu gối đều chạm xuống sàn nhà, mỗi chân và bàn chân được đặt phía trên bắp chân kia.

d) Cách ngồi kiết già: Cả hai đầu gối chạm trên sàn nhà, và hai chân chéo lên nhau nơi bắp chân. Bàn chân trái đặt trên đùi phải, và bàn chân phải đặt trên đùi trái. Cả hai bàn chân đều ngửa lên trời.

Trong các tư thế này, hai bàn tay bạn được đặt chồng lên nhau, để trên lòng chân phía trước mặt, lòng bàn tay ngửa lên trên. Hai bay tay sẽ nằm ở ngay dưới rốn, hai cổ tay cong lại đặt trên đùi. Hai cánh tay trong tư thế này giúp giữ vững cho phần thân trên của ta. Đừng gồng cứng bắp thịt ở cổ và hai vai. Hai cánh tay buông nhẹ nhàng hai bên. Giữ cho cơ hoành được thoải mái, có thể căng ra tối đa phồng thật đầy. Đừng để cho có một sự căng thẳng nào nơi bụng. Cằm hơi đưa ra một chút. Mắt mở hay nhắm cũng được. Nếu bạn mở mắt, hãy nhìn ngay nơi đầu mũi của mình, hoặc nơi khoảng giữa ngay phía trước mặt. Thật ra, bạn không nhìn vào vật gì cả, chỉ tùy ý hướng mắt đến một điểm không có gì cụ thể để nhìn, nhờ đó bạn có thể quên đi vấn đề thị giác. Đừng cố sức, đừng gồng người, và đừng cứng ngắt. Buông thư. Hãy giữ cho toàn thân được tự nhiên và mềm mại. Hãy để cho toàn thân treo trên cột xương sống như một con búp bê bằng vải.

Phương pháp bán già và kiết già là hai cách ngồi truyền thống của châu Á. Và cách ngồi kiết già được xem là cách ngồi tốt nhất, rất vững chãi. Khi bạn khoá chân ngồi vào tư thế kiết già, bạn có thể hoàn toàn bất động trong một thời gian rất lâu. Nhưng vì nó đòi hỏi một mức độ co giãn của đôi chân nên không phải ai cũng có thể ngồi được. Hơn nữa, lý do chính để bạn chọn một thế ngồi không phải vì lời khen chê của kẻ khác, mà phải vì sự thoải mái của chính mình. Hãy chọn cho mình một tư thế giúp ta có thể ngồi yên được lâu nhất và ít bị đau chân. Cứ thử nghiệm hết những cách ngồi khác nhau. Gân cốt của bạn sẽ dần dần được thư giãn sau một thời gian luyện tập. Chừng ấy, bạn có thể tập những tư thế khó hơn như ngồi kiết già.

Ngồi trên ghế

Có người ngồi trên sàn nhà không được vì bị đau chân hay vì một lý do nào đó. Không sao cả, bạn có thể ngồi trên ghế. Hãy chọn một chiếc ghế có mặt ngồi bằng phẳng, lưng dựa thẳng, và không có chỗ gác tay. Cách ngồi tốt nhất là *đừng dựa lưng vào ghế*. Cũng đừng để cạnh mặt ngồi đè hoặc ấn vào phía dưới đùi mình. Đặt hai chân song song với nhau, bàn chân nằm sát phẳng trên mặt sàn. Cũng như những tư thế ngồi khác, đặt hai tay chồng lên nhau, ngửa lên, trước mặt, để trên đùi. Đừng gồng những bắp thịt ở cổ và vai, buông thỏng hai cánh tay. Mắt có thể mở hoặc nhắm.

Trong các tư thế vừa trình bày, bạn nên nhớ rõ mục đích của chúng. Bạn muốn mình có được một trạng thái quân bình và vững vàng, nhưng bạn cũng không muốn rơi vào tình trạng mê ngủ. Hãy nhớ lại ví dụ về ly nước bùn. Bạn muốn giữ cho thân mình thật yên, để từ đó tâm ta cũng được tĩnh lặng theo. Nhưng cũng cần có một trạng thái tỉnh thức nơi thân, để giúp cho tâm ta luôn được sáng suốt. Bạn cứ việc thử nghiệm. Thân thể là một công cụ giúp tạo nên những trạng thái thích hợp trong tâm. Hãy sử dụng nó sao cho đúng đắn!

Chương Bảy:
Phương pháp điều tâm

Phương pháp thiền tập chúng ta học ở đây là thiền quán. Như tôi đã nói, có rất nhiều đối tượng thiền tập, và trong hàng ngàn năm qua đã có vô số đối tượng được các hành giả sử dụng. Ngay cả trong truyền thống thiền quán *vipassana* cũng có những khác biệt về đối tượng thiền tập. Có vị thầy dạy học trò mình theo dõi hơi thở bằng cách quán sát sự phồng xẹp ở bụng. Có vị thầy khuyên học trò chú ý vào những xúc chạm của thân trên tọa cụ, hoặc bàn tay chạm trên bàn tay, hoặc cảm giác của hai chân để lên nhau...

Và phương pháp chúng ta trình bày ở đây được xem như là chính thống nhất, có lẽ chính là phương pháp mà đức Phật *Thích-ca* đã hướng dẫn cho các đệ tử của ngài. Kinh *Tứ niệm xứ* (*Bốn lĩnh vực quán niệm - Satipatthana Sutta*) là bản kinh cơ bản trong đó đức Phật thuyết giảng về chánh niệm. Kinh này dạy chúng ta trước hết phải tập trung sự chú ý của mình vào hơi thở, và từ đó ghi nhận tất cả những hiện tượng vật lý và tâm lý nào sinh khởi.

Chúng ta ngồi, theo dõi hơi thở ra vào nơi mũi. Mới nhìn qua có vẻ như đây là một công việc rất kỳ cục và vô ích. Nhưng trước khi đi vào chi tiết, chúng ta hãy tìm hiểu lý do nằm phía sau việc ấy. Câu hỏi đầu tiên ta có thể đặt ra là tại sao phải tập trung tâm ý để làm gì? Sự thực tập của chúng ta là để phát triển chánh niệm mà! Tại sao ta không chỉ ngồi xuống và tập có ý thức về bất cứ điều gì đang có mặt trong tâm mình? Thật ra thì cũng có những phương pháp thiền giống như vậy, đôi khi được gọi là phương pháp *thiền quán không đề mục*. Nhưng sự thực tập như vậy rất khó. Tâm ta nó tinh ranh lắm. Tư tưởng là một tiến trình vô cùng phức tạp. Có nghĩa là lúc nào ta cũng bị mắc kẹt, dính mắc và lôi cuốn vào sự suy nghĩ của mình. Một tư tưởng sẽ kéo theo một tư tưởng, lại kéo theo một tư tưởng khác, lại thêm một cái nữa, và một cái nữa, rồi cứ tiếp tục mãi... Mười lăm phút sau, ta giật mình thức dậy và thấy rằng từ nãy giờ mình chỉ ngồi đó mơ mộng viễn vông, và lo lắng về tiền nhà, tiền chợ, đủ mọi chuyện trên đời...

Khi ta ý thức về một tư tưởng, điều đó khác với khi ta suy nghĩ một tư tưởng. Sự khác biệt này rất vi tế. Trước hết, đó là vấn đề cảm xúc hay kết cấu. Một tư tưởng được nhận diện đơn thuần tạo cảm giác kết cấu rất nhẹ nhàng, có thể cảm nhận được như là có một khoảng cách giữa tư tưởng ấy và sự tỉnh thức nhận biết nó. Nó khởi lên nhẹ nhàng như một bong bóng nước, và rồi diệt đi mà không nhất thiết phải làm sinh khởi một tư tưởng nào kế tiếp. Còn tư tưởng trong cách suy nghĩ thông thường có một kết cấu nặng nề hơn. Nó chậm chạp, độc tài và ép buộc. Nó lôi cuốn ta vào và bắt buộc ta phải tuân phục. Tự tính của nó rất là độc đoán, nó dẫn ta hết tư tưởng này lập tức sang ngay tư tưởng khác, không để một khoảng trống nào ở giữa.

Sự suy nghĩ tạo nên những căng thẳng tương ứng trong thân, như là sự co rút của các bắp thịt, hoặc là nhịp đập nhanh của tim. Nhưng thường thì ta không cảm nhận được những đổi thay đó, cho đến khi nào chúng trở thành một cơn đau thật sự. Vì sự suy nghĩ lúc nào cũng rất tham lam. Nó nắm bắt tất cả mọi sự chú ý của ta, không còn lại gì để chú ý đến hậu quả của nó. Sự khác biệt giữa việc ý thức một tư tưởng và suy nghĩ một tư tưởng là rất thực. Nhưng nó rất tinh tế và khó nhận biết. Và định lực là một trong những phương tiện cần thiết giúp ta thấy được sự khác biệt ấy.

Định lực thâm sâu có công năng làm chậm lại tiến trình của tư tưởng, và gia tăng sự quán sát của hành giả. Kết quả là ta có thể theo dõi quá trình của tư tưởng dễ dàng hơn. Định lực là một chiếc kính hiển vi giúp ta nhìn thấy được những trạng thái vi tế trong tâm thức. Chúng ta tập trung sự chú ý để tâm mình đạt đến trạng thái *nhất tâm* cùng với một sự tỉnh thức và tĩnh lặng. Nếu không có được sự nhất tâm như một chiếc neo để nương tựa, chúng ta sẽ bị trôi dạt khắp nơi bởi những làn sóng xô đẩy nhau bất tận trong tâm thức.

Chúng ta dùng hơi thở làm một điểm tập trung tâm ý. Nó là điểm chủ yếu, mỗi khi tâm ta đi lang thang sẽ được mang trở về điểm ấy. Sự xao lãng không thể được nhận biết nếu ta không có một điểm chính nhất định nào để làm điểm gốc. Ta cần một khung nhất định để làm cái mốc chuẩn, để có thể dựa vào đó mà quán sát những chuyển động và biến đổi không ngừng của tư tưởng.

Kinh điển *Pali* thường so sánh thiền tập với việc huấn luyện một con voi rừng. Ngày xưa, người ta cột con voi rừng hung dữ mới bắt được vào cây cột bằng một sợi dây thừng thật chắc. Con thú lúc ấy rất là bực tức. Nó vùng vẫy, kêu rống và giựt kéo sợi dây cả ngày. Cho đến một lúc nó hiểu rằng mình chẳng thể đi đâu được hết, và chịu đứng yên. Khi ấy, ta có thể cho nó ăn và bắt đầu huấn luyện nó. Sau cùng, ta sẽ không cần đến sợi dây thừng và cây cột nữa, và ta có thể dạy cho con voi ấy làm những công việc khác nhau. Bây giờ ta có được một con voi thuần phục, có thể giúp ta làm những công việc ích lợi. Trong tỷ dụ ấy, con voi rừng hung dữ chính là tâm ý của ta, sợi dây thừng là chánh niệm, và cây cột chính là đối tượng của chánh niệm, tức hơi thở. Một con voi thuần phục tượng trưng cho một tâm ý an tĩnh, tập trung, có thể giúp ta chọc thủng được hết những tầng lớp mê mờ che phủ thực tại. Thiền tập sẽ thuần hóa được tâm ý ta.

Câu hỏi kế tiếp ta có thể đặt ra là: Tại sao lại chọn hơi thở làm đề mục chính của thiền tập? Sao ta không chọn một đề mục nào khác thú vị hơn? Thật ra, có rất nhiều câu trả lời cho câu hỏi này. Một đề mục thiền quán tốt phải có tác dụng làm phát huy chánh niệm, có thể mang đến đâu cũng được, có thể dễ dàng tìm thấy và không tốn kém. Và nó cũng không làm ta rối loạn, trói buộc ta vào những trạng thái khổ đau, như là tham, sân, si. Hơi thở đáp ứng được tất cả những điều kiện ấy, và còn nhiều hơn thế nữa! Hơi thở thì ai cũng có. Chúng ta mang nó theo bất cứ nơi nào mình đến, nên lúc nào cũng có thể tìm thấy, chẳng bao giờ gián đoạn từ khi ta sinh ra cho đến lúc chết đi, và ta có thể sử dụng nó không tốn kém gì cả!

Hơi thở là một quá trình không cần khái niệm, ta có thể trải nghiệm nó trực tiếp mà không cần đến tư tưởng. Hơn nữa, nó là một tiến trình sinh động, một phần của sự sống lúc nào cũng thay đổi. Hơi thở tuần hoàn theo một vòng tròn - thở vào, thở ra, thở vào, và lại thở ra... Nó cũng giống như một kiểu mẫu thu nhỏ của chính sự sống.

Sự cảm nhận hơi thở là vô cùng tinh tế, nhưng sẽ trở nên rõ rệt khi ta biết cách hòa nhập với nó. Cần phải nỗ lực luyện tập đôi chút, nhưng bất cứ ai cũng có thể làm được. Bạn cần phải có cố gắng nhưng không được quá sức. Vì tất cả những lý do ấy mà hơi thở là một đối tượng rất lý tưởng cho thiền tập. Bình thường, hơi thở là một quá trình tự nhiên diễn ra theo nhịp điệu riêng của nó mà không cần đến ý chí. Dù vậy, chỉ một tác động của ý chí là có thể làm cho nó chậm lại hoặc nhanh hơn, dài ra và dịu dàng hoặc ngắn lại và gấp gáp. Đường ranh giới giữa hơi thở tự nhiên và hơi thở có chủ ý rất là mỏng manh. Và từ đây ta có thể học được rất nhiều điều về bản chất của ý chí và ước muốn. Cũng vậy, vị trí ngay đầu lỗ mũi của ta có thể được xem như là một cánh cửa nối liền giữa thế giới bên ngoài và bên trong ta. Nó là điểm nối liền và cũng là một nơi trao chuyển năng lượng. Ở ngay điểm này, những gì từ thế giới bên ngoài đi vào và trở thành một phần mà chúng ta gọi đó là *"tôi"* và cũng từ nơi này, một phần của cái *"tôi"* trở ra và hoà nhập lại với thế giới bên ngoài. Từ đấy, ta cũng có thể học được rất nhiều về ý niệm và sự cấu thành của một cái *"tôi"*.

Chương Bảy: Phương Pháp Điều Tâm

Hơi thở là một hiện tượng chung cho tất cả mọi sinh vật trên vũ trụ. Một hiểu biết thực nghiệm về quá trình hơi thở sẽ giúp ta xích lại gần hơn với mọi sự sống khác. Nó giúp ta ý thức được mối liên hệ mật thiết vốn sẵn có giữa mọi sự sống. Và sau cùng, hơi thở còn là một quá trình của hiện tại. Nghĩa là nó chỉ có thể xảy ra *bây giờ và ở đây* mà thôi. Thường thì chúng ta ít khi nào có mặt trong giờ phút hiện tại. Chúng ta dành hầu hết thời gian để sống hồi tưởng về quá khứ hoặc mơ mộng đến tương lai, lúc nào cũng đầy những lo lắng và dự tính. Hơi thở thì không có tính chất *"ở một thời gian khác"*. Khi chúng ta chú ý đến hơi thở, là tự nhiên chúng ta được đặt trở về ngay trong giờ phút hiện tại. Chúng ta được kéo ra khỏi vũng lầy của những ý niệm và hình ảnh, và trở về với một kinh nghiệm đơn thuần của bây giờ và ở đây. Vì vậy, hơi thở cũng chính là một phần sinh động của thực tại. Một cái nhìn chánh niệm về cái kiểu mẫu thu nhỏ này của sự sống, cũng có thể dẫn đến những tuệ giác rộng lớn hơn về tất cả những kinh nghiệm khác của ta.

Bước đầu tiên trong việc dùng hơi thở làm đối tượng thiền quán là tìm thấy nó. Cái mà chúng ta muốn tìm là một cảm giác vật lý rõ rệt của hơi thở ra vào nơi mũi. Thường thì nó có mặt ngay phía trong đầu lỗ mũi. Nhưng điểm ấy sẽ thay đổi tùy theo mỗi người, nó cũng còn tùy thuộc vào hình dạng của chiếc mũi nữa. Muốn tìm điểm của mình, bạn hãy hít vào một hơi dài và sâu, và ghi nhận điểm ngay phía trong lỗ mũi hoặc là ở phía môi trên, nơi nào mà bạn cảm thấy không khí xúc chạm rõ rệt nhất. Đó là điểm mà bạn sẽ dùng để theo dõi quá trình hơi thở của mình. Một khi đã xác định được vị trí rõ ràng của nó rồi, bạn đừng bao giờ rời xa điểm ấy. Dùng ngay một điểm này để giữ sự chú ý của mình. Nếu không có được một điểm nhất định, tâm ý bạn sẽ di chuyển khắp nơi trong và ngoài lỗ mũi, lên xuống theo ống khí quản, ráng đuổi theo hơi thở, nhưng rồi sẽ không bao giờ bắt kịp vì nó cứ tiếp tục thay đổi, chuyển động và trôi chảy mãi!

Nếu bạn đã có dịp nào đó dùng cưa xẻ gỗ, chắc chắn bạn phải biết cách thức. Người cầm cưa không bao giờ dán mắt mình theo lưỡi cưa lên xuống. Điều đó sẽ làm cho bạn chóng mặt. Bạn chỉ nên nhìn vào một điểm nơi lưỡi cưa tiếp xúc với khúc gỗ, và chỉ có cách đó bạn mới có thể giữ cho đường xẻ được thẳng! Khi ngồi thiền cũng thế, chúng ta tập trung sự chú ý của mình vào một điểm cảm xúc duy nhất phía trong mũi. Từ điểm ưu thế đó, ta có thể theo dõi toàn thể sự chuyển động của hơi thở vào ra một cách rõ ràng và định tĩnh. Ta cũng không bao giờ cố gắng kiểm soát hơi thở của mình. Đây không phải là một phương pháp tập luyện thở như trong các pháp môn yoga. Hãy tập trung và chú ý vào sự chuyển động tự nhiên của hơi thở. Đừng điều khiển, cũng đừng nhấn mạnh nó vì bất cứ một lý do gì. Những thiền sinh mới thường hay mắc phải lỗi này. Vì muốn dễ tập trung vào cảm giác của hơi thở, nhiều khi họ vô tình thay đổi cách thở của mình. Và kết quả là một sự cố gắng gò bó, thiếu tự nhiên, làm trở ngại và ngăn chặn sự tập trung. Bạn đừng bao giờ cố gia tăng chiều sâu hoặc âm thanh của hơi thở mình, hãy giữ cho nó thật tự nhiên. Vấn đề âm thanh rất quan trọng, nhất là khi ta ngồi chung trong một nhóm. Thở lớn tiếng có thể làm ảnh hưởng đến những người chung quanh. Hãy để cho hơi thở của mình được tự nhiên, không cố gắng, như trong lúc ta ngủ. Buông thư và để cho nó đi theo nhịp điệu tự nhiên của nó.

Điều này nghe có vẻ dễ dàng, nhưng thật ra là khó hơn bạn tưởng. Bạn cũng đừng nản lòng khi thấy ý chí mình cứ xen vào, muốn điều khiển hơi thở. Hãy dùng cơ hội ấy để quán chiếu về các đặc tính của những tác ý. Hãy chú ý đến mối quan hệ vi tế và phức tạp giữa hơi thở, ý muốn điều khiển hơi thở, và ý muốn ngừng điều khiển. Có thể bạn sẽ cảm thấy rất bực mình, nhưng thật ra ta có thể học được từ đó nhiều điều, và giai đoạn này rồi cũng sẽ trôi qua. Sau một thời gian, hơi thở sẽ ra vào tự nhiên, và ta không còn cảm thấy muốn điều khiển nó nữa. Đến đây, bạn sẽ học được một bài học lớn là trong ta lúc nào cũng có một sự thúc đẩy muốn kiểm soát được vũ trụ của mình.

Tiến trình của hơi thở vừa nhìn thoáng qua có vẻ như rất bình thường và nhạt nhẽo, chẳng có gì thú vị, nhưng thật ra lại vô cùng phức tạp và kỳ diệu. Nếu quán sát kỹ, bạn sẽ thấy trong hơi thở có rất nhiều sự khác biệt tinh tế. Hơi *thở vào* và hơi *thở ra*, hơi *thở dài* và hơi *thở ngắn*, hơi *thở cạn*, hơi *thở sâu*, hơi *thở nhẹ nhàng*, và hơi *thở gấp gáp*... Những sự khác biệt này kết hợp với nhau một cách phức tạp và tinh tế. Hãy quán sát hơi thở cho thật kỹ. Thật sự nghiên cứu nó. Ta sẽ tìm thấy vô số những biến dạng khác nhau của hơi thở, và chu kỳ thay đổi ấy cứ tiếp tục lặp đi lặp lại, giống như một bản nhạc giao hưởng. Đừng chỉ quán sát vẻ ngoài của hơi thở. Còn có rất nhiều điều để nhận biết chứ không chỉ là những hơi thở vào và hơi thở ra. Mỗi hơi thở đều có phần bắt đầu, phần giữa và phần cuối. Mỗi hơi thở vào đều phải đi qua một quá trình *sinh, trụ* và *diệt*. Và mỗi hơi thở ra cũng giống hệt như thế. Chiều sâu và tốc độ của hơi thở thay đổi tùy theo tâm trạng của bạn, những ý nghĩ nào đang có mặt trong đầu, những âm thanh nào bạn đang nghe. Hãy nghiên cứu những hiện tượng này thật kỹ. Bạn sẽ khám phá ra nhiều điều kỳ diệu!

Nhưng điều đó không có nghĩa là bạn nên ngồi yên và tự nhủ: "Đây là hơi thở ngắn và thô, kia là hơi thở dài và sâu. Không biết hơi thở sắp tới sẽ như thế nào?" Không phải vậy. Đó không phải là thiền quán. Đó là suy nghĩ. Lúc đầu việc ấy rất thường xảy đến cho ta. Nhưng bạn cũng đừng lo, nó rồi cũng sẽ qua. Bạn chỉ cần đơn giản ghi nhận sự kiện ấy, và đem sự chú ý trở về quán sát cảm giác của hơi thở. Những sự xao lãng trong tâm sẽ tiếp tục xảy ra. Và ta lại cứ tiếp tục mang sự chú ý của mình trở về với hơi thở một lần nữa, lần nữa, và lại một lần nữa... cho đến khi nào sự xao lãng không còn nữa.

Khi mới bắt đầu thực tập phương pháp này, bạn nên chuẩn bị đối mặt với một số khó khăn. Tâm ta lúc nào cũng lang thang đi khắp mọi nơi, phóng bên này, vọt sang bên kia, giống như một con ong bầu trên những bông hoa. Bạn đừng lo. Hiện tượng *"tâm viên ý mã"* đó là rất thông thường và mọi thiền sinh giỏi đều đã từng phải đối mặt. Bằng cách này hay cách khác họ đều đã vượt qua được. Vì thế, chắc chắn bạn cũng sẽ làm được.

Khi điều đó xảy ra, bạn chỉ cần ghi nhận sự thật là mình đã, đang suy nghĩ, mơ tưởng, lo lắng hoặc là gì gì đó... Bạn nhẹ nhàng ghi nhận, nhưng cũng rất cương quyết, không để bị bực mình hoặc tự trách móc về việc ấy, cứ từ tốn trở về với cảm giác của hơi thở. Và lần tới khi nó xảy ra, bạn cũng lại làm y như vậy, và rồi lần tới, lần tới, và lần tới nữa...

Một lúc nào đó trong tiến trình thực tập, bạn sẽ trực tiếp đối diện với một nhận thức bất ngờ và kinh khủng là mình hoàn toàn điên rồ. Tâm ý ta là một căn nhà điên đầy những tiếng kêu rú, la hét hỗn loạn, đang lao đầu xuống một con dốc cao, hoàn toàn mất tự chủ, không người điều khiển. Nhưng không sao hết. Bạn hôm nay thật ra cũng chẳng điên rồ gì hơn bạn ngày hôm qua. Thật ra lúc nào nó cũng vậy, chỉ có điều bạn không bao giờ để ý đến mà thôi! Và bạn cũng chẳng điên rồ gì hơn những người đang sống quanh bạn. Vấn đề khác biệt là bạn chịu đối diện với sự thật ấy, còn những người khác thì vẫn chưa. Họ vẫn còn cảm thấy tương đối an ổn. Nhưng điều ấy không có nghĩa là họ được lợi thế hơn ta. Ngu si có thể hưởng thái bình đấy, nhưng nó sẽ không giúp ích gì cho ta trên con đường giải thoát. Vì vậy bạn đừng quan tâm về vấn đề này. Thật ra nó là một mốc rất quan trọng, đó là một dấu hiệu của sự tiến bộ. Sự thật rằng bạn đã nhìn ngay tận mặt của vấn đề có nghĩa là bạn cũng đang đi trên con đường giải thoát ra khỏi vấn đề ấy.

Trong khi quán sát và theo dõi hơi thở, có hai trạng thái

Chương Bảy: Phương Pháp Điều Tâm

ta cần tránh: suy nghĩ và hôn trầm. Tâm ý suy nghĩ lung tung là biểu hiện của một hiện tượng *tâm viên ý mã*, tâm ta như một con khỉ chuyền cành, ý ta như một con ngựa phóng nhanh trên đường. Và hôn trầm là một trạng thái hoàn toàn trái ngược lại. Hôn trầm, nói chung, là những trạng thái ý thức mập mờ, không rõ rệt. Nếu tốt nhất thì nó cũng chỉ giống như một khoảng không trong tâm thức, không có tư tưởng, không theo dõi hơi thở, không hay biết gì hết. Nó là một lỗ hổng, một trạng thái lờ mờ không có hình dáng, cũng giống như một giấc ngủ không mơ. Hôn trầm là một khoảng trống vô ích trong tâm. Hãy tránh nó!

Thiền quán là một chức năng rất linh động. *Định* là một sự chú ý mãnh liệt vào một đối tượng duy nhất. *Niệm* là một sự tỉnh thức, sáng tỏ và rõ ràng. Định (*samadhi*) và niệm (*sati*) là hai khả năng chúng ta cần cố gắng trau giồi. Và hôn trầm không hề có hai yếu tố đó. Lúc tệ thì nó có thể làm bạn ngủ gục. Còn khi khá lắm nó cũng chỉ làm uổng phí thì giờ của bạn mà thôi.

Khi nào bạn cảm thấy mình đang bị rơi vào trạng thái hôn trầm, hãy ghi nhận nó và mang sự chú ý của mình trở lại với cảm giác của hơi thở. Nhận diện cảm giác của hơi *thở vào* thật rõ ràng. Và cảm nhận rõ rệt sự xúc chạm của mỗi hơi *thở ra*. Thở vào, thở ra, và theo dõi những gì xảy ra. Nếu bạn tiếp tục thực tập được qua một thời gian - có thể là nhiều tuần hoặc nhiều tháng - bạn sẽ bắt đầu cảm nhận được sự xúc chạm ấy rõ ràng như là một đối tượng vật lý. Hãy cứ đơn giản tiếp tục thở vào và thở ra, theo dõi việc gì đang xảy ra. Khi định lực của bạn được gia tăng, *"tâm con khỉ"* của bạn cũng sẽ bớt lăng xăng đi. Hơi thở bạn chậm lại. Bạn sẽ theo dõi được dễ dàng, và càng lúc càng ít bị gián đoạn hơn. Bạn sẽ bắt đầu trải nghiệm được một trạng thái an tĩnh rất sâu sắc, và không còn bị ảnh hưởng bởi những yếu tố kích động trong tâm nữa, như là tham lam, ganh tỵ, sân hận và si mê. Những bực tức biến mất, sợ hãi cũng không còn. Đây là một trạng thái rất hạnh phúc, tốt đẹp và tươi sáng trong tâm. Nhưng chúng cũng chỉ tạm thời thôi, chúng sẽ chấm dứt khi ta xả thiền. Dù vậy, những kinh nghiệm ngắn ngủi này cũng sẽ thay đổi cuộc đời của bạn. Tuy tự nó không phải là giải thoát, nhưng đó là những bước tiến giúp ta đi về đường hướng ấy. Nhưng bạn cũng đừng kỳ vọng rằng ta sẽ có được niềm hạnh phúc ngay tức thì. Những bước này cũng đòi hỏi thời gian, công phu luyện tập và một sự kiên trì.

Kinh nghiệm thiền tập không phải là một sự tranh đua. Ta có một mục đích nhất định, nhưng không có một thời hạn nào hết. Việc ta cần làm là đào cho thật sâu, xuyên qua hết những tầng lớp ảo tưởng, để đi đến một tuệ giác về một hiện hữu chân thật. Quá trình ấy tự nó vô cùng hấp dẫn và thoả mãn. Ta cảm thấy rất vui và hạnh phúc khi đi trên con đường này. Không có gì phải vội vã hết.

Sau mỗi giờ ngồi thiền, bạn sẽ cảm thấy được một cảm giác tươi mới và an lành trong tâm. Đó là một năng lượng an tĩnh, tích cực và hân hoan mà ta có thể áp dụng để chuyển hóa những khó khăn trong cuộc sống hằng ngày. Bấy nhiêu đó cũng đủ là một lợi ích rất lớn rồi. Thật ra, mục tiêu của thiền tập không phải để giúp ta đối phó với vấn đề, mặc dù khả năng chuyển hóa những khó khăn là một trong những lợi ích phụ của nó, và ta nên nhớ điều ấy. Nếu ta đặt nặng vấn đề vào việc giải quyết những khó khăn, ta sẽ chú tâm vào khía cạnh này trong lúc ngồi thiền, và định lực của mình sẽ bị phân tán.

Trong lúc ngồi thiền, ta đừng nên nghĩ về những khó khăn của mình. Ta nhẹ nhàng tạm gác chúng qua một bên. Tạm nghỉ một chút, không lo lắng và dự tính gì cả. Hãy xem giờ thiền tập như một chuyến đi nghỉ mát hoàn toàn. Tin vào mình, tin vào khả năng chuyển hóa khó khăn của ta sau này, nhờ biết sử dụng những năng lượng an vui và tĩnh lặng tích

Chương Bảy: Phương Pháp Điều Tâm

tụ được trong lúc ngồi thiền. Hãy tự tin như thế, và thế nào rồi điều đó cũng sẽ thực sự xảy ra.

Đừng tự đặt cho ta một mục tiêu nào xa vời quá. Hãy nhẹ nhàng với chính mình. Bạn chỉ cần theo dõi hơi thở một cách liên tục, và đừng để bị gián đoạn. Nghe qua thì rất dễ, và vì vậy bạn sẽ có khuynh hướng ép buộc mình cho được thật chính xác và hoàn toàn. Điều ấy không thực tế lắm. Hãy chia tiến trình ra thành từng phần nhỏ. Lúc bắt đầu hơi thở vào, ta chỉ cần cố gắng theo dõi trọn vẹn suốt một hơi thở vào đó thôi. Mặc dù cũng không dễ, nhưng ít ra ta có thể làm được. Và rồi, lúc bắt đầu hơi thở ra, ta chỉ cần cố gắng theo dõi trọn một hơi thở ra đó thôi, từ đầu cho đến cuối. Bạn sẽ liên tục thất bại, nhưng hãy kiên trì thực tập.

Mỗi lần bạn vấp ngã, hãy bắt lại từ đầu. Mỗi lần chỉ có một hơi thở. Thực tập như thế bạn sẽ thành công. Hãy giữ như vậy - mỗi lần bắt đầu lại là một hơi thở mới, một đơn vị thời gian nhỏ. Quán sát mỗi hơi thở cho thật chu đáo và chính xác, trong mỗi *sát-na* là một quyết tâm mới. Được như vậy ta sẽ có một chánh niệm liên tục và không gián đoạn.

Chánh niệm về hơi thở là một ý thức có mặt trong giờ phút hiện tại. Khi thực hành đúng đắn, ta chỉ ý thức về những gì đang xảy ra trong giây phút này mà thôi. Bạn không nhìn lại phía sau, cũng không nhìn về phía trước. Bạn quên đi hơi thở vừa rồi, và cũng không mong chờ hơi thở kế tiếp. Khi hơi thở vào vừa bắt đầu, bạn không nhìn tới trước, chờ nó chấm dứt. Bạn cũng không vội nhảy sang hơi thở ra kế tiếp. Bạn có mặt ngay với những gì đang thật sự xảy ra trong giờ phút này. Hơi thở vào đang bắt đầu, và đó là điều bạn đang chú ý, ngoài ra không còn có gì khác nữa.

Phương pháp thiền tập này giúp ta đào luyện lại tâm mình. Trạng thái bạn muốn đạt đến là hoàn toàn ý thức được tất cả những gì đang xảy ra trong vũ trụ nhận thức của mình:

chúng thật sự xảy ra như thế nào, vào lúc nào... Một chánh niệm hoàn toàn không gián đoạn trong giờ phút hiện tại. Thật ra, đây là một mục tiêu rất cao xa, và ta không thể nào đạt đến trong một lần. Nó đòi hỏi một công phu luyện tập, vì vậy ta cần phải bắt đầu bằng những bước đi nhỏ. Chúng ta bắt đầu bằng cách giữ chánh niệm hoàn toàn trong một đơn vị thời gian nhỏ, chỉ cần trong một hơi thở vào. Và khi bạn thành công rồi, sự sống của bạn sẽ là một sự chuyển hóa lớn.

Chương Tám:
Ngồi thiền

Từ đầu đến giờ chúng ta chỉ nói về lý thuyết. Bây giờ chúng ta hãy bắt đầu phần thực hành. Và ta bắt đầu thiền tập như thế nào?

Trước nhất, bạn cần tự quyết định cho mình một chương trình thực tập rõ ràng, có một thời gian nhất định để ngồi thiền và không làm gì khác. Khi ta còn bé thơ, ta chưa biết đi. Phải có người mất bao công khó để dạy ta. Họ nắm tay ta, khuyến khích ta, hướng dẫn ta đặt bàn chân này trước bàn chân kia, cho đến khi ta có thể tự đi được một mình. Thời gian đó có thể gọi là một tiến trình thực tập cho nghệ thuật đi.

Trong thiền tập, chúng ta cũng phải theo một tiến trình giống như vậy. Chúng ta dành ra một thời gian nhất định, đặc biệt chỉ dành riêng cho sự thực tập chánh niệm. Ta dành hết thời giờ ấy chỉ riêng cho việc ngồi thiền. Sắp xếp môi trường chung quanh sao cho thuận lợi và giảm thiểu tối đa sự quấy rầy. Học cách thực tập chánh niệm không phải là một chuyện dễ. Chúng ta đã bỏ cả cuộc đời mình ra để huân tập những thói quen, tập quán suy nghĩ tán loạn. Bây giờ, muốn tháo gỡ chúng ra cũng đòi hỏi nhiều công phu và sự tập luyện.

Như đã trình bày, tâm ta cũng giống như một ly nước đục vì bùn. Mục tiêu của thiền là gạn lọc những cặn bẩn ấy, để ta có thể nhìn thấy được rõ ràng những gì trong đó. Phương cách hay nhất là để cho nó yên lắng. Có đủ thời gian, cặn bẩn sẽ lắng xuống. Ta có được một ly nước trong. Trong thiền tập, ta bỏ ra một thời gian đặc biệt để thực hành công việc gạn lọc này. Nhìn từ bên ngoài, việc chúng ta làm có vẻ như vô ích. Ta ngồi đó vô dụng như những hình tượng bằng đá trên các nóc nhà. Nhưng bên trong ta, có biết bao nhiêu việc đang xảy ra. Những tâm hành vọng động lắng yên xuống, tâm ta trở nên trong sáng hơn, và nó sẽ giúp cho ta đương đầu với những khó khăn sau này trong cuộc sống.

Nhưng điều ấy không có nghĩa là chúng ta cần phải làm gì, tâm mình mới được ổn định. Đây là một tiến trình tự nhiên, nó tự động diễn ra. Chính hành động ngồi yên xuống và giữ chánh niệm là lý do mang lại sự an tĩnh này. Thật ra, bất cứ một cố gắng nào khác của ta cũng sẽ có tác dụng ngược lại. Bất cứ sự kiềm chế nào cũng sẽ không thành công. Khi ta cố gắng xua đuổi một điều gì ra khỏi tâm mình, thật ra ta chỉ đem cho chúng thêm nhiều năng lượng mà thôi. Tạm thời ta có thể thành công, nhưng kết quả sau cùng là làm cho chúng mạnh hơn. Chúng ẩn núp sâu trong tiềm thức, đến lúc ta không để ý, chúng sẽ nhảy ra, và ta hoàn toàn bất lực không chống cự được.

Phương cách hay nhất để thanh lọc ly nước tâm của mình là để cho nó tự ổn định lấy. Đừng đem vào tình trạng đó thêm bất cứ một năng lượng nào nữa hết. Chỉ nhìn những bùn cặn cuộn xoáy dưới ánh sáng chánh niệm, không để bị lôi cuốn hoặc dính mắc. Và khi nó đã ổn định xuống rồi, nó sẽ được ổn định mãi. Trong thiền tập, chúng ta sử dụng năng lượng nhưng không dùng sức lực. Sự cố gắng duy nhất của ta chỉ là từ tốn và kiên trì chánh niệm.

Giờ thiền tập cũng là tiêu biểu cho trọn một ngày của ta. Tất cả những gì xảy đến cho ta trong ngày đều được gìn giữ lại đâu đó trong tâm thức, qua những hình thái của tinh thần hoặc cảm xúc. Trong sinh hoạt hằng ngày, bạn phải chịu áp lực của nhiều sự kiện mà rất hiếm khi có thể giải quyết được trọn vẹn những vấn đề căn bản trong đó. Những vấn đề này sẽ bị vùi lấp trong tiềm thức, nằm ở đó cứ sôi sục, ray rứt, không yên. Và rồi ta cứ thắc mắc không biết những căng thẳng của mình do đâu mà có!

Chương Tám: Ngồi Thiền

Tất cả những thứ ấy, dưới hình thức này hoặc hình thức khác, sẽ lại khởi lên trong lúc ta ngồi thiền. Bạn sẽ có cơ hội nhìn lại chúng, thấy được chân tướng của chúng, rồi buông bỏ đi. Chúng ta sắp đặt một thời gian ngồi thiền nhất định là để tạo một môi trường thuận lợi cho sự hóa giải này. Ta đều đặn mỗi ngày thiết lập lại chánh niệm. Ta sẽ tập tránh bớt đi những hoàn cảnh nào luôn kích động tâm mình. Ta bớt tham gia vào những sinh hoạt nào hay đam chọc vào cảm xúc của mình. Ta tìm một nơi vắng vẻ và ngồi xuống thật yên, và chúng sẽ tự nhiên sôi sục lên. Và rồi chúng cũng sẽ đi qua hết. Kết quả cũng giống như là ta nạp lại bình điện của mình vậy. Thiền tập nạp lại năng lượng chánh niệm trong ta!

Ngồi thiền ở đâu?

Hãy tìm một nơi im lặng và vắng vẻ, nơi ta có thể ở một mình được. Bạn không cần phải tìm một nơi thật lý tưởng như ở giữa rừng. Nhưng phải là một nơi bạn cảm thấy thật thoải mái, không bị quấy rầy. Và cũng đừng để cho mình cảm thấy bị phô bày quá. Bạn muốn được hoàn toàn chú tâm đến việc hành thiền, không phải bận tâm lo lắng về lời khen chê của người chung quanh. Hãy chọn một nơi nào càng yên lặng càng tốt. Không cần phải là một căn phòng cách âm hoàn toàn, nhưng có một số âm thanh ta cần để ý nên tránh. Âm nhạc và tiếng trò chuyện là những thứ tệ hại nhất. Tâm ta có khuynh hướng bị cuốn hút vào những âm thanh này không cưỡng lại được, và định lực ta sẽ tiêu tán hết.

Trong truyền thống cũng có một số điều có thể hỗ trợ, giúp cho ta có được một môi trường thuận lợi trong khi ngồi thiền. Một căn phòng tối với một ngọn nến cũng tốt. Một nén hương thơm cũng tốt. Một chiếc chuông nhỏ để bắt đầu và chấm dứt giờ ngồi thiền cũng tốt. Nhưng ta nhớ đây chỉ là những thứ phụ mà thôi. Chúng có thể hỗ trợ, khuyến khích thêm đối với một số người, nhưng hoàn toàn không phải là thiết yếu cho sự thực tập.

Nếu ta có thể mỗi ngày ngồi cùng một chỗ thì rất tốt. Một chỗ chỉ dành riêng cho ngồi thiền, và không làm một việc gì khác. Dần dà bạn sẽ liên kết chỗ ngồi ấy với sự tĩnh lặng của thiền định, và sự kết hợp đó sẽ giúp cho bạn đi vào trạng thái định nhanh chóng hơn. Điểm chính yếu là ngồi ở một nơi nào bạn cảm thấy thích hợp cho sự thiền tập của mình. Việc ấy có thể đòi hỏi một chút thử nghiệm. Hãy thử vài chỗ khác nhau, cho đến khi nào bạn tìm được một nơi thoải mái. Bạn chỉ cần tìm một nơi nào không tạo cảm giác e ngại, lúng túng và bạn có thể ngồi thiền mà không gặp phải những quấy nhiễu không đáng có.

Nhiều người thấy rằng việc ngồi thiền chung với những người khác rất có lợi. Sự thực hành đều đặn là một điều thiết yếu, và hầu hết mọi người đều cảm thấy dễ duy trì sự đều đặn hơn khi có một sự thúc bách phải giữ đúng theo thời biểu của cả nhóm thực tập. Bạn đã hứa tham gia và có những người khác đang chờ đợi bạn. Vì thế, việc bỏ qua một buổi tập vì *"độ rày tôi bận quá"* sẽ bị loại trừ một cách khéo léo. Bạn có thể tìm một nhóm tập thiền nào đó ở gần nơi mình ở. Nếu họ thực hành theo một phương pháp thiền nào khác, điều đó cũng không quan trọng, miễn sao đó là những kiểu thiền giữ im lặng. Mặt khác, bạn cũng nên cố gắng tự lực trong sự thực tập. Đừng phụ thuộc vào sự có mặt của các bạn tu như động lực duy nhất của việc ngồi thiền. Nếu thực hành cho đúng cách, ngồi thiền là một niềm vui lớn. Hãy xem các bạn tu như là một sự hỗ trợ chứ không phải là chỗ để bạn nương tựa.

Ngồi thiền khi nào?

Quy tắc quan trọng nhất ở đây là: *Phải vận dụng nguyên lý trung đạo trong việc ngồi thiền.* Đừng thái quá, cũng đừng chểnh mảng. Điều đó không có nghĩa là bạn chỉ ngồi thiền khi cảm thấy thích, mà là hãy đặt cho mình một thời biểu thực tập rõ ràng và kiên trì nhưng thoải mái tuân thủ theo đó.

Chương Tám: Ngồi Thiền

Việc đặt ra một thời biểu là để tự khuyến khích. Tuy nhiên, nếu bạn cảm thấy thời biểu ấy không còn giá trị khuyến khích mà trở thành một gánh nặng, có nghĩa là bạn đã đi sai đường. Ngồi thiền không phải là một bổn phận, cũng không phải là trách nhiệm!

Ngồi thiền là một hoạt động tâm lý. Bạn sẽ đối phó với những *"chất liệu"* thô là cội nguồn của mọi cảm thụ và cảm xúc. Vì vậy, thái độ của bạn trước mỗi giờ ngồi thiền sẽ ảnh hưởng rất nhiều đến kết quả. Khi bạn có một kỳ vọng nào, thường thường bạn sẽ đạt được cái đó. Vì vậy, sự thực tập của ta sẽ trôi chảy tốt đẹp nếu ta có một thái độ mong đợi tới giờ ngồi thiền. Và nếu khi ta ngồi xuống và nghĩ rằng nó sẽ gay go, cực nhọc, thì có lẽ nó sẽ thật sự là như vậy. Thế cho nên, bạn hãy sắp đặt một chương trình nào mà mình có thể theo được mỗi ngày. Nó phải thực tế. Nó phải thích hợp với cuộc sống của ta. Và khi nào bạn bắt đầu cảm thấy chương trình ấy trở thành một gánh nặng trên con đường giải thoát, bạn cần phải thay đổi một điều gì đó.

Buổi sáng sớm khi vừa mới thức dậy là thời gian tốt nhất cho việc ngồi thiền. Tâm ý ta còn tươi mới, chưa bị những vấn đề và trách nhiệm trong ngày làm mệt mỏi. Một thời ngồi thiền buổi sáng là cách rất tốt để bắt đầu một ngày mới. Nó giúp ta điều chỉnh lại, và giúp cho ta có thể đương đầu với những vấn đề trong ngày hữu hiệu hơn. Một ngày của ta nhờ vậy mà cũng được nhẹ nhàng hơn. Nhưng bạn nhớ là mình cần phải thật tỉnh táo. Còn nếu ta dậy sớm, nhưng ngồi ngủ gà, ngủ gật thì cũng chẳng có ích lợi gì. Bạn nên rửa mặt, hoặc tắm cho tỉnh, trước khi bắt đầu. Bạn cũng có thể làm vài động tác thể dục cho máu được lưu thông điều hòa. Làm những gì bạn cần làm để giúp cho mình thật tỉnh giấc, rồi bắt đầu ngồi thiền. Nhưng cũng đừng để bị vướng víu quá vào những thủ tục mỗi sáng của mình. Chuyện ngồi thiền rất dễ bị quên hoặc bị gác bỏ sang một bên. Hãy sắp việc ngồi thiền lên trên hết, và đặt nó thành một việc quan trọng nhất mỗi buổi sáng.

Buổi tối trước khi đi ngủ cũng là một thời điểm rất tốt để ngồi thiền. Tâm ta đầy những rác rưởi đã thu nhận trong suốt một ngày. Ta cũng muốn buông bỏ những gánh nặng trong tâm trước khi đi ngủ. Ngồi thiền sẽ giúp ta thanh lọc và làm tươi trẻ lại tâm mình. Thiết lập lại chánh niệm, và giấc ngủ của bạn sẽ thật sự là một giấc ngủ yên.

Khi mới bắt đầu, mỗi ngày bạn chỉ cần ngồi thiền một lần là đủ. Nếu bạn cảm thấy muốn ngồi nhiều hơn cũng được, nhưng nhớ *đừng thái quá*. Thường thường, các thiền sinh mới thường gặp hiện tượng *đuối sức*. Họ nhảy vào và ngồi thiền mười lăm tiếng mỗi ngày suốt mấy tuần liên tiếp. Và rồi họ phải đối mặt với cuộc sống thực tế. Khi ấy, họ thấy rằng việc thiền tập đòi hỏi quá nhiều thời giờ. Họ phải hy sinh quá nhiều! Họ không có đủ thời gian dành cho việc ngồi thiền! Đừng để sa vào cái bẫy đó. Đừng vắt kiệt sức mình ngay trong tuần lễ đầu tiên. Tinh tiến nhưng phải từ tốn. Sự cố gắng phải đều đặn và bền bỉ. Hãy dành đủ thời gian để sự thực tập thiền quán hòa nhập vào đời sống hằng ngày và phát triển một cách dần dần, đều đặn.

Khi sự ưa thích của bạn về thiền tập tăng trưởng, bạn sẽ tự tìm cho mình nhiều thời giờ hơn để thực tập. Đó là một điều rất tự nhiên, tự nó xảy ra không cần một sự ép buộc nào hết.

Những thiền sinh lâu năm có thể bỏ ra ba hoặc bốn giờ mỗi ngày để ngồi thiền. Họ cũng sống một cuộc sống bình thường, đi làm như tất cả chúng ta, nhưng họ vẫn có thể sắp đặt được thời giờ. Và họ rất vui thích. Điều đó đến rất tự nhiên!

Chương Tám: Ngồi Thiền

Ngồi thiền bao lâu?

Vẫn là sự vận dụng nguyên lý trung đạo: Ngồi lâu tùy theo sức của mình, nhưng nhớ đừng thái quá. Những thiền sinh mới chỉ nên ngồi từ hai mươi đến ba mươi phút. Lúc mới bắt đầu, ngồi lâu hơn thời gian đó cũng khó mang lại cho ta một lợi ích nào. Tư thế ngồi chưa được tự nhiên và vững vàng, cũng cần mất một thời gian để điều chỉnh. Tâm ta cũng chưa thuần thục, việc theo dõi hơi thở chưa quen, cũng cần có một thời gian để thích nghi.

Và khi nào đã quen với cách thức thực tập rồi, bạn có thể tăng thời gian ngồi thiền lên, mỗi lần một chút. Tôi tin rằng, sau khoảng một năm thực tập đều đặn bạn sẽ có thể ngồi thoải mái được suốt một giờ đồng hồ.

Đây là một điểm quan trọng bạn cần nhớ: thiền quán *vipassana* không phải là một hình thức khổ hạnh. Mục đích không phải là để hành xác. Chúng ta cố gắng làm tăng trưởng chánh niệm, chứ không phải sự đau đớn. Có những cái đau không tránh được, ví dụ như ở chân. Chúng ta sẽ bàn sâu hơn về vấn đề đối trị những cơn đau trong chương 10. Tôi sẽ chia sẻ với bạn một số những phương pháp và thái độ đặc biệt để đối diện với những sự khó chịu này. Điều tôi muốn nói: đây không phải là một cuộc thi đua chịu đựng hành xác. Bạn không cần phải chứng minh một điều gì cho bất cứ ai. Vì vậy, bạn không cần phải ngồi yên với một cơn đau dày xé để rồi có thể nói rằng mình đã ngồi suốt một giờ đồng hồ! Đó là một việc làm vô ích của một cái ngã. Và ở giai đoạn đầu, bạn nhớ đừng bao giờ làm gì quá độ. Biết được giới hạn của mình, và đừng bao giờ tự trách sao ta không thể ngồi yên được mãi mãi, như một tảng đá.

Và khi thiền tập bắt đầu thâm nhập, trở thành một phần trong đời sống của mình, ta có thể tăng giờ ngồi thiền lên lâu hơn một tiếng. Luật chung ở đây là, quyết định cho mình khoảng thời gian mà ta có thể ngồi thoải mái được trong giai đoạn này. Và rồi ngồi lâu hơn thời gian đó chừng năm phút.

Không có một quy luật cứng nhắc, cố định nào về vấn đề thời gian ngồi thiền phải là bao lâu. Cho dù bạn đã định trước cho mình một thời gian tối thiểu nào rồi, cũng sẽ có những ngày cơ thể bạn không thể nào ngồi lâu được như thế. Nhưng cũng không phải là ngày hôm ấy ta sẽ dẹp bỏ chuyện ngồi thiền sang một bên. Điều tối quan trọng là ngồi cho đều đặn. Cho dù chỉ ngồi mười phút thôi, cũng có thể rất ích lợi.

Lẽ dĩ nhiên là ta xác định thời gian ngồi thiền trước khi bắt đầu. Đừng bao giờ quyết định trong khi đang ngồi thiền. Ta sẽ bị chi phối bởi những bất an của mình, và tâm bất an là một trong những điều ta muốn quán chiếu trong chánh niệm. Vì vậy, hãy chọn một khoảng thời gian cho thực tế, và giữ đúng như vậy.

Bạn có thể dùng đồng hồ để theo dõi thời gian ngồi thiền, nhưng đừng cứ mỗi hai phút lại hé mắt ra nhìn. Định lực của bạn sẽ tiêu tán hết, và sự bực bội lại phát sinh. Bạn sẽ thấy mình xả thiền đứng dậy trước khi giờ ngồi thiền chấm dứt. Đó không phải là ngồi thiền, đó là ngồi xem đồng hồ. Đừng nhìn đồng hồ cho đến khi nào bạn nghĩ giờ ngồi thiền đã chấm dứt. Thật ra, bạn cũng không cần đến đồng hồ nữa, không phải lúc nào ngồi thiền cũng cần đến nó. Nói chung, bạn chỉ cần ngồi hết thời gian bạn muốn ngồi. Không có một thời gian nào là cố định hết. Cách hay nhất là định trước cho mình một thời gian tối thiểu. Vì nếu không, ta sẽ có khuynh hướng chấm dứt sớm hơn. Bạn sẽ tự động xả thiền mỗi khi có điều gì khó chịu khởi lên, hoặc lúc nào cảm thấy bất an. Điều đó không tốt. Vì chính những kinh nghiệm ấy sẽ mang đến cho ta rất nhiều ích lợi, nhưng chỉ khi nào ta chịu ngồi và đối diện với chúng mà thôi. Ta cần phải học cách quán sát chúng với một sự tĩnh lặng và sáng suốt. Nhìn chúng dưới ánh sáng của chánh niệm. Khi bạn thực hành đầy đủ, chúng sẽ không còn khả năng quấy rầy bạn nữa. Bạn đã nhìn thấy chân tướng của chúng: chỉ là những cảm xúc, sinh lên rồi diệt đi, tất cả đều qua đi. Và đời sống của ta sẽ trôi chảy thật suôn sẻ.

"Kỷ luật" là một chữ rất khó đối với phần lớn chúng ta. Nó gợi lên hình ảnh của một ông thầy già với cây roi dài đứng kế bên và bảo rằng ta đã làm sai hết. Nhưng kỷ luật tự giác lại là một chuyện khác. Đó là một nghệ thuật nhìn thấu được cái tính chất rỗng tuếch của những cảm xúc trong ta, và thấy xuyên qua được những bí mật của chúng. Chúng không còn có khả năng kiềm chế ta được nữa. Tất cả chỉ là một vở tuồng, một sự dối lừa. Những cảm xúc ấy, chúng thôi thúc ta, hung hăng với ta, chúng phỉnh phờ ta, dụ dỗ ta, đe dọa ta, nhưng thật ra chúng lại hoàn toàn rỗng tuếch. Ta tuân phục chúng chỉ vì thói quen mà thôi. Ta chịu thua vì ta không bao giờ chịu khó nhìn xuyên qua chúng. Phía sau chúng không có một cái gì hết. Nhưng chỉ có một cách duy nhất để khám phá ra điều ấy, mà những chữ in trên trang giấy này không thể làm được. Bạn cần ngồi xuống và nhìn vào bên trong, quán sát những gì sinh khởi: bất an, lo lắng, vọng động, đau đớn... Chỉ cần nhìn và theo dõi, và đừng tham dự vào. Bạn sẽ ngạc nhiên khi thấy rằng chúng tự động biến đi mất. Nó sinh lên, nó diệt đi. Rất đơn giản. Thật ra có một chữ khác để dùng thay cho kỷ luật tự giác, đó là sự kiên nhẫn!

Chương Chín:
Chuẩn bị trước khi ngồi thiền

Ở những nước theo truyền thống Phật giáo Nam tông (*Therevada*), các thiền sinh thường bắt đầu giờ ngồi thiền bằng cách đọc tụng một số nghi thức. Một người đứng ngoài có thể nhìn sơ qua những lời tụng đọc này và cho rằng chúng chỉ là những nghi thức vô thưởng vô phạt chứ không có gì đặc biệt. Nhưng thật ra, cái mà ta gọi là *"nghi thức"* đó đã được đặt ra và cải hóa bởi những bậc tu hành tinh chuyên và có một tinh thần thực tiễn. Và vì vậy chúng có một mục tiêu rất là cụ thể, ta cần nên tìm hiểu thêm cho sâu sắc.

Vào thời của ngài, Đức Phật được xem như một người đi ngược lại chiều hướng xã hội. Ngài sinh trưởng trong một xã hội chịu ảnh hưởng rất nặng nề của những hình thức cúng tế và lễ nghi rườm rà, phức tạp. Và chủ trương của ngài là đả phá sự sùng bái những hình tượng và thần thánh của các giai cấp thống trị vào thời ấy. Ngài đã nhiều lần bài xích những cách sử dụng nghi lễ một cách mù quáng, và ngài rất cứng rắn trong vấn đề này. Nhưng điều đó không có nghĩa là các nghi lễ không có công dụng gì, mà chỉ có nghĩa là việc thực hành các nghi lễ tự nó không thể giúp cho bạn được giải thoát. Nếu bạn tin rằng những lời tụng niệm tự nó có khả năng cứu giúp được bạn, bạn sẽ bị phụ thuộc và mắc kẹt vào những câu chữ và khái niệm. Điều này khiến cho bạn rời xa sự trực nhận thực tại. Vì vậy, những nghi thức mà tôi sắp trình bày ở đây cần phải được thực hành với một sự hiểu biết rõ ràng về ý nghĩa cũng như lý do vì sao chúng mang lại hiệu quả. Chúng không phải là những câu thần chú có năng lực kỳ bí. Chúng chỉ là những phương cách thanh lọc tâm, đòi hỏi nơi ta một sự tham gia tích cực mới có được kết quả. Những lời tụng đọc lầm thầm vô ý thức sẽ không mang lại một ích lợi nào hết. Thiền quán là một hoạt động tâm lý rất tinh tế, và tâm trạng của hành giả là yếu tố chính quyết định sự thành công. Phương pháp này có hiệu quả nhất trong một không khí tĩnh lặng, thân thiện và tự tin. Và những lời đọc này cũng nhằm một mục đích nuôi dưỡng những đức tính ấy. Sử dụng đúng cách, chúng có thể là những công cụ nhiệm mầu giúp đỡ ta rất nhiều trên con đường tu tập.

Ba sự hướng dẫn

Thiền tập là một việc khá gian nan. Tự thân nó là một công việc rất cô độc. Một mình ta chiến đấu chống lại những năng lực rất to lớn, những khó khăn nằm sâu kín trong tâm thức. Và khi tiến vào sâu hơn, cuối cùng ta sẽ phải đối diện với một hiện thực khá kinh hoàng. Một ngày nào đó, ta nhìn lại và ý thức được sự to tát khổng lồ của cái năng lượng mà mình đang chống lại. Bạn có cảm tưởng như mình đang cố gắng chọc thủng một bức tường đá chặt cứng mà không một tia sáng nhỏ nào có thể xuyên qua nổi. Bạn ngồi đó nhìn đăm đăm vào chướng vật ấy và tự hỏi: "Cái đó sao? Mình phải vượt qua cái đó sao? Nhưng làm sao có thể được? Tất cả chỉ có nó thôi. Nó là cả thế giới này. Nó là tất cả những gì có mặt, và nó là cái mà tôi dùng để tự biết mình và hiểu được những gì đang xảy ra chung quanh tôi. Nếu tôi phá vỡ nó đi thì thế giới này sẽ sụp đổ, và tôi sẽ chết. Không cách nào tôi có thể vượt qua được. Nhất định là không cách nào!"

Đó là một cảm giác rất đáng sợ, một cảm giác rất cô độc. Bạn có cảm tưởng rằng: "Giờ đây chỉ có mỗi mình tôi, đơn độc, cố gắng kình chống lại một cái gì to tát đến độ vượt ra ngoài mọi khái niệm."

Để hóa giải cảm giác đó, bạn nên nhớ rằng bạn không bao giờ lẻ loi một mình cả. Trước bạn đã có biết bao nhiêu người đi qua đây rồi. Họ cũng gặp phải chướng ngại đó, và họ cũng đã vượt qua được phía bên kia để đến với ánh sáng. Họ đã ghi lại những nguyên tắc giúp cho ta có thể làm được việc ấy, và họ cũng kết hợp với nhau thành một nhóm để hỗ trợ và nương tựa lẫn nhau. Đức Phật cũng đã từng đối diện và vượt qua chính bức tường ấy, và sau ngài còn biết bao nhiêu người nữa. Đức Phật đã để lại những hướng dẫn qua hình thức giáo pháp, *Dhamma*, để giúp chúng ta đi theo con đường của ngài. Và ngài thành lập một tăng đoàn, *Sangha*, gồm những tu sĩ xuất gia, để giúp duy trì giáo pháp và giúp đỡ lẫn nhau. Bạn không bao giờ cô đơn cả, và tình trạng không vô vọng như bạn nghĩ.

Thiền tập cần một năng lượng. Bạn cần nhiều can đảm để đối diện với những hiện tượng tâm lý khá khó khăn, và sự cương quyết ngồi yên chịu đựng những trạng thái tâm thức rất khó chịu. Sự lười nhác sẽ không giúp được gì. Để phát huy một năng lượng hỗ trợ ta trong lúc ngồi thiền, bạn hãy niệm thầm những lời dưới đây. Hãy cảm nhận được ý muốn thành thật của mình trong đó. Và tin vào những gì mình nói.

"Tôi sắp sửa bắt đầu bước đi theo trên con đường mà đức Phật và các đệ tử của ngài đã đi. Một kẻ biếng nhác sẽ không thể nào theo nổi. Xin nguyện cho năng lượng của tôi được tràn đầy. Xin nguyện cho tôi được thành công."

Niệm tâm từ

Thiền quán là một sự thực tập chánh niệm, có nghĩa là một ý thức *vô ngã*, không cần đến một cái *tôi*. Trong thiền quán, cái tôi sẽ bị diệt trừ tận gốc rễ bằng năng lực quán chiếu của chánh niệm. Lúc mới bắt đầu, hành giả thực tập với một cái *tôi* hoàn toàn làm chủ thân và tâm. Dần dần, khi chánh niệm quán sát và theo dõi các chức năng ấy, nó sẽ xuyên thấu đến tận gốc rễ của cái *ngã*, và làm tan rã nó ra. Nhưng quá trình ấy nghe qua cũng có vẻ hơi khó hiểu. Chánh niệm là một ý thức *vô ngã*. Nếu chúng ta bắt đầu với một cái *ngã* hoàn toàn làm chủ, thì làm sao ta có thể áp dụng chánh niệm vào ngay lúc đó, để có thể khởi đầu một sự chuyển hóa?

Thật ra, lúc nào chánh niệm cũng có mặt, chỉ là ít hay nhiều mà thôi. Vấn đề là làm sao ta có thể tích tụ đầy đủ năng lượng để nó có thể trở thành hữu hiệu. Muốn thực hiện được việc ấy, chúng ta cần áp dụng một phương cách khéo léo. Ta làm suy yếu đi những khía cạnh nguy hại nhất của cái *ngã*, và từ đó chánh niệm sẽ phát huy dễ dàng hơn.

Tham lam và sân hận là hai biểu hiện chính của một cái *ngã*, cái *tôi*. Hai yếu tố này lúc nào cũng có mặt trong tâm, và nó cũng đã gây nhiều trở ngại cho chánh niệm. Điều này rất dễ thấy. Nếu bạn ngồi thiền trong khi tâm mình đang bị dính mắc hoặc say mê về một điều gì, bạn sẽ không thể nào tiến triển được. Nếu bạn đang lo nghĩ làm sao để có thêm tiền, bạn sẽ bỏ hết thời giờ ngồi thiền của mình ra chỉ để toan tính về việc ấy. Và nếu như bạn đang bực tức vì lời nói của một người nào đó, tâm ý bạn trong khi ngồi thiền cũng sẽ chỉ quan tâm đến vấn đề ấy. Một ngày của ta chỉ giới hạn có bấy nhiêu đó thời giờ, và giờ ngồi thiền của ta vô cùng quý giá. Đừng bao giờ lãng phí nó. Trong truyền thống Nam tông, có một phương cách giúp ta hóa giải những chướng ngại này trong tâm, dầu chỉ tạm thời, để ta có thể ngồi thiền được an ổn, và nhờ đó có thể bứng nhổ chúng một lần cho tận gốc.

Bạn có thể dùng một ý tưởng này để xóa bỏ một ý tưởng kia. Bạn có thể làm trung hòa một cảm xúc tiêu cực bằng cách khơi lên một cảm xúc tích cực. Bố thí có thể đối trị được lòng tham. Tình thương có thể đối trị được lòng sân hận. Nhưng bạn nên nhớ điều này: đây không phải là một cố gắng tự giải thoát bằng tự kỷ ám thị. Ta không thể điều kiện hóa sự giác ngộ của mình. *Niết-bàn* là một trạng thái vô điều kiện. Một người giải thoát bao giờ cũng rộng rãi và từ bi, nhưng không phải vì họ đã được luyện tập như vậy. Họ được như vậy bởi vì đó là những biểu lộ tự nhiên của tự tính mình, không còn chấp vào một cái *ngã* nữa. Đó không phải là bị điều kiện hóa. Đó là những phương thuốc thần diệu để trị liệu tâm ta. Nếu bạn biết dùng thuốc ấy đúng theo lời chỉ dẫn, nó sẽ tạm thời mang lại một sự nhẹ nhàng và giảm bớt những khổ đau trong tâm. Và từ đó, bạn sẽ có thể thực tập chuyển hóa ngay chính gốc rễ của căn bệnh mình.

Trước hết, bạn bắt đầu bằng cách buông bỏ hết những tư tưởng tự lên án, tự thù ghét mình trong tâm. Trước hết, bạn hướng những cảm thụ tích cực, những lời mong cầu tốt đẹp đến cho chính mình, điều này tương đối dễ. Kế tiếp, bạn làm như vậy đối với những người thân thiết nhất của mình. Dần dần, bạn tiếp tục nói rộng vòng thương yêu ấy ra, cho đến khi nào bạn có thể hướng những tình cảm tốt lành và tình thương đến với những kẻ thù của mình, và đến với mọi chúng sinh ở khắp mọi nơi. Nếu thực hành cho đúng, đây là một bài tập chuyển hóa vô cùng mầu nhiệm.

Trước khi bắt đầu giờ ngồi thiền, bạn hãy niệm thầm những lời dưới đây. Hãy thật sự cảm nhận được sự thành tâm của mình:

"Mong sao cho tôi được khỏe mạnh, hạnh phúc và an vui. Mong sao cho tôi không bị nguy hiểm. Mong sao cho tôi không gặp khó khăn. Mong sao cho tôi không gặp những vấn đề khó xử. Mong sao cho tôi lúc nào cũng gặp thành công. Mong sao cho tôi luôn có kiên nhẫn, can đảm, và sự cương quyết để vượt qua hết mọi khó khăn, thất bại và khổ đau không tránh khỏi trong đời sống.

"Mong sao cho ba má tôi được khỏe mạnh, hạnh phúc và an vui. Mong sao cho họ không bị nguy hiểm. Mong sao cho họ không gặp khó khăn. Mong sao cho họ không gặp những vấn đề khó xử. Mong sao cho họ lúc nào cũng gặp thành công. Mong sao cho họ luôn có kiên nhẫn, can đảm, và sự cương quyết để vượt qua hết mọi khó khăn, thất bại và khổ đau không tránh khỏi trong đời sống.

"Mong sao cho các bậc thầy của tôi đều được khỏe mạnh, hạnh phúc và an vui. Mong sao cho họ không bị nguy hiểm. Mong sao cho họ không gặp khó khăn. Mong sao cho họ không gặp những vấn đề khó xử. Mong sao cho họ lúc nào cũng gặp thành công. Mong sao cho họ luôn có kiên nhẫn, can đảm, và sự cương quyết để vượt qua hết mọi khó khăn, thất bại và khổ đau không tránh khỏi trong đời sống.

"Mong sao cho tất cả những người thân của tôi đều được khỏe mạnh, hạnh phúc và an vui. Mong sao cho họ không bị nguy hiểm. Mong sao cho họ không gặp khó khăn. Mong sao cho họ không gặp những vấn đề khó xử. Mong sao cho họ lúc nào cũng gặp thành công. Mong sao cho họ luôn có kiên nhẫn, can đảm, và sự cương quyết để vượt qua hết mọi khó khăn, thất bại và khổ đau không tránh khỏi trong đời sống.

"Mong sao cho các bạn của tôi đều được khỏe mạnh, hạnh phúc và an vui. Mong sao cho họ không bị nguy hiểm. Mong sao cho họ không gặp khó khăn. Mong sao cho họ không gặp những vấn đề khó xử. Mong sao cho họ lúc nào cũng gặp thành công. Mong sao cho họ luôn có kiên nhẫn, can đảm, và sự cương quyết để vượt qua hết mọi khó khăn, thất bại và khổ đau không tránh khỏi trong đời sống.

"Mong sao cho tất cả những người tôi không quen biết đều được khỏe mạnh, hạnh phúc và an vui. Mong sao cho họ không bị nguy hiểm. Mong sao cho họ không gặp khó khăn. Mong sao cho họ không gặp những vấn đề khó xử. Mong sao cho họ lúc nào cũng gặp thành công. Mong sao cho họ luôn có kiên nhẫn, can đảm, và sự cương quyết để vượt qua hết mọi khó khăn, thất bại và khổ đau không tránh khỏi trong đời sống.

"Mong sao cho tất cả những kẻ thù của tôi đều được khỏe mạnh, hạnh phúc và an vui. Mong sao cho họ không bị nguy hiểm. Mong sao cho họ không gặp khó khăn. Mong sao cho họ không gặp những vấn đề khó xử. Mong sao cho họ lúc nào cũng gặp thành công. Mong sao cho họ luôn có kiên nhẫn, can đảm, và sự cương quyết để vượt qua hết mọi khó khăn, thất bại và khổ đau không tránh khỏi trong đời sống.

"Mong sao cho tất cả mọi chúng sinh đều được khỏe mạnh, hạnh phúc và an vui. Mong sao cho họ không bị nguy hiểm. Mong sao cho họ không gặp khó khăn. Mong sao cho họ không gặp những vấn đề khó xử. Mong sao cho họ lúc nào cũng gặp thành công. Mong sao cho họ luôn có kiên nhẫn, can đảm, và sự cương quyết để vượt qua hết mọi khó khăn, thất bại và khổ đau không tránh khỏi trong đời sống."

Sau khi đọc thầm xong những lời ấy, bạn hãy bỏ qua hết một bên những rắc rối, khó khăn và bất hòa của mình, trong suốt thời gian ngồi thiền. Buông bỏ một lượt hết tất cả. Nếu trong khi ngồi thiền chúng có khởi lên, cứ xem chúng như mọi tư tưởng xao lãng khác.

Chúng ta cũng nên thực tập bài tập ban rải tâm từ này mỗi tối trước khi đi ngủ, và mỗi sáng khi vừa thức dậy. Bài tập này có thể giúp cho ta có được một giấc ngủ an lành không mộng mị. Nó cũng giúp ta thức dậy tươi tỉnh hơn. Và nó giúp cho ta trở nên cởi mở và thân thiện với tất cả mọi người, thù hay bạn, với tất cả mọi sinh linh, cỏ cây và đất đá.

Sự sân hận là một yếu tố kích động tinh thần nguy hại nhất có thể khởi lên trong ta, nhất là khi tâm được tĩnh lặng. Bạn có thể cảm thấy một nỗi căm phẫn khi nhớ lại một việc nào đó xảy ra trong quá khứ, đã gây cho bạn một nỗi đau tinh thần hoặc thể xác. Nó tạo cho bạn một sự bất an, căng thẳng, bực dọc và lo lắng. Nó khiến bạn không thể nào an ổn để tiếp tục ngồi thiền được nữa. Vì vậy, tôi khuyên bạn, bao giờ cũng nên bắt đầu giờ ngồi thiền bằng cách thực tập bài niệm về tâm từ này.

Bạn có thể thắc mắc, làm sao mà mình lại có thể *"Mong sao cho tất cả những kẻ thù của tôi đều được khỏe mạnh, hạnh phúc và an vui. Mong sao cho họ không bị nguy hiểm. Mong sao cho họ không gặp khó khăn. Mong sao cho họ không gặp những vấn đề khó xử. Mong sao cho họ lúc nào cũng gặp thành công. Mong sao cho họ luôn có kiên nhẫn, can đảm, và sự cương quyết để vượt qua hết mọi khó khăn, thất bại và khổ đau không tránh khỏi trong đời sống."*

Bạn nên nhớ điều này, bạn thực tập niệm tâm từ là để thanh lọc tâm mình, cũng giống như bạn ngồi thiền là để có được hạnh phúc và an vui cho chính mình, để ta không còn khổ đau nữa. Và khi bạn thực tập *có tâm từ với chính mình*, bạn sẽ hành động và xử sự với cùng một thái độ ấy, không phân biệt, không thù oán, và không phán xét. Thái độ cao quý ấy sẽ cho phép bạn giúp được những người chung quanh mình, có những hành động cụ thể để làm giảm bớt khổ đau của họ. Chỉ những ai có tâm từ mới có thể thực sự giúp được kẻ khác mà thôi. Tâm từ là một biểu hiệu của tình thương được thể hiện ra bằng hành động. Vì thiếu tình thương ta sẽ không thể nào giúp được ai điều gì hết.

Một thái độ cao quý có nghĩa là xử sự với một tinh thần thân ái. Thái độ bao gồm cả ý nghĩ, lời nói và việc làm của ta. Nếu một trong ba cái đó mâu thuẫn với nhau tức là có một điều gì sai trật, mà một thái độ mâu thuẫn thì không thể nào là một thái độ cao quý được. Hơn nữa, nuôi dưỡng một tư tưởng thiện *"Mong sao cho mọi người đều được hạnh phúc"* bao giờ cũng tốt lành hơn là *"Tôi thù ghét hắn"*. Tư tưởng thiện lành của ta rồi một ngày nào đó sẽ biểu hiện ra thành những việc làm cao thượng, và ngược lại, những tư tưởng thù ghét sẽ phát sinh hành động xấu xa.

Bạn nên nhớ, những tư tưởng của ta cuối cùng sẽ biến thành lời nói và hành động để mang lại kết quả. Và khi tư tưởng chuyển sang hành động, chúng sẽ mang lại những hậu quả rõ rệt. Vì vậy, bạn lúc nào cũng nên nói và làm trong một tâm từ. Khi tâm từ trong ta được phát triển, những ý nghĩ, lời nói và hành động của ta sẽ trở nên nhẹ nhàng, chân thật, có ý nghĩa, có lợi ích cho mình và người chung quanh. Còn nếu ý nghĩ, lời nói hoặc hành động của ta gây khổ đau cho mình hoặc người khác, ta nên dừng lại và tự hỏi: Mình thật sự có thực tập tâm từ hay không?

Thực tế mà nói, nếu tất cả những kẻ thù của ta đều khỏe mạnh, hạnh phúc và an vui, họ đã không là kẻ thù của ta! Nếu họ không có vấn đề, khó khăn, đau đớn, khổ sở, ưu phiền, rối trí, căng thẳng, sợ hãi, bất an... họ đã không trở thành kẻ thù của ta! Vì vậy, phương cách hay nhất để đối trị các kẻ thù là giúp họ chuyển hóa những vấn đề của họ, và nhờ đó ta cũng được sống trong an vui và hạnh phúc. Thật ra, nếu được, bạn hãy giúp kẻ thù của mình thực tập niệm tâm từ, giúp họ biết được thế nào là một chân hạnh phúc. Vì họ càng căng thẳng, bất an, rối trí bao nhiêu, họ lại càng mang lại khổ đau và nhiều bất ổn cho cuộc đời bấy nhiêu. Nếu bạn có thể chuyển hóa một người hung dữ và ác độc trở thành một người thánh thiện và từ bi, đó là bạn đã thực hiện được phép lạ. Hãy nuôi dưỡng tâm từ trong ta để chuyển hóa những tâm bất thiện trở thành những tâm hồn thánh thiện.

Khi chúng ta ghét một ai, ta thường nghĩ *"Cầu sao cho hắn thật xấu xí, cho hắn chết trong đau đớn, cho hắn nghèo đói. Cầu sao cho hắn không được giàu có, không được danh tiếng, cho hắn phải cô đơn suốt đời. Cầu sao cho sau khi chết hắn sẽ tái sinh vào một cõi xấu xa và bị khổ đau vĩnh viễn..."* Nhưng thật ra, trong khi bạn có những tư tưởng đó, thì chính cơ thể của bạn đang phát ra những chất hóa học nguy hại, bạn sẽ cảm thấy một sự đau đớn, tim đập mạnh, người căng thẳng, gương mặt trở nên cau có, mất ăn, mất ngủ, và rất khó chịu với những người chung quanh. Bạn đang phải chịu đựng và trải qua những gì mà bạn nguyền rủa kẻ thù mình. Và lúc ấy, bạn cũng không còn nhìn thấy sự thật được nữa. Tâm bạn như một bình nước sôi sùng sục. Bạn không còn nhìn thấy được những gì hay đẹp trong kẻ khác. Trong tình trạng ấy, chắc chắn ta không thể nào an ổn ngồi thiền được!

Vì vậy, tôi muốn nhấn mạnh một lần nữa về sự cần thiết của việc thực tập niệm tâm từ trước khi ngồi thiền. Bạn hãy đọc thầm những câu ban rải tình thương ấy trong chánh niệm và với một sự chân thành. Khi bạn niệm thầm những lời ấy, hãy cảm nhận được tình thương đối với chính mình trước, rồi sau đó ban rải chúng đến những người khác. Vì chúng ta không thể chia sẻ những gì mình không có!

Nhưng dầu sao bạn cũng nên nhớ rằng, đây không phải là những nghi thức thần diệu. Tự thân chúng không thể nào mang lại kết quả. Nếu không hiểu được điều ấy, bạn sẽ chỉ phí thời giờ và công sức của mình mà thôi. Nhưng nếu bạn thật sự để tâm vào những lời ấy, chuyển tải năng lượng của mình vào trong đó, chúng sẽ giúp ích cho bạn rất nhiều. Bạn hãy thử đi, và bạn sẽ thấy!

Chương Mười:
Những khó khăn trong lúc ngồi thiền

Trong khi ngồi thiền, bạn sẽ gặp một số những khó khăn. Thiền sinh nào cũng vậy. Những khó khăn sẽ đến dưới mọi hình thức, đủ mọi mức độ. Điều duy nhất bạn có thể biết chắc là thế nào bạn cũng sẽ gặp một số khó khăn nào đó. Cách khôn ngoan nhất để đối trị những chướng ngại này là có một thái độ thích đáng. Khó khăn là một phần không thể tách rời khỏi sự thực tập. Chúng không phải là những gì ta cần tránh né, mà chính là những điều hữu ích. Những khó khăn ấy có thể mang lại cho ta những bài học vô giá.

Lý do chúng ta bị sa lầy trong bùn lầy khổ đau của cuộc đời là vì ta không ngừng chạy trốn những khó khăn, và đeo đuổi theo những ham muốn của mình. Thiền tập giúp cho ta có cơ hội dừng lại, tạo một môi trường thuận lợi để xét lại căn bệnh này. Và rồi có thể tìm ra một phương cách để đối trị nó. Những khó khăn và trở ngại bất ngờ khởi lên trong lúc ngồi thiền đều là những nguyên liệu cần thiết cho sự thực tập của ta. Chúng là những nguyên liệu mà ta cần phải chế biến. Không có một sự vui thú nào mà không có một mức độ đau đớn trong đó. Và cũng không có một đớn đau nào mà không có một chút vui thú. Sự sống là một tập hợp của hạnh phúc và khổ đau. Chúng nắm tay cùng đi chung với nhau. Trong thiền tập cũng vậy. Bạn sẽ trải nghiệm qua những lúc thăng trầm, những an vui thâm sâu và những cơn sợ hãi lấn áp.

Vì vậy, bạn cũng đừng ngạc nhiên khi thỉnh thoảng mình có những kinh nghiệm giống như va vào một bức tường đá kiên cố. Đừng cho rằng vì mình đặc biệt hơn mọi kẻ khác. Tất cả những thiền sinh lâu năm đều đã gặp những bức tường riêng của họ. Chúng thỉnh thoảng lại xuất hiện. Hãy chuẩn bị và sẵn sàng đối phó. Và khả năng đối phó ấy nằm ngay thái độ của mình. Nếu bạn xem những trở ngại ấy như là những cơ hội giúp ta tiến triển trên con đường tu tập, bạn sẽ tiến bộ. Khả năng đối trị với những khó khăn trong lúc ngồi thiền, sẽ ảnh hưởng đến đời sống hằng ngày của ta, nó giúp ta đối phó với những vấn đề khác được dễ dàng hơn. Còn nếu bạn cứ tránh né những xấu xa khởi lên trong giờ ngồi thiền, bạn chỉ vô tình củng cố thêm cái thói quen trốn tránh đã gây nhiều khổ đau cho đời mình.

Chúng ta cần phải học biết cách đối mặt với những khía cạnh không mấy dễ chịu của cuộc sống. Là một thiền sinh, ta phải biết kiên nhẫn với chính mình, nhìn lại mình một cách không thành kiến, không thiên vị, ôm trọn hết những buồn phiền cũng như những thiếu sót của chính mình. Ta phải biết đối xử tốt với chính mình. Kéo dài mãi sự trốn tránh những khó chịu là một hành động rất không tốt với chính mình. Nếu biết thương mình, ta phải học cách đối diện với những khó khăn khi chúng khởi lên.

Thông thường, khi có những vấn đề khó khăn khởi lên, người ta tìm cách tự dối mình rằng đó là điều dễ chịu thay vì là khó chịu. Nhưng phương pháp của đức Phật thì khác, hoàn toàn ngược lại. Thay vì che giấu hoặc cải trang vấn đề, đức Phật bắt ta phải xem xét, khảo sát nó cho tận gốc rễ.

Đạo Phật khuyên ta đừng bao giờ nên nhồi vào những tình cảm nào mà mình thật sự không có, hoặc tránh những tình cảm nào mà mình thật có. Nếu bạn khổ cực thì bạn khổ cực, sự thật là vậy, đó là những gì đang xảy ra, hãy đối diện với nó. Nhìn ngay vào mặt nó mà không hề nao núng. Khi bạn gặp một khó khăn, hãy xem xét kinh nghiệm ấy, quán sát nó trong chánh niệm, nghiên cứu cho kỹ, và học biết cơ chế hoạt động của nó. Phương cách để thoát ra khỏi một cái bẫy là nghiên cứu nó, học biết cách cấu tạo của nó. Ta làm được việc ấy bằng cách tháo gỡ nó ra từng mảnh nhỏ. Chiếc bẫy sẽ không thể nào giam giữ được bạn nếu nó bị tháo ra từng mảnh. Kết quả là một sự tự do.

Đây là một điểm rất chủ yếu, nhưng nó lại là điểm bị hiểu lầm nhiều nhất trong đạo Phật. Những ai học Phật một cách nông cạn, hời hợt sẽ vội vàng kết luận đạo Phật là một đạo yếm thế, lúc nào cũng nhắc đi, nhắc lại những chuyện khổ đau, cứ bắt ta phải đối diện với những sự thật về đau đớn, già, bệnh và chết. Nhưng thật ra, những nhà học Phật không bao giờ tự cho mình là kẻ yếm thế, chán đời - mà ngược lại. Khổ đau bao giờ cũng hiện hữu trên cuộc đời, và có những khổ đau ta không thể nào tránh được. Học cách để đối phó với nó không phải là yếm thế, nhưng ngược lại, đó là một hình thức lạc quan rất thiết thực.

Ta sẽ đối phó với cái chết của vợ hay chồng của mình ra sao? Nếu ngày mai đây mẹ của bạn qua đời, bạn sẽ cảm thấy thế nào? Hay là anh, chị, em hoặc một người bạn thân nhất của mình? Giả sử, bạn bị mất việc, mất hết tiền của, và không còn sử dụng đôi chân mình được nữa, tất cả xảy ra trong cùng một ngày, bạn có thể đối diện được với viễn tượng là mình sẽ sống cả đời còn lại trên một chiếc xe lăn không? Làm sao bạn có thể đương đầu với cơn đau của bệnh ung thư, và bạn sẽ đối phó với cái chết gần kề của mình như thế nào? Bạn có thể tránh được đa số những bất hạnh ấy, nhưng bạn không thể nào thoát khỏi tất cả! Phần lớn chúng ta, ai cũng đã từng mất đi những người thân, những người bạn, trong cuộc đời. Chúng ta ai cũng thỉnh thoảng ngã bệnh, và tất cả chúng ta một ngày nào đó rồi sẽ chết. Bạn có thể chọn cách che giấu nó và khổ đau chịu đựng khi nó xảy ra, hoặc bạn có thể cởi mở và đối diện trực tiếp với nó. Sự lựa chọn là của bạn.

Ta không thể nào tránh được cái đau, nhưng cái khổ thì

tránh được. Đau và khổ là hai việc khác nhau. Nếu có một thảm kịch nào xảy ra trong giờ phút này, chắc chắn bạn sẽ khổ. Vì thói quen phản ứng của tâm bạn trong giờ phút này, sẽ nhốt chặt bạn vào trong cái khổ ấy, không một lối thoát. Và bạn cần tìm một phương cách khác hơn là những phản ứng có điều kiện ấy. Đa số chúng ta bỏ hết thì giờ và năng lượng của mình ra để tìm cách làm gia tăng những thú vui và giảm bớt những đau đớn. Đạo Phật không bao giờ khuyên bạn nên chấm dứt và đừng làm những việc ấy. Tiền bạc và sự an ổn cũng tốt. Tránh được đau đớn chừng nào tốt chừng ấy. Không ai khuyên bạn nên cho hết tài sản của mình, hoặc đi tìm những sự đau đớn không cần thiết. Nhưng đạo Phật khuyên bạn nên bỏ thì giờ và năng lượng vào việc học cách đối phó với những sự khó chịu, vì có những cái đau ta sẽ không thể nào tránh được. Khi bạn nhìn thấy một chiếc xe tải lao về hướng mình, bằng mọi cách hãy tránh qua một bên. Nhưng bạn cũng nên bỏ chút thời giờ vào việc ngồi thiền. Học cách đối phó với những bất an là phương pháp duy nhất để bạn có thể sẵn sàng đối diện với những chiếc xe tải mà bạn không hề thấy trước!

Những vấn đề khó khăn sẽ khởi lên trong lúc ta thực tập. Có những khó khăn về thể xác, có những khó khăn về tình cảm, và cũng có những khó khăn thuộc về thái độ. Nhưng tất cả đều có thể đối trị được và mỗi cái đều có một phương cách đáp ứng riêng. Tất cả đều là những cơ hội để giúp ta giải thoát.

1. Đau

Không ai thích bị đau hết, nhưng bất cứ ai cũng phải trải qua. Đau là một trong những kinh nghiệm phổ biến nhất trong cuộc sống, và trong thiền tập nó sẽ khởi lên qua một hình thức này hoặc hình thức khác.

Điều trị cái đau là một phương pháp gồm hai giai đoạn.

Trước hết, ta phải làm cho mình hết đau, nếu có thể, bằng không thì phải làm giảm được càng nhiều càng tốt. Rồi từ đó, nếu cơn đau vẫn còn có mặt, biến nó thành một đối tượng của thiền quán. Bước đầu tiên là giải quyết về mặt thể chất. Cái đau có thể do một cơn bệnh nào đó, nhức đầu, lên cơn sốt, vết bầm, hoặc một nguyên nhân nào khác... Trong trường hợp này, ta cần phải áp dụng những phương cách điều trị thông thường của y khoa trước khi ngồi thiền: uống thuốc, xoa bóp dầu, áp dụng những phương thức trị liệu thông thường.

Và có những cái đau đặc biệt là do tư thế ngồi. Nếu bạn chưa quen ngồi xếp bằng trên sàn nhà, bạn cần có một thời gian để điều chỉnh. Có những sự khó chịu gần như là không ai tránh được. Nhưng tùy theo cái đau ở nơi nào mà ta có phương thuốc riêng cho nó. Nếu đau ở chân hay đầu gối, xem lại quần của bạn đang mặc. Nếu chật quá hoặc làm bằng một thứ vải dày, đó có thể là nguyên nhân. Thay một cái khác rộng hơn. Xem lại độ dày của gối ngồi, phải còn khoảng ba phân sau khi đã ngồi lên. Nếu thấy đau quanh bụng, bạn nên nới lỏng dây nịt ra. Nếu cần thì mở cả dây thắt lưng ra. Nếu bạn cảm thấy đau ở phần dưới lưng, đó có thể là do tư thế ngồi không ngay ngắn. Xét lại xem lưng bạn có bị cong về phía trước không, hãy điều chỉnh cho nó thẳng lên. Không gồng hoặc cứng ngắt quá, nhưng phải giữ cho cột xương sống thật thẳng. Còn đau nơi cổ hoặc phần lưng phía trên có thể do nhiều nguyên nhân. Một nguyên nhân là do vị trí không đúng của hai bàn tay. Hai bàn tay của bạn phải được đặt yên, nghỉ ngơi trên lòng chân. Đừng kéo nó lên cao ngang bụng. Buông thư hai cánh tay và những bắp thịt ở cổ. Đừng để đầu gục về phía trước, phải giữ cho thẳng và ngay hàng với cột sống.

Sau khi bạn đã điều chỉnh lại y phục và tư thế rồi, có thể vẫn còn đau. Nếu vậy, bạn nên tiến sang bước thứ hai: Biến cái đau ấy trở thành đề mục thiền quán của mình. Đừng nhảy dựng lên và cũng đừng mất bình tĩnh. Hãy quán sát cái đau trong chánh niệm. Khi cái đau tăng cường độ lên, bạn sẽ thấy nó kéo hết sự chú ý của mình ra khỏi hơi thở. Đừng chống lại. Hãy để cho sự chú ý của mình nhẹ nhàng lướt sang và trụ vào đối tượng cảm thụ mới này. Thật sự tiếp xúc với cái đau ấy. Đừng ngăn chặn trạng thái đó. Khảo sát tỉ mỉ cảm xúc ấy. Hãy vượt qua phản ứng muốn tránh né của ta, và đi thẳng vào cái cảm giác thuần túy nằm ngay ở phía dưới cái đau.

Bạn sẽ khám phá rằng thật ra là có hai sự kiện xảy ra. Sự kiện thứ nhất là một cảm xúc đơn giản - cái đau. Sự kiện thứ hai là sự chống cự với cảm xúc ấy. Phản ứng chống cự này có một phần là tâm lý và một phần là vật lý. Phần vật lý gồm có những bắp thịt căng thẳng, gồng lại ngay bên trong và chung quanh chỗ bị đau. Hãy buông thư những bắp thịt ấy. Tiếp xúc với chúng từng cái một, và buông thư mỗi cái cho thật hoàn toàn. Chỉ trong mỗi một bước này thôi, bạn cũng đã có thể làm giảm cơn đau của mình rất nhiều. Sau đó, bạn tiếp tục sang phần tâm lý của sự chống cự. Cũng giống như những bắp thịt vật lý, bạn cũng đang gồng cứng trong tâm mình. Tâm bạn đóng chặt lại chung quanh cảm giác của cái đau, cố gắng loại trừ, vất bỏ nó ra khỏi nhận thức của mình. Sự phản ứng không lời ấy có nghĩa là *"Tôi không ưa cảm giác này"* hoặc là *"hãy cút đi"*... Nó rất là vi tế. Nhưng nó thật sự có mặt ở nơi ấy, và bạn sẽ thấy ngay nếu bạn chịu khó tìm. Hãy xác định vị trí của nó, và buông thư nó luôn.

Phần thứ hai về tâm lý, hơi khó hiểu hơn một chút. Vì nó tinh tế hơn. Thật ra, ta khó mà có thể dùng ngôn từ để giải thích cho dễ dàng được. Cách hay nhất là ta so sánh những điểm tương tự của nó. Hãy quán sát cách ta làm thư giãn các bắp thịt căng thẳng ở thân, và chuyển những hành động ấy sang thế giới tâm lý. Ta thư giãn tâm cũng cùng một cách giống như ta thư giãn thân. Đạo Phật ghi nhận có một sự liên hệ rất mật thiết giữa thân và tâm. Sự thật, có một số người không nghĩ rằng đây là một phương pháp có hai giai đoạn. Đối với họ, thư giãn thân cũng là thư giãn tâm, và ngược lại. Họ kinh nghiệm sự buông thư, tâm lý và vật lý, như là cùng một tiến trình duy nhất. Nhưng dù sao đi nữa, bạn hãy thư giãn hết tất cả, hoàn toàn, cho đến khi nào ý thức của mình chậm lại, vượt qua được bức tường đề kháng ấy, và hoà nhập vào một cảm giác đơn thuần nằm bên dưới cái đau. Bức tường chống cự ấy, thật ra là do chính mình dựng lên. Nó là một khoảng hở, một cảm giác cách biệt giữa ta và người khác. Nó là một đường ranh giới giữa *"tôi"* và *"cái đau"*. Phá hủy được bức tường ấy rồi, mọi sự cách biệt sẽ tự nhiên biến mất. Bạn chậm lại, đi vào trong biển cảm xúc, và hòa nhập với cái đau. Bạn trở thành cái đau. Bạn nhìn thấy những sự thăng trầm, lên xuống của nó, rồi đột nhiên có một sự kiện rất lạ xảy ra. Nó không còn đau đớn nữa. Cái khổ biến mất. Chỉ có cái đau có mặt, một kinh nghiệm thôi, và không gì khác hơn thế. Cái *"tôi"* khổ đau bây giờ đã biến mất. Kết quả là ta được tự tại, không còn đau đớn nữa!

Đây là một quá trình tăng trưởng dần dần. Lúc đầu, bạn có thể thành công đối với những cái đau nhỏ và thất bại trước những cái đau lớn. Cũng giống như mọi khả năng khác, nó sẽ tăng trưởng theo sự thực tập của mình. Càng thực tập, bạn càng có khả năng đối phó với những cái đau lớn hơn. Nhưng tôi xin bạn nhớ một điều quan trọng này: chúng ta không bao giờ tán thành hoặc chủ trương việc tìm thú vui trong những cơn đau. Vấn đề không phải là để tự hành xác. Đây là một sự thực tập chánh niệm, chứ không phải để hành hạ mình. Nếu bị cơn đau đớn dày xéo, không còn chịu nổi, bạn hãy cứ việc cử động, nhưng nhớ làm chậm chạp và trong chánh niệm. Theo dõi những cử động của mình. Quán sát những cảm giác trong mỗi cử động. Xem nó có ảnh hưởng gì đối với cái đau. Quán sát cái đau từ từ giảm bớt đi. Nhưng nhớ đừng di động nhiều quá. Di động ít chừng nào, ta càng dễ duy trì được chánh niệm nhiều chừng ấy. Những thiền sinh mới thường nói rằng họ cảm thấy khó giữ được chánh niệm khi có một cơn đau. Vấn đề ấy bắt nguồn từ một sự hiểu lầm. Những thiền sinh đó nghĩ rằng, chánh niệm là một cái gì hoàn toàn riêng biệt với cái đau. Không phải vậy. Chánh niệm không thể nào tự nó có mặt. Chánh niệm cần phải có một đối tượng nào đó, và bất cứ đối tượng nào cũng đều tốt như nhau. Cái đau là một trạng thái của tâm. Bạn có thể có *chánh niệm về cái đau* giống hệt như là bạn có *chánh niệm về hơi thở* vậy.

Những phương cách đã trình bày trong chương 4 có thể được áp dụng với cái đau, cũng như đối với bất cứ một trạng thái tâm thức nào khác. Nhưng bạn nên nhớ cẩn thận đừng đi xa hơn những cảm xúc, và cũng đừng để thiếu hụt. Đừng cộng thêm một cái gì dư thừa vào đó, và cũng đừng bỏ sót một cái gì. Đừng làm mờ đục đi cái kinh nghiệm thuần túy của mình bằng hình ảnh, ý niệm hoặc những ý nghĩ lan man. Giữ chánh niệm ngay trong giờ phút hiện tại, ngay cả với cái đau, để ta thấy được trọn vẹn từ đầu đến cuối. Khi cái đau không được nhìn dưới ánh sáng chánh niệm sẽ làm khởi lên những phản ứng như là sợ hãi, bất an hoặc là giận dữ. Nếu chúng ta biết quán chiếu cho đúng, ta sẽ không có những phản ứng ấy. Nó sẽ chỉ là một cảm giác, một năng lượng mà thôi. Và khi bạn học được phương pháp này rồi, bạn có thể đem áp dụng vào mọi khía cạnh khác của đời sống. Bạn có thể áp dụng nó vào bất cứ một cảm giác khó chịu nào. Nó có hiệu quả đối với cái đau, và cũng sẽ có hiệu quả đối với những bất an và luôn cả chứng bệnh trầm cảm nữa. Phương pháp này là một trong những kỹ thuật có lợi ích và dễ ứng dụng nhất. Nó là sự kiên trì.

2. Tê chân

Một vấn đề rất phổ thông cho những thiền sinh mới là chân họ bị tê trong khi ngồi thiền. Họ chưa quen với cách ngồi tréo chân trên sàn nhà. Có nhiều người rất lo lắng về việc này. Họ cảm thấy mình cần phải đứng dậy và đi vòng vòng một chút cho đỡ. Một số lại tin rằng họ sẽ bị hư chân vì máu không lưu thông đến được. Thật ra, vấn đề tê chân không có gì phải lo sợ hết. Nó gây ra bởi dây thần kinh bị đè ấn, chứ không phải vì thiếu sự lưu thông của máu. Ta không thể nào làm hư hại các mô tế bào ở chân chỉ bằng cách ngồi. Đừng lo! Khi chân bạn bị tê trong lúc ngồi thiền, hãy quán sát nó trong chánh niệm. Khảo sát xem cảm giác đó là như thế nào. Có thể đó là cảm giác hơi khó chịu, nhưng không đau, chỉ trừ khi nào bạn gồng lên. Hãy cứ bình tĩnh và quán sát. Nếu chân bạn bị tê trong suốt thời gian ngồi thiền, việc ấy cũng không sao hết. Sau một thời gian thực tập, cái tê đó sẽ dần dần biến mất. Cơ thể bạn sẽ được điều chỉnh và bắt đầu quen với sự thực tập hằng ngày. Lúc đó, bạn sẽ có thể ngồi rất lâu mà không hề cảm thấy tê hoặc đau chân.

3. *Những cảm giác lạ*

Người ta kinh nghiệm đủ mọi hiện tượng khác nhau trong khi ngồi thiền. Có người bị ngứa. Có người cảm thấy như có kiến bò, hoặc cảm thấy được thư giãn rất sâu, hoặc cảm thấy nhẹ nhàng như muốn bay bổng. Bạn cũng có thể cảm thấy mình bị nhỏ lại hoặc lớn ra, hoặc bay bổng lên khỏi mặt đất. Những thiền sinh mới thường rất hồi hộp trước những cảm giác này. Đừng lo, bạn chưa thể bay lên được đâu! Khi ta hoàn toàn thư giãn, hệ thống thần kinh của ta sẽ có khả năng tiếp nhận những tín hiệu của giác quan hữu hiệu hơn. Một số lớn những dữ kiện trước kia bị ngăn chặn giờ đây có thể chảy tuôn vào, làm khởi lên đủ hết những cảm xúc đặc biệt. Nhưng chúng không hề biểu trưng cho một điều gì đặc biệt hết. Chúng chỉ là những cảm giác mà thôi. Vì vậy bạn cứ áp dụng những phương cách đã học. Quán sát chúng khởi lên, rồi diệt đi, và đừng để bị lôi cuốn vào!

4. Buồn ngủ

Cảm giác buồn ngủ hay hôn trầm trong lúc ngồi thiền là một chuyện rất thường gặp. Khi ngồi thiền, bạn trở nên tĩnh lặng và thư giãn. Điều đó là hoàn toàn đúng theo tiến trình thực tập. Điều không may là ta thường có những cảm giác dễ chịu này khi muốn đi ngủ mà thôi, và vì thế ta liên kết hai việc ấy lại với nhau. Và do đó mà khi ta có cảm giác dễ chịu này, ta tự nhiên thấy buồn ngủ. Khi việc này xảy ra, bạn nên áp dụng chánh niệm vào trạng thái buồn ngủ ấy. Buồn ngủ có một số đặc tính rất cá biệt. Nó gây ảnh hưởng nhất định đối với sự suy nghĩ của ta. Hãy tìm xem những ảnh hưởng đó là gì. Nó cũng kèm theo những cảm thụ nhất định của thân. Hãy nhận diện chúng.

Ý thức tìm kiếm này là một trạng thái hoàn toàn nghịch lại với sự buồn ngủ, và sẽ hóa giải nó. Nếu hóa giải không được, thì sự buồn ngủ có thể là do một nguyên nhân vật lý nào đó. Hãy tìm và điều trị nó. Nếu bạn vừa mới ăn no, đó có thể là nguyên nhân. Cách tốt nhất là ta không nên ăn nhiều trước giờ ngồi thiền. Hoặc là nghỉ ít nhất một giờ sau bữa ăn no. Và cũng đừng quên những lý do rõ ràng trước mắt. Nếu bạn cả ngày khuân vác nặng nhọc, tự nhiên bạn sẽ cảm thấy mệt mỏi. Cũng thế, nếu cả đêm qua bạn chỉ được ngủ có vài tiếng đồng hồ. Hãy chăm sóc cho cơ thể bạn trước. Rồi ngồi thiền. Đừng để cho sự buồn ngủ khuất phục mình. Tỉnh thức và giữ chánh niệm. Ngủ và thiền định là hai trạng thái hoàn toàn đối chọi nhau. Bạn sẽ không bao giờ có được tuệ giác bằng giấc ngủ, chỉ có qua thiền tập. Nếu bạn cảm thấy buồn ngủ quá, hãy thở vào một hơi thật sâu, và nín hơi lại, càng lâu càng tốt. Xong rồi thở ra thật chậm. Thở vào một hơi sâu nữa, rồi giữ lại đến khi nào không còn giữ được nữa, và từ từ thở ra chậm rãi. Lặp lại bài tập này cho đến khi nào cơ thể bạn nóng lên và cơn buồn ngủ tan biến mất. Và rồi trở về với hơi thở của mình.

5. Không tập trung được

Chúng ta ai cũng đã từng kinh nghiệm một trạng thái lăng xăng, khi sự chú ý của mình không đứng yên được, cứ phóng nhảy khắp nơi. Vấn đề này có thể được đối trị bằng những phương pháp sẽ trình bày trong chương kế tiếp, bàn về sự xao lãng. Nhưng bạn cũng nên biết rằng, có những nguyên nhân bên ngoài góp phần tạo ra hiện tượng này. Và cách hay nhất là chỉ đơn giản điều chỉnh lại chương trình của mình.

Hình ảnh là một thực thể có rất nhiều quyền lực. Chúng có thể có mặt và sống trong tâm thức ta trong một thời gian rất lâu. Tất cả những nghệ thuật kể truyện đều trực tiếp sử dụng khéo léo các hình ảnh. Và nếu người kể có tài, họ có thể để cho những hình ảnh và các nhân vật có một ảnh hưởng rất lâu dài và sâu sắc trong tâm thức người nghe. Sau khi bạn đi xem một cuốn phim hay, giờ ngồi thiền của bạn tiếp theo sẽ toàn là những hình ảnh trong cuốn phim ấy. Nếu bạn đang đọc dở dang một cuốn truyện kinh dị, giờ ngồi thiền của bạn sẽ đầy những con quái thú! Vì vậy, bạn nên khéo léo đối ngược lại thứ tự của những việc ấy. Ngồi thiền trước. Rồi sau đó mới đọc truyện hoặc đi xem hát.

Một yếu tố có ảnh hưởng quan trọng khác nữa là tâm trạng. Nếu đời sống bạn đang gặp mâu thuẫn, những khó khăn ấy sẽ được mang vào trong giờ ngồi thiền. Nếu được, bạn hãy cố gắng giải quyết hết những khó khăn hằng ngày trước khi ngồi thiền. Cuộc đời bạn sẽ trôi chảy suôn sẻ hơn, và bạn không phải suy nghĩ vô ích trong giờ thiền tập. Nhưng đừng lợi dụng lời khuyên này như một cái cớ để trốn ngồi thiền. Nhiều khi ta *không thể* giải quyết được hết mọi vấn đề trước giờ ngồi thiền. Cứ ngồi. Hãy dùng thiền tập để buông bỏ hết mọi thái độ *chấp ngã* hằng giam giữ ta trong những quan niệm nhỏ nhoi, cố chấp. Nhờ đó mà những vấn đề của ta sẽ được giải quyết dễ dàng hơn. Và cũng có những ngày mà dường như tâm ta không thể nào đứng yên, và ta cũng không xác định được nguyên nhân của nó. Bạn còn nhớ tôi có trình bày về một vòng quay thay đổi trước đây không? Thiền tập cũng đi theo những vòng xoay tròn. Ta có những ngày tốt, và ta cũng có những ngày xấu!

Thiền quán *vipassana* chủ yếu là sự luyện tập chánh niệm. Làm cho tâm ta được trống rỗng không quan trọng bằng có chánh niệm về những gì đang xảy ra trong tâm ta. Nếu trong lòng bạn đang rối bời và không thể làm gì để yên xuống được, hãy cứ quán sát nó. Tất cả đều nằm trong ta! Kết quả là bạn sẽ tiến thêm được một bước nữa trên hành trình tự khám phá chính mình. Điều quan trọng là đừng bao giờ bực dọc về sự lăng xăng của tâm ý. Chúng cũng chỉ là thêm một đối tượng chánh niệm cho ta mà thôi.

6. Nhàm chán

Thật khó tưởng tượng được còn có gì nhàm chán hơn là ngồi yên trong vòng một tiếng đồng hồ và không làm gì hết, chỉ theo dõi hơi thở ra vào nơi đầu lỗ mũi! Trong những giờ ngồi thiền bạn sẽ rất thường xuyên rơi vào tâm trạng nhàm chán. Ai cũng vậy. Nhàm chán là một trạng thái tâm lý, và cần phải được đối xử như vậy. Dưới đây là một vài phương cách giúp bạn đối trị:

a. Thiết lập lại chánh niệm thật sự

Nếu bạn cảm thấy hơi thở dường như rất là vô vị và buồn tẻ, không có gì lạ để theo dõi, bạn nên tin chắc một điều này: Bạn đã không còn theo dõi hơi thở với một năng lượng chánh niệm đúng đắn nữa. Dưới ánh sáng của chánh niệm, không có một cái gì là nhàm chán cả. Hãy nhìn lại đi. Đừng tự cho rằng mình đã biết hơi thở là gì rồi. Đừng chấp nhận một cách dễ dãi rằng mình đã thấy và đã biết hết tất cả mọi việc. Vì làm như thế là bạn đã đóng khung lại nhận thức của mình. Bạn không còn quán sát thực tại linh động của nó nữa. Khi bạn có chánh niệm rõ ràng về hơi thở hay bất cứ một đối tượng nào, điều đó không thể nhàm chán. Chánh niệm nhìn mọi vật bằng ánh mắt của một trẻ thơ, thấy điều gì cũng kỳ diệu. Chánh niệm nhìn mỗi giây phút như là một giây phút đầu tiên và là duy nhất trong vũ trụ này. Vì vậy, bạn hãy nhìn lại một lần nữa đi!

b. Quán sát tâm trạng

Hãy nhìn lại trạng thái nhàm chán của mình trong chánh niệm. Nhàm chán là gì? Nhàm chán nằm ở đâu? Nó có cảm giác như thế nào? Nó có những đặc tính gì? Nó có một cảm thụ vật lý nào không? Nó ảnh hưởng đến tư tưởng ta ra sao? Hãy xét lại sự nhàm chán đó với một cái nhìn mới, như là ta chưa từng biết nó là gì.

7. Sợ hãi

Đôi khi, trong lúc ngồi thiền sẽ có những cảm giác sợ hãi khởi lên mà không có một lý do nào rõ rệt. Đó là một hiện tượng rất thông thường, và có thể do nhiều nguyên nhân khác nhau. Có thể bạn đang trải qua phản ứng của một vấn đề gì bị đè nén từ lâu. Nên nhớ, tư tưởng phát khởi trước hết từ trong tiềm thức của ta. Phần tình cảm của một tư tưởng thường được hiển lộ trên tâm thức ta rất lâu trước khi tư tưởng ấy xuất hiện. Nếu bạn ngồi yên với nỗi sợ ấy, những ký ức về nó cuối cùng sẽ hiển lộ, giúp cho ta có thể chịu đựng được.

Nguyên do thứ hai là có thể bạn đang trực tiếp đối diện với một nỗi sợ chung của tất cả chúng ta: *"sợ cái mình không biết"*. Có một lúc trên con đường tu tập, bạn sẽ đột nhiên ý thức được tính chất nghiêm trọng của chuyện mình đang làm. Bạn đang phá đổ bức tường ảo tưởng đã từng bảo vệ bạn khỏi ngọn lửa đỏ của thực tại, và đã được bạn dùng để giải thích ý nghĩa của cuộc đời. Bạn sắp sửa được nhìn tận mặt sự thật. Điều ấy rất đáng sợ. Nhưng cuối cùng thế nào rồi bạn cũng phải đối diện với nó. Đừng ngại, cứ việc lao thẳng vào đi.

Và nguyên nhân thứ ba là: nỗi sợ ấy có thể do chính mình tạo nên. Nó có thể phát sinh do một sự tập trung thiếu khôn khéo của ta. Có thể bạn đã có sẵn một chương trình trong tiềm thức của mình để "khảo sát bất cứ một điều gì khởi lên". Và khi có một hình ảnh tưởng tượng sợ hãi nào khởi lên, bạn tập trung vào nó, và nỗi sợ hãi ấy lại lấy nhiên liệu từ năng lượng của sự tập trung, và tăng trưởng lên. Vấn đề chính ở đây là vì chánh niệm của ta yếu đuối. Nếu như chánh niệm của bạn vững mạnh, nó sẽ ghi nhận được ngay sự chú tâm thiếu khôn khéo ấy, và đối phó với tình trạng này như mọi thứ khác.

Không cần biết nỗi sợ của bạn là do nguyên cớ gì, chánh niệm bao giờ cũng là phương thuốc. Hãy quán sát nỗi sợ như nó thật sự đang hiện hữu. Đừng bám víu vào nó, chỉ theo dõi một cách khách quan sự sinh khởi và tăng trưởng của nó. Đối xử với tất cả như một người ngoài cuộc quan tâm đến vấn đề. Điều quan trọng nhất là đừng cố chống lại tình trạng ấy. Đừng cố gắng trấn áp những ký ức, những cảm thụ hoặc những tưởng tượng khởi lên. Chỉ việc đứng qua một bên, để cho nó sôi sục lên và rồi sẽ tan biến mất. Nó không thể làm hại gì được ta. Nó chỉ là ký ức. Nó chỉ là một sự tưởng tượng. Không có gì hơn mà chỉ là một nỗi sợ!

Một khi ta để cho nỗi sợ diễn ra theo tiến trình tự nhiên trên bình diện ý thức, nó sẽ không còn rơi vào trong tiềm thức. Nó sẽ không còn trở lại và đe dọa ta nữa. Nỗi sợ ấy sẽ biến mất mãi mãi!

8. Kích động bất an

Những bất an thường là sự che đậy cho những vấn đề đang còn nằm sâu kín trong tiềm thức. Con người chúng ta rất giỏi đè nén mọi việc! Thay vì đối diện với những tư tưởng hoặc kinh nghiệm khó chịu, chúng ta thường chôn giấu chúng đi để khỏi phải nhìn thấy. Không may là việc làm ấy không bao giờ thành công! Chúng ta cố gắng chôn giấu những tư tưởng của mình, nhưng những năng lượng của chúng vẫn còn có mặt đó, và cứ sôi sùng sục. Và kết quả là ta cảm thấy có một cảm giác kích động và bất an. Ta không thể xác định được vấn đề nằm ở chỗ nào. Nhưng ta không cảm thấy an ổn. Ta không thể nghỉ ngơi được!

Trong lúc ngồi thiền, nếu có cảm giác này, bạn hãy cứ quán sát nó. Đừng để cho nó làm chủ mình. Đừng đứng dậy và bỏ chạy. Cũng đừng chống cự lại hoặc cố gắng xô đuổi nó đi. Hãy cứ để cho nó có mặt và theo dõi cho thật chặt chẽ. Cuối cùng, những vấn đề bị chôn sâu sẽ từ từ hiển lộ, và ta thật sự biết được những gì làm cho mình lo nghĩ.

Những kinh nghiệm khó khăn mà ta muốn tránh né đó, có thể là bất cứ một cái gì: một mặc cảm tội lỗi, tham lam, hay một khó khăn nào đó. Nó có thể là một cái đau ngấm ngầm, một chứng bệnh tinh tế, hoặc một cơn bệnh mới bắt đầu. Cho dầu nó là gì đi nữa, hãy cứ để cho nó hiển lộ lên và quán sát bằng chánh niệm. Nếu bạn ngồi yên và theo dõi những kích động và bất an của mình, chúng sẽ tự động biến mất. Ngồi yên và đối diện được với những bất an của mình là một bước tiến lớn trên hành trình tu tập. Ta sẽ học được rất nhiều. Ta sẽ khám phá được rằng những kích động và bất an ấy thật ra là một trạng thái rất nông cạn. Nó không lâu dài và rất là phù du. Nó đến rồi đi. Và không có một quyền lực gì đối với ta cả!

9. *Cố gắng quá sức*

Những thiền sinh kỳ cựu thường là những người rất vui tính. Họ có một đức tính rất quý, đó là biết khôi hài. Nhưng đó không phải là một sự đối đáp khôn lanh, giả tạo của các nhân vật trình diễn trên sân khấu. Đó là tính khôi hài chân thật. Họ có thể bật cười trước những lỗi lầm của chính họ. Họ cũng có thể mỉm cười với những tai họa xảy đến. Còn những thiền sinh mới bắt đầu đôi khi thường nghiêm trang quá mức. Bạn nên học giữ cho mình được thoải mái và thư thả trong lúc ngồi thiền. Điều ấy rất quan trọng. Bạn cần học nhìn bất cứ điều gì xảy ra bằng một ánh mắt khách quan. Bạn không thể làm được việc ấy nếu bạn căng thẳng và cố gắng quá độ. Đừng coi một việc gì là nghiêm trọng quá.

Những thiền sinh mới thường hay quan trọng hóa vấn đề kết quả. Họ có những kỳ vọng to tát và bị thổi phồng. Họ nhảy vào thực tập, và lập tức muốn có những kết quả vĩ đại ngay. Họ thúc đẩy. Họ căng thẳng. Họ dụng công toát mồ hôi, rất quyết liệt và nghiêm khắc. Nhưng đó là một thái độ hoàn toàn đối nghịch lại với chánh niệm. Lẽ dĩ nhiên, họ sẽ không đạt được kết quả tốt! Và rồi họ đổ thừa cho phương pháp thực tập là không có hiệu quả, không đem lại được những gì họ mong đợi. Họ coi thường và gác nó sang một bên. Ở đây, tôi muốn nói rõ điều này: Chúng ta *học thiền* bằng cách *hành thiền*. Chúng ta học biết thiền là gì, và nó sẽ dẫn ta về đâu, bằng một cách duy nhất là trực tiếp trải nghiệm nó. Vì vậy, các thiền sinh mới không biết mình đang đi về đâu vì họ chưa có nhiều kinh nghiệm qua sự thực tập của mình.

Lẽ dĩ nhiên, những kỳ vọng của các thiền sinh mới bắt đầu thường không thực tế vì thiếu hiểu biết. Họ hy vọng những điều không đúng và không mang lại một ích lợi nào cả. Đôi khi chúng còn trở thành chướng ngại nữa. Cố gắng quá mức sẽ dẫn đến những sự cứng rắn, khắt khe, buồn bực, và còn mang lại cho ta những mặc cảm tội lỗi, thua sút. Khi chúng ta dụng công quá độ, sự cố gắng của ta sẽ trở nên máy móc, và đó không còn là chánh niệm! Bạn nên buông bỏ đi. Hãy buông bỏ hết những kỳ vọng và sự căng thẳng. Công phu bằng một sự cố gắng bền bỉ và quân bình. Hãy có được hạnh phúc trong lúc thiền tập và đừng tự đè nặng mình bằng những nỗ lực của mồ hôi và nước mắt. Chỉ cần có chánh niệm. Thiền tập tự nó sẽ chăm sóc cho tương lai của ta.

10. Nản lòng

Kết quả của sự cố gắng quá độ là sự thất vọng. Bạn ở trong một trạng thái căng thẳng và không tiến đến đâu cả. Và khi thấy mình không tiến bộ như đã hy vọng, bạn đâm ra nản lòng. Bạn cảm thấy mình là người thất bại. Thật ra, đó là một hậu quả tự nhiên mà ta hoàn toàn có thể tránh được. Nguyên nhân là vì ta đã đặt những kỳ vọng không thực tế. Nhưng dù sao, đó cũng là một hiện tượng chung cho tất cả chúng ta. Dầu đã biết rồi đi chăng nữa, nó vẫn có thể xảy đến cho chính mình. Có một giải pháp. Nếu bạn cảm thấy chán nản hoặc thối chí, hãy quán sát tâm trạng ấy cho kỹ. Nhớ đừng cộng thêm vào đó bất cứ một điều gì. Chỉ theo dõi nó. Cảm giác chán nản ấy cũng chỉ là một phản ứng tạm thời và ngắn ngủi mà thôi. Nếu bạn vướng mắc vào, nó sẽ dùng chính năng lượng của bạn và trở nên mạnh mẽ hơn. Nếu bạn chỉ hoàn toàn khách quan theo dõi nó, nó sẽ qua đi.

Nếu bạn cảm thấy chán nản vì nghĩ rằng mình đã thất bại trong việc thiền tập, việc ấy cũng dễ đối trị. Bạn thất bại là vì đã quên giữ chánh niệm. Hãy có chánh niệm về cảm giác thất bại ấy. Chỉ bằng một hành động đó, ta đã thiết lập lại được chánh niệm của mình! Thật ra không bao giờ có chuyện thất bại trong việc thiền tập. Chỉ có những khó khăn và vấp ngã. Nhưng không bao giờ có vấn đề thất bại, chỉ trừ khi nào ta hoàn toàn bỏ cuộc mà thôi. Cho dù bạn có bỏ ra hai mươi năm trời và cảm thấy không đi đến đâu hết, bạn vẫn có thể thiết lập lại chánh niệm trong bất cứ một giây phút nào bạn muốn. Tùy bạn quyết định. Hối hận chỉ là một trong những việc làm của sự thất niệm. Ngay khi ta ý thức được rằng mình không có chánh niệm, thì chính giây phút ấy là giây phút của chánh niệm. Vì vậy, cứ tiếp tục con đường mình đi. Đừng để bị lạc hướng chỉ vì một phản ứng của cảm xúc.

11. Không muốn thực tập

Sẽ có những lúc bạn cảm thấy mình không muốn ngồi thiền chút nào. Chỉ cần nghĩ đến việc ấy thôi cũng đủ làm bạn cảm thấy khó chịu. Thật ra, bỏ lỡ một buổi ngồi thiền cũng không có gì quan trọng, nhưng chúng dễ trở thành một thói quen. Vì vậy, chúng ta nên khôn ngoan vượt qua sự *"không muốn"* đó.

Cứ việc đi ngồi thiền. Quán sát cảm giác *"không muốn"* ấy trong tâm. Trong hầu hết trường hợp, đây chỉ là một cảm xúc tạm thời, đến và đi, biến mất ngay trước mắt ta. Sau khi bạn ngồi xuống, chỉ chừng năm phút là nó đã biến mất. Trong những trường hợp khác, khi nguyên nhân là tâm trạng không tốt trong ngày hôm ấy, cảm giác *"không muốn"* sẽ tồn tại lâu hơn một chút, nhưng chắc chắn rồi cũng sẽ qua. Dầu sao thì việc ngồi thiền trong hai, ba mươi phút để loại bỏ cảm giác ấy vẫn tốt hơn là mang theo nó trong lòng và phá hỏng toàn bộ thời gian còn lại trong ngày.

Trong vài trường hợp, cảm giác không muốn ngồi thiền có thể là do những khó khăn bạn đang gặp phải trong việc thực tập. Bạn có thể biết hoặc không biết gì về những khó khăn ấy. Nếu bạn biết được khó khăn đó là gì, hãy sử dụng một trong những phương cách được trình bày trong sách này để đối trị. Khi bạn hóa giải được nó rồi thì cảm giác không muốn ngồi thiền cũng sẽ tự nhiên biến mất. Còn nếu bạn không biết được vấn đề là gì, bạn cần chịu khó đương đầu với nó. Hãy ngồi thiền với cảm xúc *"không muốn"* ấy và quán sát nó trong chánh niệm. Rồi nó sẽ trôi qua. Và những nguyên nhân sinh khởi của nó rồi sẽ hiển lộ, và từ đó bạn sẽ có thể đối trị.

Nếu cảm giác không muốn ngồi thiền xảy ra rất thường xuyên, thì bạn nên xem xét lại cho kỹ thái độ thực tập của mình. Ngồi thiền không phải là một hình thức lễ nghi. Nó cũng không phải là một bài thực tập nhiều đau đớn, hoặc một thời gian dài nhàm chán. Và nó cũng không phải là một bổn phận hoặc trách nhiệm nặng nề. Thiền tập là chánh niệm. Nó là một cách nhìn mới và cũng là một hình thức vui chơi. Thiền tập là một người bạn. Hãy xem nó đúng như vậy, và mọi cảm giác phản kháng đối với việc ngồi thiền sẽ tan biến như sương khói dưới ánh nắng mặt trời trong buổi sớm mai.

Và nếu bạn đã thử qua hết những đề nghị trên rồi nhưng vẫn còn cảm thấy không muốn ngồi thiền, có thể là bạn đang gặp phải vấn đề. Có thể có một vài trở ngại liên quan đến vấn đề siêu hình không được đề cập trong phạm vi của sách này. Thông thường thì rất hiếm khi những thiền sinh mới lại gặp những trở ngại này, nhưng điều đó vẫn có thể xảy ra. Đừng bỏ cuộc. Hãy tìm người giúp đỡ. Hãy tìm đến những vị thầy giỏi và có kinh nghiệm về phương pháp thiền quán *vipassana*, nhờ họ giúp đỡ bạn vượt qua những trở ngại ấy. Những bậc thầy như thế hiện hữu trên đời này chính là để giúp đỡ bạn!

12. Trạng thái đờ đẫn hoặc đê mê

Chúng ta có bàn qua về vấn đề buồn ngủ hay hôn trầm. Nhưng có một con đường đặc biệt dẫn ta đến trạng thái ấy, và bạn cần nên để ý. Trạng thái đờ đẫn hoặc đê mê này có thể là một hệ quả phụ của định lực khi nó bắt đầu được sâu sắc. Khi sự thư giãn của ta thâm sâu, các bắp thịt trong người sẽ buông thư, và những tín hiệu truyền trong hệ thống thần kinh của ta cũng bắt đầu thay đổi. Việc này sẽ tạo nên một cảm giác rất an tĩnh và nhẹ nhàng. Bạn cảm thấy rất yên, và dường như tách lìa khỏi thân xác mình vậy. Đây là một cảm giác vô cùng dễ chịu. Vào lúc đầu, sự tập trung của bạn vẫn còn vững mạnh, vẫn còn chú ý vào hơi thở. Một thời gian sau, khi cảm giác dễ chịu ấy tăng trưởng, chúng sẽ làm xao lãng sự tập trung vào hơi thở. Bạn bắt đầu cảm thấy thích thú với trạng thái ấy, và chánh niệm sẽ giảm sút rất nhanh. Cuối cùng, định lực của bạn bị tản mác khắp mọi nơi, trôi dạt trong đám mây mù của một cảm giác lâng lâng. Và kết quả là sự thất niệm, cũng tương tự với một trạng thái đê mê đờ đẫn. Lẽ dĩ nhiên, phương thuốc chữa trị bao giờ cũng vẫn là chánh niệm. Hãy quán sát những hiện tượng này trong chánh niệm, và nó sẽ tự nhiên tiêu tán mất. Khi có một trạng thái đê mê phát khởi lên, chấp nhận nó. Ta không cần phải tránh né nó, nhưng cũng đừng để nó trói buộc. Đây chỉ là một cảm thụ vật lý, và hãy quán sát nó đúng như vậy. Quán sát cảm thụ như là cảm thụ. Quán sát sự đê mê như là sự đê mê. Nhìn chúng sinh khởi và nhìn chúng diệt mất đi. Đừng vướng mắc vào!

Bạn sẽ gặp phải những khó khăn trong sự thực tập của mình. Ai cũng vậy. Bạn có thể xem chúng là những khổ não hay là những thử thách cần phải vượt qua. Nếu xem chúng như là những gánh nặng, sẽ chỉ làm cho khổ đau của ta tăng trưởng mà thôi. Và nếu biết xem chúng như là những cơ hội giúp ta học hỏi và trưởng thành, triển vọng tâm linh của ta sẽ là vô giới hạn!

Chương Mười Một:
Đối trị với sự xao lãng - Phần 1

Bất cứ thiền sinh nào cũng sẽ phải gặp các vấn đề lo nghĩ hoặc xao lãng trong lúc ngồi thiền. Và chúng ta rất cần có những phương cách để đối trị chúng. Có nhiều phương cách khéo léo có thể giúp ta lặp lại chánh niệm dễ dàng và nhanh chóng hơn là chỉ cố gắng dùng ý chí của mình để chinh phục chúng. Định và niệm lúc nào cũng đi song song với nhau. Cái này bổ túc cho cái kia. Nếu cái này bị yếu, cái kia cũng sẽ bị ảnh hưởng theo.

Những ngày nào ta cảm thấy sự thiền tập của mình không được suôn sẻ cho lắm, thường thì đa số vấn đề là do ở một định lực sa sút. Tâm ý ta cứ trôi bềnh bồng đi khắp nơi. Chúng ta cần một phương pháp để thiết lập lại định lực, cho dù có khó khăn đến đâu. Nhưng may thay, trong truyền thống tu tập ta có rất nhiều cách. Thật ra, ta có thể chọn một trong những phương cách cụ thể sau đây để đối trị với sự xao lãng:

1. Phỏng đoán thời gian

Chúng ta đã có dịp bàn qua phương cách này trong một chương trước. Một sự xao lãng nào đó kéo bạn đi xa hơi thở, và bạn chợt giật mình ý thức rằng từ nãy giờ mình chỉ ngồi mơ tưởng viển vông. Sự khéo léo ở đây là làm sao ta có thể thoát ra khỏi những gì đang lôi cuốn mình, buông bỏ nó, để có thể trở về và hoàn toàn chú tâm lại vào hơi thở. Bạn có thể làm được việc ấy bằng cách ước định khoảng thời gian mà ta đã bị xao lãng. Không cần phải chính xác. Bạn không cần một con số thật chính xác, chỉ đoán chừng là đủ. Bạn có thể đo lường khoảng thời gian đó bằng giây phút, hoặc bằng những tư tưởng quan trọng. Chỉ cần tự nói thầm: "Nãy giờ mình đã bị xao lãng khoảng hai phút" hoặc "từ lúc nghe tiếng chó sủa" hoặc "từ khi bắt đầu nhớ đến chuyện tiền bạc"... Khi mới bắt đầu thực tập cách này, bạn có thể tự nói thầm trong đầu. Khi nào quen rồi, bạn sẽ không cần nói thầm nữa, việc ấy sẽ xảy ra không cần ngôn từ và rất nhanh. Vấn đề ở đây là làm sao để ta có thể thoát ra khỏi sự xao lãng đó, và trở về với hơi thở của mình. Bạn thoát ra bằng cách biến nó trở thành đối tượng chánh niệm của mình, chỉ vừa đủ để ta có thể phỏng đoán xem nó đã kéo dài bao lâu. Khoảng thời gian ấy, tự nó không quan trọng. Một khi bạn đã thoát khỏi nó rồi, hãy buông bỏ hết và trở về với hơi thở. Đừng để bị vướng mắc vào sự phỏng đoán.

2. Thở sâu

Khi tâm ta bị tán loạn và xao động, ta thường có thể thiết lập lại chánh niệm bằng cách thở vài hơi nhanh và sâu. Hít hơi vào mạnh mẽ và thở ra cũng cùng một cách ấy. Nó sẽ giúp cho cảm giác xúc chạm của hơi thở ra vào nơi đầu lỗ mũi trở nên rõ rệt hơn, giúp ta theo dõi được dễ dàng hơn. Hãy vận dụng ý chí mạnh mẽ và cố gắng tập trung sự chú ý. Hãy nhớ rằng định lực có thể được tăng trưởng nhờ vào sự nỗ lực, và qua đó tâm ý bạn lại được an ổn trở về với hơi thở.

3. Đếm hơi thở

Đếm hơi thở là một phương thức đã có từ rất xưa trong truyền thống, còn được gọi là pháp *sổ tức*. Có những trường phái sử dụng nó như là một phương pháp nền tảng căn bản. Thiền quán *vipassana* sử dụng nó như là một phương pháp phụ trợ, giúp thiết lập chánh niệm và gia tăng định lực.

Như chúng ta đã có dịp bàn qua trong chương 5, có nhiều cách khác nhau để đếm hơi thở. Nhưng nhớ là bao giờ cũng phải *chú tâm vào hơi thở*. Bạn có thể ghi nhận được một sự thay đổi sau khi thực hành phương pháp đếm này. Hơi thở trở nên chậm lại, hoặc rất nhẹ nhàng và vi tế hơn. Đây là một dấu hiệu sinh lý cho thấy định lực đã được thiết lập. Lúc này, thường thì hơi thở trở nên rất nhẹ, hoặc nhanh và vi tế đến độ ta không còn phân biệt được rõ ràng hơi thở vào với hơi thở ra. Chúng dường như hoà nhập lại với nhau. Lúc ấy, bạn có thể đếm cả hai như là một chu kỳ thở. Hãy tiếp tục đếm, nhưng chỉ từ một đến năm chu kỳ thở và quay trở lại *một*. Khi ta cảm thấy việc đếm hơi thở trở thành sự khó chịu, hãy tiến sang bước kế tiếp: Bỏ hết những con số và quên đi ý niệm về hơi thở vào và hơi thở ra. Hãy đi thẳng vào cảm giác thuần túy của hơi thở. Hơi thở này hòa lẫn với hơi thở tiếp theo trong một chu kỳ trôi chảy, nhẹ nhàng và thuần túy.

4. Niệm vào-ra

Thay vì đếm hơi thở, ta còn có một cách khác nữa, cũng có cùng một công năng. Chú tâm vào hơi thở của ta và niệm kèm theo mỗi hơi thở của mình là *"thở vào... thở ra..."* hoặc *"vào... ra..."*. Tiếp tục cho đến khi nào bạn cảm thấy không cần đến những ý niệm đó nữa, và buông bỏ chúng đi.

5. Hoán đổi tư tưởng

Có những tư tưởng không bao giờ chịu mất đi. Con người chúng ta rất dễ bị lôi cuốn. Đó là một trong những vấn đề lớn nhất của ta. Chúng ta có khuynh hướng trói buộc với những thứ như là mơ tưởng tình dục, lo nghĩ, tham vọng... Chúng ta đã nuôi dưỡng những ám ảnh đó qua biết bao nhiêu năm tháng, và cho nó biết bao nhiêu cơ hội được bồi dưỡng bằng cách nghĩ về chúng mỗi giây phút mình rảnh rỗi. Và mỗi khi ngồi thiền, ta lại bắt chúng phải đi chỗ khác chơi để cho ta được yên. Chẳng có gì đáng ngạc nhiên khi chúng không chịu nghe lời ta. Và những tư tưởng lì lợm ấy đòi hỏi một phương pháp đối trị trực tiếp, một cuộc tấn công toàn diện.

Tâm lý học Phật giáo có phát triển một hệ thống phân hạng rất rõ rệt. Thay vì chia tư tưởng ra thành hai loại *"tốt"* và *"xấu"*, các nhà học Phật thường nói đến chúng như là *"thiện"* với *"bất thiện"*. Một tư tưởng *bất thiện* là tư tưởng có liên quan đến *tham, sân* và *si*. Chúng là những tư tưởng mà tâm ta có thể dựa vào đó để bị ám ảnh hoặc dính mắc. Chúng được xem là *bất thiện* vì chúng đưa ta đi xa mục tiêu giải thoát. Ngược lại, một tư tưởng *thiện* là tư tưởng có liên quan đến sự độ lượng, từ bi và tuệ giác. Chúng được xem là *thiện* vì chúng có thể được dùng như những liều thuốc chữa trị cho những tư tưởng *bất thiện*, và nhờ vậy mang ta đến gần với mục tiêu giải thoát hơn.

Chúng ta không thể nào đặt ra những điều kiện cho sự giải thoát. Nó không phải là một trạng thái được xây dựng bởi những tư tưởng. Và ta cũng không thể nào xác định cụ thể những cá tính mà sự giải thoát sẽ mang lại. Những tư tưởng về nhân từ có thể làm phát sinh một vẻ ngoài tử tế, nhưng nó không thật. Gặp chuyện nó cũng sẽ sụp đổ hết. Những ý nghĩ về tâm từ chỉ làm phát sinh những tình thương hời hợt bên ngoài. Vì vậy, những tư tưởng thiện này, tự chúng sẽ không thể nào giúp ta giải thoát. Chúng chỉ được xem là *thiện* nếu được sử dụng như là những liều thuốc để hóa giải độc tố của các tư tưởng *bất thiện*. Một tư tưởng rộng lượng sẽ hóa giải được lòng tham lam. Nó tạm giúp cho lòng tham lắng yên xuống một chút, đủ lâu để chánh niệm có cơ hội làm việc không bị ngăn trở. Và khi năng lượng của chánh niệm đã soi thấu được gốc rễ của cái *ngã*, lòng tham tự nhiên sẽ tan biến và một tâm từ thật sự sẽ hiển lộ.

Và bạn cũng có thể áp dụng nguyên lý này vào sự thực tập hằng ngày của mình. Nếu như có một tư tưởng nào đó đang quấy rầy, khống chế, bạn có thể hóa giải nó bằng cách khơi dậy một tư tưởng đối nghịch lại. Lấy một ví dụ: Nếu như bạn rất ghét anh X chẳng hạn, và gương mặt của anh lại cứ hiện ra trong đầu mình, bạn hãy đem những tư tưởng tốt lành hướng về anh X, hoặc nhớ nghĩ về những đức tính tốt của anh. Bạn sẽ có thể làm cho những hình ảnh ấy trong đầu mình chấm dứt. Và ta có thể tiếp tục việc ngồi thiền.

Đôi khi, chỉ một cách thức này là chưa đủ. Những tư tưởng khống chế ta quá nặng nề. Trong trường hợp này, ta cần phải làm cho nó suy yếu đi phần nào trước khi có thể hóa giải được nó. Ở đây, mặc cảm tội lỗi, một tâm hành rất là vô ích lại có thể đặc biệt được sử dụng. Bạn hãy nhìn cho thật kỹ cái cảm xúc mà mình đang cố gắng loại trừ. Hãy thật sự suy nghĩ và đắn đo về nó. Xem nó khiến cho ta cảm thấy thế nào. Xem nó đã làm gì cho đời ta, hạnh phúc của ta, sức khỏe, và những mối liên hệ của ta. Hãy nhìn xem nó đã khiến ta đối xử với người khác như thế nào. Xem nó đã ngăn trở con đường tu tập, giải thoát của ta ra sao. Thật ra, kinh điển *Pali* có khuyên ta nên thực hành những việc này một cách thật tỉ mỉ. Kinh dạy chúng ta nên suy xét cho sâu sắc, và cảm nhận được một sự ghê tởm và ghét bỏ như là ta đang quàng trên cổ mình xác một con thú đã rữa thối rồi vậy. Điều ta hướng đến chính là một cảm giác ghê tởm, thật sự muốn buông bỏ. Phương cách này có thể tự nó đã giải quyết được vấn đề của ta. Nếu không, sự dính mắc ấy cũng đã bị suy yếu đi, và ta có thể hoá giải được phần còn lại bằng cách khơi dậy những tâm hành đối nghịch.

Tư tưởng tham lam bao gồm tất cả mọi tham vọng, từ sự bủn xỉn, keo kiệt về tiền bạc, cho đến ý muốn được làm một người đạo cao đức trọng... Tư tưởng sân hận bao gồm từ những hành vi nhỏ nhen, ti tiện cho đến một cơn điên giết người... Tư tưởng si mê bao gồm tất cả từ những mơ mộng vu vơ cho đến những ảo tưởng viễn vông... Tâm rộng lượng hóa giải được lòng tham. Tâm từ hóa giải được lòng sân hận. Bạn có thể tìm được một phương thuốc thích hợp cho bất cứ một tư tưởng bất thiện nào, nếu bạn chịu khó xem xét nó kỹ một chút.

6. Nhớ lại mục tiêu của mình

Nhiều khi, có những việc ngẫu nhiên phát khởi lên trong tâm một cách tình cờ. Những chữ, những lời nói, câu văn... khởi lên từ tiềm thức mà không hề có một nguyên do nào rõ rệt. Những đối tượng phát sinh lên. Hình ảnh vụt thoáng qua rồi biến mất. Những kinh nghiệm này cũng khá phiền toái. Tâm ta như một lá cờ bay lạch phạch trong gió lớn. Nó bị xô đẩy tới lui như những ngọn sóng trên mặt đại dương. Thường thì những lúc như vậy, ta chỉ cần tự nhắc nhở mình: Tại sao ta lại ngồi ở đây? Bạn có thể tự nhắc thầm: "Tôi không phải ngồi đây để hoang phí thời giờ mình với những ý nghĩ ấy. Tôi ngồi đây để chú tâm theo dõi hơi thở mình, nó có mặt trong tất cả mọi sự sống." Đôi khi chỉ bấy nhiêu đó thôi cũng đủ làm tâm bạn trở nên an tĩnh, ngay cả khi bạn còn chưa hoàn tất ý nghĩ ấy. Nhưng cũng có những lúc bạn phải lặp lại câu ấy dăm ba lần mới có thể trở lại chú tâm vào hơi thở.

Những phương thức tôi vừa trình bày ở trên, có thể được sử dụng riêng rẽ hoặc phối hợp với nhau. Nếu thực hành đúng, chúng sẽ là những phương cách rất công hiệu để giúp bạn thuần phục cái *"tâm con khỉ"* lăng xăng của mình!

Chương Mười Hai:
Đối trị với sự xao lãng - Phần 2

Bây giờ đây, ta đang ngồi thiền thật đẹp. Thân ta bất động và vững chãi, tâm ta an vui và tĩnh lặng. Chúng ta nhẹ nhàng chú tâm theo dõi hơi thở của mình, ra, vào, ra, vào... Tĩnh lặng và an định. Mọi việc đều thật hoàn hảo.

Bỗng dưng có một tư tưởng không biết từ đâu đột ngột khởi lên trong đầu: "Phải chi bây giờ mình có được một cây kem thì tuyệt biết mấy!" Đó rõ ràng là một sự xao lãng. Ta ghi nhận nó, và đem mình trở lại chú tâm vào hơi thở, nhẹ nhàng theo dõi, ra, vào...

Và rồi: "Mình đã trả tiền nước tháng này chưa nhỉ?" Lại là một sự xao lãng. Ta lại ghi nhận nó, và mang sự chú ý trở về với hơi thở. Ra, vào, ra, vào... "Cuốn phim mà mình chờ đợi sẽ ra ngày hôm nay. Chắc là mình sẽ đi coi tối thứ Ba này. Không, thứ Ba không được, nhưng mà thứ Tư cũng bận lắm. Chắc là phải thứ Năm..." Lại thêm một sự xao lãng nữa!

Bạn lại kéo mình ra khỏi nó và trở về với hơi thở, nhưng có điều là khi bạn chưa kịp làm việc ấy thì đã có một giọng nói nhỏ trong đầu: "Ái chà, nhức mỏi lưng quá! Chịu không nổi!" Và rồi cứ tiếp tục mãi, hết xao lãng này đến xao lãng khác, dường như là bất tận...

Thật là bực mình! Nhưng thật ra thiền tập là chỉ có vậy thôi. Những sự xao lãng đó là vấn đề chính. Chủ yếu là làm sao để đối trị được chúng, học cách ghi nhận chúng mà không để bị dính mắc. Đó là lý do chúng ta ngồi thiền. Những sự xao lãng, lo nghĩ vu vơ ấy rất là phiền toái, nhưng cái tâm bình thường của ta hoạt động như vậy đó. Đừng bao giờ cho nó là kẻ thù. Nó chỉ đơn giản là một thực tại của ta. Và nếu như bạn muốn thay đổi bất cứ một điều gì, trước hết bạn phải thấy được thực chất của nó.

Lần đầu tiên, khi bạn mới ngồi xuống tập trung sự chú ý vào hơi thở, bạn sẽ nhận thấy rằng tâm ý của mình lung tung vô cùng. Nó như một con ngựa bất kham, chạy nhảy khắp nơi. Nó húc đầu này, đá vó đầu kia. Nó rượt đuổi chính nó, chạy theo một vòng tròn bất tận. Nó nói chuyện không ngừng. Nó suy nghĩ. Nó tưởng tượng và mơ mộng viển vông. Nhưng bạn đừng bao giờ bực tức vì những chuyện ấy. Đó cũng là tự nhiên thôi. Mỗi khi tâm ta xao lãng, không còn chú tâm vào đề mục thiền quán, ta chỉ cần quán sát sự xao lãng ấy trong chánh niệm.

Trong thiền quán, khi chúng ta nói đến sự xao lãng là nói đến bất kỳ một vấn đề nào lôi kéo sự chú ý rời xa hơi thở. Điều này khiến ta có thêm một quy luật mới rất quan trọng trong sự hành thiền. Đó là, mỗi khi có một trạng thái tâm thức nào khởi lên, đủ mạnh để kéo ta ra khỏi đề mục thiền quán, hãy tạm thời chú tâm vào chính sự xao lãng ấy. Tạm thời dùng sự xao lãng ấy làm đối tượng thiền quán trong lúc đó. Xin bạn nhớ rõ là chỉ *tạm thời*. Điều đó rất quan trọng. Tôi không bao giờ khuyên bạn giữa đường đổi ngựa. Và tôi cũng không khuyên bạn cứ vài ba giây lại đổi đề mục thiền quán của mình một lần. Hơi thở lúc nào cũng là đối tượng tập trung chủ yếu của ta. Bạn chuyển sự chú ý của mình sang sự xao lãng chỉ trong thời gian vừa đủ để có thể nhận diện được những đặc tính của nó. Nó là gì? Nó mạnh đến đâu? Và nó kéo dài đến bao lâu?

Vừa khi bạn có được câu trả lời cho những câu hỏi ấy, không cần bằng lời, là bạn đã xong việc với nó và có thể đem sự chú ý trở về với hơi thở. Ở đây cũng vậy, xin bạn để ý đến cụm từ *không cần bằng lời*. Những câu hỏi ấy không phải là sự mời gọi chúng ta *"nhiều chuyện"* thêm. Vì làm như thế là chúng ta đang đi ngược chiều về phía gia tăng sự suy nghĩ.

Chúng ta muốn mình bớt lại sự suy nghĩ. Chúng ta muốn trở về với một kinh nghiệm thuần túy của hơi thở, không cần ngôn từ, không cần ý niệm. Những câu hỏi ấy là để giúp bạn thoát ra được sự xao lãng, thấy được tự tính của nó, chứ không phải để bạn trở nên bị dính mắc hơn. Chúng có mục đích, chỉ trong một bước, giúp bạn nhận diện được cái gì làm mình xao lãng và rồi buông bỏ nó - một công mà hai chuyện!

Vấn đề là thế này: Khi một sự xao lãng, hay bất cứ một trạng thái tâm thức nào khác khởi lên trong tâm, nó xuất hiện trước trong phần tiềm thức của ta. Và ngay sau đó, nó mới hiển lộ lên trên phần ý thức. Cái khoảnh khắc sai biệt ấy rất là quan trọng. Vì chính ngay trong khoảng thời gian tích tắc ấy, sự dính mắc xảy ra. Sự dính mắc ấy có mặt gần như là tức thì, và nó xảy ra ngay trong phần tiềm thức của mình. Khi sự dính mắc ấy khởi lên trên phần ý thức, khi ta bắt đầu nhận diện được, là ta đã bị nó kiềm chế mất rồi! Và chừng ấy, mỗi lúc ta quán sát nó, ta lại càng bị nó trói chặt vào thêm. Lúc này, thật ra ta không còn có khả năng quán sát bằng một sự nhận diện đơn thuần nữa, ta chỉ suy nghĩ về nó mà thôi. Những việc ấy diễn ra trong một chớp mắt. Và vấn đề nằm ngay ở chỗ đó. Khi ta có ý thức về một sự xao lãng nào, thì ta đã bị sự xao lãng ấy kiềm chế mình rồi!

Ba câu hỏi: *"Nó là gì? Nó mạnh đến đâu? Và, nó kéo dài bao lâu?"* là một phương thuốc thần diệu để chữa trị cho chứng bệnh này. Muốn trả lời được ba câu hỏi đó, ta bắt buộc phải hiểu được tính chất của sự xao lãng ấy một cách sâu sắc. Và muốn làm được việc ấy, ta phải tách rời ra khỏi nó, bước lùi lại một bước, và nhìn một cách khách quan. Chúng ta phải thôi không suy nghĩ cái tư tưởng ấy, hoặc cảm nhận cái cảm thụ ấy, thì mới có thể quán sát nó một cách khách quan được. Tiến trình đó chính là một bài thực tập về chánh niệm, một ý thức và sự nhận diện đơn thuần. Năng lực kiềm hãm của sự xao lãng sẽ bị phá vỡ và chánh niệm sẽ được thiết lập trở lại. Và từ đó, chánh niệm sẽ nhẹ nhàng trở về với đối tượng chính của nó là hơi thở.

Khi bạn mới bắt đầu thực tập phương pháp này, có lẽ bạn sẽ phải nhờ đến ngôn từ. Bạn đặt câu hỏi thành lời và bạn có câu đáp lại cũng bằng lời. Nhưng chỉ sau một thời gian ngắn, bạn sẽ không phải cần đến chúng nữa. Một khi bạn thực tập quen rồi, bạn chỉ cần đơn giản ghi nhận sự xao lãng, nhận diện những đặc tính của nó, và trở về với hơi thở. Đó là một quá trình không cần ý niệm và rất nhanh. Sự xao lãng tự nó có thể là bất cứ một điều gì: một tiếng động, một cảm giác, một cảm thụ, một mơ tưởng, bất cứ là một điều gì... Nhưng cho dù là gì đi chăng nữa, ta cũng đừng bao giờ đàn áp nó, đừng cố xua đuổi nó ra khỏi tâm mình. Việc ấy hoàn toàn không cần thiết. Chỉ cần quán sát nó trong chánh niệm, bằng một sự nhận diện đơn thuần. Lặng lẽ khảo sát sự xao lãng ấy, rồi tự nó sẽ biến mất. Và tự nhiên bạn sẽ thấy sự chú ý tự nhiên nhẹ nhàng trở về với hơi thở. Cũng đừng bao giờ tự trách mình vì đã có những xao lãng ấy. Sự xao lãng là tự nhiên. Chúng đến và chúng đi.

Nhưng cho dù đã có những lời khuyên, rồi bạn vẫn sẽ tự trách mình sau mỗi lần xao lãng. Và điều đó là tự nhiên. Hãy quán sát cảm giác hối trách ấy *như là một sự xao lãng khác*, và rồi trở lại với hơi thở của mình.

Hãy theo dõi chuỗi tiến trình ấy: Thở. Thở. Một tư tưởng vu vơ khởi lên. Sự bực mình khởi lên vì thấy mình suy nghĩ. Tiếp đó, một sự tự trách mình. Bạn trở về với hơi thở. Thở. Thở. Nó là một chu kỳ rất tự nhiên và nhịp nhàng, nếu bạn biết thực hành cho đúng. Dĩ nhiên, chìa khóa của vấn đề là sự kiên trì. Nếu bạn có thể nhận diện những xao lãng này mà không bị dính mắc, mọi việc sẽ trở nên rất dễ dàng. Bạn sẽ nhẹ nhàng lướt xuyên qua những xao lãng ấy, và trở về với hơi thở.

Lẽ dĩ nhiên, cũng cùng một sự xao lãng ấy có thể sẽ khởi lên trong giây phút kế tiếp. Nhưng ta chỉ cần nhận diện nó bằng chánh niệm. Nếu đó là một tư tưởng xao lãng có gốc rễ lâu đời, nó có thể sẽ còn tiếp tục trong một thời gian dài, nhiều khi là hàng năm. Nhưng đừng bao giờ bực mình. Đó cũng là chuyện tự nhiên. Hãy nhận diện sự xao lãng ấy và trở về với hơi thở. Đừng chống cự lại chúng, chỉ tốn công vô ích mà thôi. Mỗi năng lượng bạn đưa vào sự chống cự sẽ nuôi dưỡng cho những tư tưởng ấy, và làm cho chúng mạnh thêm. Vì vậy, đừng bao giờ cố gắng xua đuổi những tư tưởng ấy ra khỏi tâm mình. Bạn sẽ không bao giờ thắng được trận chiến đó. Chỉ cần quán sát nó bằng chánh niệm, và tự nó cuối cùng sẽ đi mất. Thật kỳ lạ, nhưng bạn càng đơn thuần nhận diện nó bao nhiêu thì nó sẽ càng trở nên yếu đi bấy nhiêu. Nếu bạn quán sát đủ lâu, và đủ năng lực của chánh niệm, nó sẽ biến mất vĩnh viễn. Còn khi bị chống cự lại, nó sẽ càng mạnh thêm. Hãy quán sát nó một cách khách quan, nó sẽ héo hon và tàn tạ đi.

Chánh niệm là một chức năng có thể tháo gỡ và hoá giải sự xao lãng. Những xao lãng nho nhỏ có thể được giải trừ chỉ bằng một cái nhìn thoáng qua thôi. Đem ánh sáng chánh niệm chiếu lên nó, và lập tức nó tan biến ngay, không bao giờ trở lại nữa. Còn những ý tưởng có gốc rễ sâu xa, đã trở thành tập quán thói quen, đòi hỏi ta phải có nhiều kiên trì, dùng chánh niệm tinh chuyên quán chiếu cho đến khi nào sợi dây trói buộc bị đứt tung. Thật ra, sự xao lãng cũng giống như một con cọp giấy! Tự nó không có một quyền lực nào hết. Nó phải được nuôi dưỡng thường xuyên, nếu không nó sẽ chết. Và khi ta từ chối không nuôi dưỡng nó bằng sự sợ hãi, sân hận và lòng ham muốn của mình nữa, nó sẽ bị tiêu diệt.

Chánh niệm là khía cạnh quan trọng nhất của thiền quán. Nó là yếu tố chủ yếu mà ta đang cố gắng trau giồi. Vì vậy, ta không cần phải chống lại sự xao lãng. Điều quan trọng là có chánh niệm về việc gì đang xảy ra chứ không phải kiểm soát những gì đang xảy ra. Bạn nên nhớ, định lực chỉ là một phương tiện. Nó là thứ yếu so với sự nhận diện đơn thuần. Dưới cái nhìn của chánh niệm thì không có một cái gì là xao lãng hết. Bất cứ điều gì khởi lên trong tâm cũng đều được xem như một cơ hội để giúp ta thực tập chánh niệm. Hơi thở được chọn làm đối tượng cơ bản giúp ta tập trung tâm ý. Và sự xao lãng là đối tượng thứ hai để giúp ta chú tâm. Nó cũng có thật và là một phần của thực tại, cũng như hơi thở. Thật ra, đối tượng chánh niệm của ta là gì, việc ấy không quan trọng. Bạn có thể có chánh niệm về hơi thở, hoặc có chánh niệm về sự xao lãng của mình. Bạn có thể có ý thức rõ rằng tâm mình đang an tĩnh và có định lực mạnh mẽ, hoặc thấy rõ rằng tâm mình đang hỗn độn, rối ren và định lực hoàn toàn suy sụp. Tất cả đều là chánh niệm. Ta chỉ cần tiếp tục duy trì sự chánh niệm đó, và cuối cùng định lực sẽ được phục hồi.

Mục đích của thiền quán không phải là để chú tâm vào hơi thở mãi mãi và không bị gián đoạn. Đó là một mục tiêu vô cùng vô ích. Mục đích của thiền quán cũng không phải để đạt được một tâm hoàn toàn bất động và an tĩnh. Mặc dù đó là một trạng thái rất tốt đẹp, nhưng tự nó không thể nào đưa ta đến giải thoát được. Mục tiêu của thiền quán là để có được một chánh niệm liên tục, không gián đoạn. Chánh niệm, và chỉ có chánh niệm, mới có thể đưa ta tới giác ngộ.

Sự xao lãng có đủ mọi hình tướng, mức độ, và mùi vị. Tâm lý học Phật giáo phân chia chúng ra thành nhiều loại. Một trong những loại đó là chướng ngại. Chúng được xem như là chướng ngại vì chúng ngăn trở hai yếu tố thiền quán của ta: chánh niệm và định lực. Ta cũng nên thận trọng chỗ này: Chữ *"chướng ngại"* có vẻ mang một ý niệm hơi tiêu cực, mà thật ra chúng là những trạng thái tâm thức mà ta muốn loại trừ. Nhưng điều ấy không có nghĩa là ta phải đàn áp chúng, trốn tránh hoặc ghét bỏ chúng.

Chúng ta hãy lấy lòng ham muốn làm một ví dụ. Ta muốn tránh không kéo dài bất cứ một trạng thái ham muốn nào khi nó khởi lên, vì nó sẽ dẫn đến sự ràng buộc và phiền não. Nhưng điều đó không có nghĩa là mỗi khi có những tư tưởng ham muốn khởi lên, ta phải xua đuổi nó ra khỏi tâm mình. Chúng ta chỉ cần đừng khuyến khích và nuôi dưỡng nó ở lại mà thôi. Ta để cho nó đến, và ta để cho nó đi.

Khi ta nhận diện lòng ham muốn một cách đơn thuần, sẽ không có sự phê phán, khen chê nào hết. Chúng ta chỉ đơn giản bước lùi lại và nhìn nó khởi lên. Cả quá trình sinh động của sự ham muốn, từ đầu cho đến cuối, cần được quán sát với cùng một thái độ ấy. Chúng ta không giúp thêm, cũng không ngăn chận, và cũng không xen vào một chút nào hết. Nó ở bao lâu thì nó sẽ ở bấy lâu. Và trong khi nó có mặt, ta sẽ học hỏi hết những gì mình có thể học được. Chúng ta quán sát tác dụng của sự ham muốn. Ta nhận thức việc nó gây phiền não cho ta và là gánh nặng cho kẻ khác như thế nào. Ta ý thức rằng nó khiến ta lúc nào cũng cảm thấy không thoả mãn, luôn ở trong một trạng thái thèm khát và thiếu thốn. Từ kinh nghiệm trực tiếp đó, ta hiểu được sâu sắc sự ham muốn là một chướng ngại cho ta. Và sự hiểu biết đó không phải là lý thuyết, mà là một thực nghiệm.

Tất cả những chướng ngại khác cũng được đối trị cùng bằng một phương thức ấy, và ở đây chúng ta sẽ xem xét chúng từng cái một.

Ham muốn

Giả sử như trong lúc ngồi thiền có một kinh nghiệm dễ chịu nào đó khởi lên khiến bạn bị xao lãng. Nó có thể là một mơ tưởng thú vị hoặc một ý nghĩ tự hào. Nó có thể là một cảm giác hãnh diện. Nó có thể là một ý tưởng thương yêu hoặc một cảm giác an vui do thiền quán mang lại. Cho dầu đó là gì đi nữa, chắc chắn theo sau sẽ là một trạng thái ham muốn - ta muốn có được những gì mình đang mơ tưởng, hoặc muốn kéo dài cảm giác thú vị, dễ chịu ấy. Và cho dầu bất cứ nó là gì, bạn cần đối trị những sự ham muốn ấy như sau.

Ghi nhận tư tưởng hoặc cảm xúc dễ chịu ấy khi nó khởi lên. Ghi nhận trạng thái ham muốn đi kèm theo nó như là một cái gì riêng biệt. Ghi nhận chính xác cường độ và tầm mức của sự ham muốn ấy. Và rồi, ghi nhận xem nó kéo dài bao lâu và khi nào nó biến mất. Sau khi làm xong những việc ấy, bạn đem sự chú ý trở về với hơi thở của mình.

Ghét bỏ

Giả sử như trong lúc ngồi thiền có một kinh nghiệm khó chịu nào đó khởi lên khiến bạn bị xao lãng. Nó có thể là một cái gì làm bạn sợ hãi hoặc một sự lo âu, phiền toái nào đó. Nó có thể là một mặc cảm tội lỗi, buồn chán hoặc một cái đau. Cho dù ý nghĩ hoặc cảm thụ đó là gì đi nữa, bạn sẽ thấy mình tìm cách xua đuổi hoặc đàn áp nó - cố gắng trốn tránh, chống cự hoặc chối bỏ nó. Và phương cách đối trị của ta ở đây cũng tương tự. Hãy theo dõi sự phát sinh của tư tưởng hoặc cảm thụ khó chịu ấy. Ghi nhận trạng thái ghét bỏ đi kèm theo nó. Quán sát xem nó kéo dài bao lâu và khi nào thì qua mất. Và rồi đem sự chú ý trở về với hơi thở.

Hôn trầm

Hôn trầm có nhiều cấp bậc và cường độ khác nhau, nó bao gồm từ một chút uể oải cho đến một trạng thái hôn mê, không còn biết gì hết. Ở đây, chúng ta nói về một trạng thái của tâm thức, chứ không phải là của cơ thể. Buồn ngủ hoặc sự mệt mỏi của cơ thể là những điều hoàn toàn khác hẳn và trong hệ thống phân loại của Phật học thường được xếp vào những cảm thụ vật lý. Hôn trầm rất gần gũi với sự ghét bỏ, vì nó là một cách khéo léo để tâm ta trốn tránh những vấn đề nào nó cảm thấy khó chịu. Hôn trầm cũng giống như là ta tắt đi bộ máy tâm thức của mình, làm lu mờ đi những tri giác và nhận thức của ta. Nó là một sự giả vờ ngu ngốc như mình đang ngủ.

Kích động

Những trạng thái bất an và lo lắng là những biểu hiện của sự kích động trong tâm. Tâm ta phóng nhảy khắp nơi, không chịu ở yên một chỗ. Bạn có thể cứ suy đi, nghĩ lại loanh quanh chỉ có một vài vấn đề. Cái mạnh nhất ở đây là một cảm thụ không an ổn. Tâm ta từ chối không chịu dừng yên ở bất cứ nơi nào. Nó chạy nhảy không ngừng. Và phương thuốc cho tình trạng này cũng tương tự. Sự bất an truyền đạt một cảm thụ đặc biệt đến tâm thức ta. Bạn có thể cho nó là có một mùi vị hoặc một kết cấu đặc biệt nào đó. Gọi đó là gì đi chăng nữa, cảm giác bất an ấy vẫn có những đặc tính riêng biệt mà ta có thể nhận diện được. Hãy tìm nó. Khi bạn đã thấy nó, hãy ghi nhận sự có mặt của nó. Ghi nhận khi nào nó khởi lên. Theo dõi xem nó kéo dài bao lâu, và khi nào chấm dứt. Và rồi trở lại với hơi thở.

Nghi ngờ

Nghi ngờ cũng có một cảm giác cá biệt của nó trong tâm thức. Kinh điển *Pali* diễn tả tâm trạng nghi ngờ rất hay. Nó cũng giống như cảm giác của một người bị lạc lối hoang mang trong sa mạc, và anh ta đến một ngã tư đường không có bảng chỉ dẫn. Nên đi theo lối nào đây? Không làm sao biết được. Và anh ta cứ đứng đó phân vân mãi.

Một trong những hình thức nghi ngờ có mặt trong lúc ngồi thiền là những câu độc thoại trong đầu, tương tự như thế này: "Tại sao mình lại cứ ngồi yên như thế này để làm gì? Có thật sự ích lợi gì không chứ? Ồ! Nhất định là có rồi. Nó giúp ích cho mình nhiều lắm. Trong sách nói như vậy mà. Không đâu, việc này thật là điên rồ. Mất công sức, mất thì giờ thôi, chứ chẳng có ích lợi gì hết. Nhưng không, mình sẽ không bao giờ bỏ cuộc. Mình nói mình cố gắng học thiền, và mình sẽ nhất định học thiền. Mà mình có cứng đầu quá không? Chẳng biết nữa. Mình chẳng biết gì hết..." Đừng để bị rơi vào chiếc bẫy này. Nó cũng chỉ là một chướng ngại mà thôi. Một làn hỏa mù của tâm thức, với mục đích không cho ta nhìn thấy được những gì đang xảy ra trong giờ phút hiện tại. Muốn đối trị tâm ngờ vực, ta chỉ cần ý thức được trạng thái thay đổi không yên này của tâm, như là một đối tượng thiền quán. Đừng để bị kẹt trong chiếc bẫy ấy. Bước lùi lại và nhìn nó cho rõ. Xem nó mạnh đến đâu. Xem khi nào nó đến và kéo dài bao lâu. Rồi xem nó từ từ qua đi, và ta lại trở về với hơi thở.

Đó là những phương cách chung bạn có thể sử dụng để hóa giải bất cứ một sự xao lãng nào khởi lên. Tôi dùng chữ *xao lãng* để chỉ cho bất cứ một trạng thái nào khởi lên và làm trở ngại cho sự thiền tập của ta. Có một số chướng ngại rất là vi tế. Tôi nghĩ chúng ta cũng nên nêu ra một vài ví dụ. Những trạng thái tiêu cực đa số thường rất dễ nhận diện, như là: bất an, sợ hãi, nóng giận, bức rức, chán nản và thất vọng.

Sự dính mắc và tham muốn thì hơi khó nhận diện hơn một chút, vì chúng có thể được áp dụng vào những gì chúng ta cho là cao thượng hoặc đáng quý. Ta có thể ham muốn cho mình được hoàn thiện hơn. Ta có thể đeo đuổi những đức tính tốt lành. Ta có thể dính mắc vào những kinh nghiệm an tĩnh, hạnh phúc trong lúc ngồi thiền. Buông bỏ những cảm giác cao quý ấy không phải là dễ. Nhưng cuối cùng, chúng cũng chỉ làm tăng trưởng thêm lòng tham của ta mà thôi. Thật ra, chúng chỉ là một sự mong muốn được thoả mãn và một cách khéo léo để tránh né thực tại.

Nhưng khó nhận diện hơn hết là những trạng thái tâm

thức tích cực mà nhẹ nhàng len lỏi vào trong sự thiền tập của ta. Hạnh phúc, an vui, hài lòng, cảm thông, và từ bi đối với tất cả mọi người ở khắp mọi nơi. Những trạng thái này rất là ngọt ngào và tốt lành, đến nỗi ta không có lòng dạ nào mà tự tách mình ra khỏi chúng. Nó khiến ta cảm thấy như là mình đã phản bội nhân loại. Nhưng bạn đâu cần phải cảm thấy như vậy? Tôi không bao giờ khuyên bạn nên bác bỏ những trạng thái tâm thức ấy, hoặc biến mình trở thành gỗ đá. Tôi chỉ muốn bạn hãy nhìn chúng như chúng thật sự đang hiện hữu. Chúng chỉ là những trạng thái của tâm thức. Chúng đến và chúng đi. Chúng sinh lên rồi chúng diệt đi. Khi bạn tiếp tục thiền tập, những trạng thái này sẽ càng xảy ra thường xuyên hơn. Điều quan trọng là đừng để bị dính mắc vào chúng. Chỉ cần quán sát từng cái một khi nó khởi lên. Xem nó là gì, mạnh bao nhiêu, và kéo dài đến bao lâu. Rồi xem nó từ từ trôi đi mất. Nó cũng chỉ là một vở tuồng nữa trên sân khấu tâm thức của mình mà thôi.

Cũng giống như hơi thở có từng giai đoạn, những trạng thái tâm thức cũng thế. Mỗi hơi thở có phần bắt đầu, phần giữa và phần cuối. Mỗi trạng thái tâm thức có các giai đoạn sinh khởi, tăng trưởng và hoại diệt. Bạn nên cố gắng quán sát để thấy rõ được những giai đoạn này. Lẽ dĩ nhiên việc ấy không phải dễ. Như chúng ta đã biết, mỗi tư tưởng và cảm giác đều khởi lên bắt đầu trước hết từ trong phần tiềm thức của ta, rồi sau đó mới khởi lên trên bề mặt của ý thức. Thường thì ta chỉ ý thức được chúng sau khi chúng đã xuất hiện trên bình diện ý thức, và có mặt ở đó trong một thời gian. Thật ra, chúng ta chỉ ý thức được sự xao lãng sau khi nó đã thôi không còn quấy rầy ta nữa, và đang bắt đầu phai mờ đi. Cũng chính ngay ở điểm này, ta đột nhiên ý thức tự nãy giờ mình đang lo nghĩ, mơ tưởng xa xôi, viễn vông, hoặc là gì đó. Rõ ràng, lúc đó mọi việc cũng đã quá trễ rồi. Chúng ta có thể gọi hiện tượng này là bắt con sư tử bằng đuôi, hành động đó không khôn ngoan chút nào hết. Cũng giống như khi đối diện với một con thú dữ, ta cũng phải tiến đến ngay trước những trạng thái tâm thức của mình. Và với sự kiên trì, ta sẽ nhận diện được những xao lãng ấy, khi chúng vừa mới khởi lên từ phần tiềm thức sâu kín trong tâm.

Vì những trạng thái tâm thức khởi lên từ dưới tiềm thức, muốn bắt được ngay khi nó vừa xuất hiện, ta phải nới rộng nhận thức của mình xuống dưới phần tiềm thức ấy. Việc này cũng hơi khó, vì ta không thể thấy được những gì có mặt ở nơi đó, ít nhất là cũng không được rõ ràng như ở trên bình diện ý thức. Nó đòi hỏi một sự thực tập. Và một định lực thâm sâu cũng có ảnh hưởng rất nhiều đến khả năng ấy. Định lực sẽ làm chậm lại sự xuất hiện của những trạng thái tâm thức này. Nó cho ta thời gian để cảm nhận từng cái một, khi chúng vừa mới khởi lên từ phía dưới tiềm thức, ngay cả trước khi ta thấy được sự có mặt của chúng trên phần ý thức. Định lực sẽ giúp ta nới rộng nhận thức của mình xuống phần tăm tối còn nằm sâu ở phía dưới, nơi tư tưởng và cảm giác của ta bắt đầu phát khởi.

Khi định lực của bạn thâm sâu, bạn sẽ có khả năng nhìn thấy được những tư tưởng và cảm giác chầm chậm khởi lên, riêng rẽ như những bong bóng nước, mỗi cái cá biệt và có những khoảng trống ở giữa nhau. Nó nổi lên thật chậm rãi từ dưới tiềm thức. Nó ở lại trên bề mặt ý thức một đôi chút, rồi từ từ trôi đi mất.

Nhận diện đơn thuần những trạng thái tâm thức là một công việc đòi hỏi một sự chính xác đặc biệt. Nhất là đối với cảm thụ hoặc cảm xúc. Chúng ta dễ đi quá đà đối với những cảm xúc của mình, có nghĩa là cộng thêm vào đó những gì dư thừa. Và ta cũng rất dễ bị thiếu hụt, không tiếp xúc hết, không nhận thức được hoàn toàn cảm xúc của mình. Mục tiêu mà ta muốn đạt đến là kinh nghiệm được mỗi trạng thái tâm thức một cách thật trọn vẹn, như nó thật sự đang hiện hữu, không thêm thắt vào và cũng không bỏ sót bất cứ một điều gì hết.

Chúng ta hãy lấy một ví dụ về cái đau nơi chân của mình. Cái thật sự đang có mặt ở đó chỉ là một dòng cảm giác thuần túy và biến chuyển. Nó luôn luôn biến đổi, không bao giờ là cùng một cái, từ giây phút này sang giây phút kế. Nó di chuyển từ chỗ này sang chỗ khác, và cường độ nó tăng giảm khác nhau. Cái đau không phải là một vật. Nó là một sự kiện. Ta không nên dán lên nó bất cứ một ý niệm nào, hoặc liên kết nó với bất cứ một cái gì khác. Với một sự nhận diện đơn thuần, ta sẽ kinh nghiệm nó đơn giản như là một dòng năng lượng có thứ tự trôi chảy, và ngoài ra không là gì khác. Không có tư tưởng và không có sự bác bỏ. Chỉ là năng lượng.

Trên con đường thiền tập, chúng ta cần xét lại quan điểm của mình về vấn đề hình thành khái niệm. Đối với đa số chúng ta, sự thành công trong học đường và trong cuộc đời, là nhờ vào khả năng biết sử dụng, sắp xếp những hiện tượng tâm thức một cách hợp lý. Đó là khả năng biết nhận định. Công danh sự nghiệp, những thành công trong đời sống hằng ngày, những liên hệ hạnh phúc... phần lớn những thành đạt ấy là nhờ vào khả năng biết nhận định của mình. Nhưng trong thiền tập, chúng ta tạm gác bỏ qua một bên tiến trình nhận định và sử dụng khái niệm ấy, và chú tâm trực tiếp đến cái bản chất của những hiện tượng tâm thức. Trong thiền tập, chúng ta muốn kinh nghiệm tâm thức mình một cách trực tiếp, khi mọi khái niệm hoàn toàn chưa sinh khởi.

Nhưng tâm bình thường của chúng ta lại nhận định cái hiện tượng ở chân ấy là đau đớn. Ta nghĩ đến nó như là một *"cái đau"*. Nhưng đó chỉ là một khái niệm. Nó là một nhãn hiệu ta dán lên trên cái cảm giác ấy. Rồi chúng ta tạo nên một ảnh tượng trong đầu, hình ảnh của một *cái đau*, có hình dạng rõ ràng. Bạn dường như thấy được một biểu đồ của cái chân đau, và ngay chỗ bị đau được vẽ bằng những đường nét rõ ràng, và còn có màu sắc nữa. Việc ấy rất sáng tạo và vô cùng thú vị, nhưng không phải là cái ta muốn. Chúng chỉ là những khái niệm khô cứng được ta gắn kết vào thực tại sinh động. Và thường thường ta sẽ tự cho rằng, "*Chân tôi bị đau.*" "*Tôi*" là một khái niệm. Nó là một sự dư thừa cộng thêm vào cái kinh nghiệm thuần túy của mình.

Khi bạn thêm cái "*tôi*" vào là bạn tạo ra một *khoảng cách* giữa thực tại và cái ý thức quán sát thực tại ấy. Những tư tưởng như là "*tôi*" hoặc "*của tôi*" hoàn toàn không có chỗ đứng trong một kinh nghiệm trực tiếp. Chúng không chỉ là những "*phụ gia*" vô ích, mà còn rất là thâm hiểm. Khi ta mang cái "*tôi*" vào, tức là ta nhận cái đau là mình. Ta chỉ làm cho cái đau ấy quan trọng thêm mà thôi. Và khi ta bỏ cái "*tôi*" ra ngoài, cái đau sẽ không còn là đau đớn. Nó chỉ là một dòng năng lượng thuần túy có cường độ cao. Nó còn có thể là kỳ diệu nữa kìa! Nếu bạn thấy cái "*tôi*" ấy đang len lỏi vào trong kinh nghiệm của cái đau, hoặc bất cứ một cảm giác nào khác, bạn hãy theo dõi nó trong chánh niệm. Hãy nhận diện đơn thuần cái hiện tượng *nhận-cái-đau-làm-mình* ấy của ta.

Mục tiêu chung của chúng ta thật ra rất đơn giản. Ta muốn thật sự nhìn thấy được mỗi cảm giác của mình, cho dù đó là đau đớn, hỷ lạc hay là chán chường. Ta muốn kinh nghiệm được nó một cách trọn vẹn và thuần túy, dưới một hình thái tự nhiên nhất, chưa bị làm sai lạc. Và chỉ có một phương cách duy nhất mà thôi. Thời điểm của bạn phải thật là chính xác. Ý thức về mỗi cảm giác phải được phối hợp ngay cùng một lúc với sự sinh khởi của cảm giác ấy. Nếu bạn nắm bắt trễ một chút, bạn sẽ hụt mất phần đầu, và không thấy được tất cả. Và nếu bạn vẫn còn nắm giữ cảm giác ấy, khi nó đã phai mờ rồi, thì cái mà bạn giữ đó chỉ là ký ức về nó mà thôi. Nó đã đi qua mất. Và trong khi bạn lo nắm giữ ký ức ấy, bạn sẽ bỏ lỡ cơ hội nhìn thấy sự sinh khởi của một cảm giác kế tiếp. Đây là một công việc vô cùng tinh tế. Bạn lúc nào cũng phải có mặt trong giây phút hiện tại, tiếp nhận và rồi buông bỏ, mà không được một chút chậm trễ. Nó đòi hỏi một sự tiếp xúc rất nhẹ nhàng. Sự liên hệ của bạn với cảm giác, không bao giờ có thể là của quá khứ hoặc tương lai, nhưng luôn đơn giản là cái ngay trong lúc này.

Tâm bình thường của chúng ta lúc nào cũng tìm cách đặt khái niệm lên trên mọi hiện tượng, và nó làm một cách rất khéo léo. Mỗi cảm giác sẽ khơi dậy một chuỗi những ý niệm. Lấy ví dụ về cái nghe chẳng hạn. Bạn đang ngồi thiền, và có ai đó ở phòng cạnh bên đánh rơi một cái đĩa. Âm thanh ấy chạm vào tai bạn. Ngay lập tức trong đầu bạn hiện lên hình ảnh của căn phòng cạnh bên. Có lẽ bạn cũng thấy luôn được người đánh rơi cái đĩa ấy. Nếu đây là một khung cảnh quen thuộc, như là trong nhà bạn chẳng hạn, có thể bạn sẽ hình dung ra tất cả như trong một cuốn phim 3 chiều, về ai làm rơi đĩa và chiếc đĩa nào bị đánh rơi. Và toàn bộ chuỗi sự kiện ấy xảy ra trong một chớp mắt. Nó nhảy vọt lên từ tiềm thức với những chi tiết thật rõ rệt, trong sáng, và hấp dẫn đến nỗi nó tống khứ hết mọi chuyện khác ra khỏi tâm ta. Chuyện gì đã xảy ra cho cái cảm giác nguyên sơ lúc ban đầu, và cái kinh nghiệm nghe thuần tuý ấy? Nó hoàn toàn bị đàn áp và lạc mất đâu đó trong những sự lộn xộn và quên lãng. Ta bỏ lỡ thực tại. Ta đi vào một thế giới mộng tưởng.

Đây là một ví dụ khác: Bạn đang ngồi thiền và chợt có một âm thanh chạm đến tai mình. Nó là một tiếng động không rõ rệt lắm, một tiếng lạo xạo đâu đó, mà có thể do bất cứ một cái gì. Và những gì xảy ra kế tiếp có thể là thế này: "Cái gì vậy? Ai thế? Âm thanh ấy xuất phát từ đâu vậy? Có xa chỗ mình ngồi không? Có gì nguy hiểm không?..." Và cứ thế mà tiếp tục, không có câu trả lời, chỉ toàn là những tưởng tượng và phỏng đoán của ta mà thôi.

Nhận định bằng ý niệm là một tiến trình rất xảo quyệt và khôn khéo. Nó len lỏi vào trong kinh nghiệm của ta, và rồi hoàn toàn chiếm đoạt hết. Trong thiền tập, nếu ta nghe một âm thanh, ta chỉ cần nhận diện đơn thuần về cái kinh nghiệm nghe ấy. Nó và chỉ có riêng nó mà thôi! Thật ra, những gì xảy ra rất là đơn giản, mà nhiều khi vì vậy chúng ta lại bỏ qua và không chịu nhìn thấy. Làn sóng âm thanh chạm vào màng nhĩ của ta theo một phương cách đặc biệt nào đó. Những làn sóng ấy được chuyển thành những tín hiệu điện trong bộ não, và rồi những tín hiệu ấy biểu hiện thành một dạng âm thanh trong tâm thức của ta. Và chỉ có vậy thôi. Không có hình ảnh. Không có phim chiếu. Không có ý niệm. Không có sự độc thoại, thắc mắc. Chỉ đơn giản là một tiếng động. Thực tại không trang điểm và đơn sơ một cách kỳ diệu. Khi bạn nghe một tiếng động, hãy có chánh niệm về tiến trình nghe đó. Còn tất cả những cái khác chỉ là dư thừa, được thêm thắt vào. Bỏ chúng đi. Và luật đó có thể áp dụng hết cho tất cả mọi cảm giác, mọi cảm thụ, mọi kinh nghiệm của bạn. Hãy nhìn lại kinh nghiệm của chính mình cho thật kỹ. Đào xuyên qua hết những tầng lớp của mớ đồ cũ vụn vặt trong tâm thức, để xem cái gì thật sự có mặt. Bạn sẽ vô cùng kinh ngạc khi khám phá ra rằng nó đơn giản và nhiệm mầu đến như thế nào!

Cũng có những lúc, sẽ có nhiều cảm giác cùng khởi lên một lượt. Bạn có một tư tưởng sợ hãi, một cảm giác co thắt trong bụng, một cái lưng đau, ngứa ở lỗ tai bên trái, tất cả cùng có mặt trong một lúc. Đừng ngồi đó bối rối. Đừng thay đổi tới lui, hoặc phân vân không biết nên chọn cái nào làm đối tượng. Sẽ có một cái là mạnh nhất. Chỉ cần bạn mở rộng ra, và hiện tượng nào dai dẳng nhất, nổi bật nhất, tự nó sẽ bắt bạn phải chú ý đến nó. Hãy chú tâm đến nó một đôi chút, chỉ lâu đủ để nhìn thấy nó phai mờ đi. Rồi trở về với hơi thở của mình. Nếu có một cái nào khác nổi bật lên, hãy cho nó vào. Và khi xong rồi, lại trở về với hơi thở.

Nhưng bạn nên cẩn thận, quá trình này cũng rất có thể bị lạm dụng. Đừng cứ ngồi đó và tìm kiếm một cái gì để làm đối tượng chánh niệm. Hãy luôn giữ chánh niệm trên hơi thở, cho đến khi có một cái gì khác xen vào lôi kéo sự chú ý của mình đi. Khi nào bạn cảm thấy việc ấy xảy ra, đừng chống cự lại. Hãy để sự chú ý của bạn nhẹ nhàng chuyển sang đối tượng xao lãng ấy một cách tự nhiên, và giữ chánh niệm ở đó cho đến khi nào nó phai nhạt đi. Rồi trở về với hơi thở của mình. Đừng tìm kiếm thêm bất cứ một hiện tượng vật lý hoặc tâm lý nào khác. Chỉ trở về chú ý đến hơi thở của mình. Hãy để cho những đối tượng tự động đến với ta. Lẽ dĩ nhiên, cũng có những lúc bạn ngủ gật đi một chút. Cho dù bạn đã thực tập lâu, có lúc bạn sẽ giật mình tỉnh dậy, ý thức rằng từ nãy giờ mình đang ở đâu đó! Đừng nản lòng. Hãy ý thức rõ rằng mình đã mê ngủ khoảng bao lâu và trở về với hơi thở. Ta không cần phải có một phản ứng tiêu cực nào. Chính sự ý thức rằng mình đã xao lãng tự nó đã là một hành động chánh niệm. Tự nó chính là một bài tập về sự chánh niệm thuần túy, về sự nhận diện đơn thuần.

Chánh niệm sẽ được tăng trưởng theo sự thực tập chánh niệm. Cũng giống như khi ta tập thể dục cho các cơ bắp vậy. Mỗi khi bạn tập luyện, bắp thịt của bạn sẽ nở nang thêm một chút. Bạn làm cho nó được mạnh thêm một chút. Sự thật bạn có cảm giác giật mình tỉnh giấc ấy, cũng là một bằng chứng rằng năng lượng chánh niệm của bạn đã được tăng trưởng. Nó có nghĩa là bạn đã thắng cuộc. Hãy trở về với chánh niệm và không hối hận. Mặc dù hối hận là một phản ứng tự nhiên, và nó thế nào cũng có mặt - chỉ là một thói quen của tâm thức. Nếu bạn cảm thấy bực mình, chán nản, hoặc tự trách móc mình, hãy quán sát chúng bằng chánh niệm. Nó cũng chỉ là một sự xao lãng khác mà thôi. Chú tâm đến nó một chút, quán sát nó phai mờ đi, và trở về với hơi thở.

Những quy tắc tôi vừa trình bày có thể và cần được áp dụng cho mọi trạng thái tâm thức khác. Bạn sẽ khám phá ra rằng đây là một việc làm không phải dễ. Đây sẽ là một công việc khó khăn nhất mà bạn đã từng thực hiện. Bạn sẽ khám phá ra mình sẵn sàng áp dụng phương pháp ấy cho một số kinh nghiệm này, và lại hoàn toàn không muốn áp dụng nó cho một số khác.

Thiền tập cũng giống như một loại axít của tâm thức vậy. Nó sẽ từ từ xói mòn bất cứ cái gì nó tiếp xúc. Loài người chúng ta rất kỳ lạ. Chúng ta ưa thích mùi vị của một số chất độc, và ta cứ lì lợm tiêu thụ chúng mặc dù biết chúng đang tiêu hủy mình. Những tư tưởng mà ta bị dính mắc là những độc tố. Bạn sẽ thấy rằng, có một số tư tưởng chúng ta sẵn sàng đào sâu và bứng nhổ tận gốc rễ, trong khi có một số khác chúng ta lại cưng chiều, bảo vệ hết mình. Và đó là tình trạng của con người.

Thiền quán không phải là một trò chơi. Chánh niệm không phải chỉ là một môn thực tập giải trí. Nó là con đường dẫn ta thoát ra khỏi một bãi lầy, bãi lầy của sự thương yêu và ghét bỏ của chính ta! Áp dụng chánh niệm để hoá giải những vấn đề đau đớn, khó khăn trong cuộc sống, dầu sao thì tương đối cũng vẫn dễ hơn. Khi ta nhận thấy rằng sự sợ hãi và tuyệt vọng sẽ tiêu tan dưới ánh sáng quán chiếu của chánh niệm, tự nhiên ta sẽ muốn đem ra áp dụng mãi. Đó là những trạng thái tâm thức tiêu cực. Chúng làm ta đau khổ. Ta muốn loại trừ chúng vì chúng mang cho ta phiền não. Nhưng sẽ khó khăn gấp bội phần khi ta đem áp dụng cũng cùng quá trình đó cho những trạng thái tâm thức mà ta trân quý, như là lòng yêu nước, tình mẫu tử, hoặc một tình yêu chân thật. Nhưng việc ấy cũng vô cùng cần thiết. Vì những dính mắc tích cực cũng sẽ giữ bạn lại trong bãi lầy, giống như những dính mắc tiêu cực vậy. Bạn sẽ có thể ngoi lên và thoát được ra khỏi bãi lầy ấy để có thể hít thở dễ dàng hơn, nếu bạn biết chuyên cần thực tập thiền quán. Thiền quán là con đường dẫn đến *Niết-bàn.* Và từ những gì được kể lại do những người đã đi trước trên con đường ấy, nó rất xứng đáng cho sự cố gắng hết sức của ta.

Chương Mười Ba:
Chánh niệm (Sati)

Chánh niệm là chữ dùng để dịch chữ *sati* trong tiếng *Pali*. *Sati* là một sinh hoạt. Nhưng thật ra nó là gì? Ta không thể có một câu trả lời chính xác, ít nhất là không thể bằng văn tự. Văn tự được thành lập trên bình diện những biểu tượng của tâm thức, vì vậy chúng được dùng để diễn tả những thực tại nào có liên hệ đến những suy nghĩ có tính cách biểu tượng. Chánh niệm là *tiền biểu tượng*, có nghĩa là nó có trước khi có biểu tượng. Nó không bị trói buộc bởi lý luận. Nhưng dù vậy, chánh niệm vẫn có thể kinh nghiệm được - một cách rất dễ dàng - và nó cũng có thể diễn tả được, nếu ta nhớ rằng ngôn ngữ chỉ là ngón tay chỉ mặt trăng mà thôi. Tự chúng không phải là mặt trăng. Kinh nghiệm thật sự của ta nằm ngoài ngôn ngữ và các biểu tượng. Người ta có thể giải nghĩa chánh niệm bằng những danh từ hoàn toàn khác hẳn với những gì chúng ta sử dụng ở đây, và như vậy vẫn có thể đúng.

Chánh niệm là một tiến trình rất vi tế mà bạn đang sử dụng ngay trong giây phút này. Sự thật rằng tiến trình này vượt ra ngoài và bên trên ngôn ngữ, không có nghĩa là nó không có thật - mà ngược lại. Chánh niệm là một thực tại làm phát sinh ngôn ngữ - và những ngôn ngữ ấy thật ra chỉ là một bóng dáng lờ mờ của nó. Vì vậy, điều quan trọng chúng ta cần nhớ là những điều theo sau đó, chỉ là những bóng dáng tương tự của thực tại mà thôi. Ta sẽ không thể nào thấy và hiểu nó hoàn toàn được. Thực tại bao giờ cũng nằm ngoài những suy luận bằng lý trí. Nhưng có điều là ta có thể kinh nghiệm được nó. Phương pháp thiền quán *vipassana*, mà đức Phật đã chỉ dạy hơn hai mươi lăm thế kỷ qua, là những bài tập tâm thức có mục đích giúp ta kinh nghiệm được một trạng thái chánh niệm miên mật, không gián đoạn.

Khi bạn mới nhận biết một điều gì, thoạt tiên sẽ có một khoảnh khắc của sự nhận diện đơn thuần thoáng qua rất nhanh, ngay trước khi bạn bắt đầu lập ý niệm về vật ấy, trước khi bạn định nghĩa nó. Đó chính là một trạng thái tỉnh thức. Thông thường thì trạng thái này rất ngắn ngủi. Nó là một giây phút chớp nhoáng, khi bạn mới vừa để mắt nhìn vào một vật, khi bạn mới chú tâm vào nó, trước khi bạn định nghĩa và đặt tên cho nó, cô lập và tách rời nó ra khỏi phần còn lại của thực tại. Nó xảy ra trước khi bạn bắt đầu suy nghĩ về sự vật ấy - trước khi tâm bạn nhận định: "Ồ, đó là một con chó." Giây phút chú tâm nhẹ nhàng của một ý thức đơn thuần ấy chính là chánh niệm.

Trong giây phút chớp nhoáng này, bạn kinh nghiệm sự vật không như là một sự vật. Bạn kinh nghiệm một sự trôi chảy nhẹ nhàng của một kinh nghiệm thuần túy, đan kết vào với thực tại, chứ không hề có mặt riêng rẽ. Chánh niệm cũng giống như một cái thấy toàn diện, so với một cái nhìn tập trung nhỏ hẹp và bị giới hạn. Và cái thấy của chánh niệm có tàng chứa một tuệ giác sâu sắc ấy sẽ biến mất ngay khi bạn thu nhỏ tâm mình lại, đối tượng hóa và biến nó trở thành một sự vật. Trong tiến trình nhận thức bình thường của ta, bước chánh niệm đầu tiên này rất là ngắn ngủi, gần như là không thể nào thấy được. Và trong những bước kế tiếp, chúng ta có thói quen hoang phí sự chú ý của mình vào những việc như là tìm hiểu nó, đặt tên cho nó, và hơn hết, tạo nên một chuỗi ý tưởng đầy những biểu tượng về nó. Giây phút chánh niệm ban sơ kia trong phút chốc đã tan biến mất. Và mục đích của thiền quán là giúp ta có thể kéo dài được giây phút chánh niệm ấy.

Khi giây phút chánh niệm này được kéo dài, bằng sự thực tập, bạn sẽ thấy nó rất sâu sắc, và có thể thay đổi được hoàn toàn quan điểm của mình về cuộc sống. Nhưng trạng thái đó cần phải được học hỏi, và cần có một sự thực tập thường xuyên. Một khi bạn đã học được rồi, bạn sẽ thấy rằng chánh niệm có rất nhiều khía cạnh thú vị.

Chương Mười Ba: Chánh Niệm (sati)

Những đặc tính của chánh niệm

Chánh niệm là một tấm gương soi thực tại. Nó phản ảnh những gì đang có mặt trong giây phút hiện tại này, đúng thật như là đang xảy ra. Không có thiên kiến.

Chánh niệm là một sự quán sát không phán xét. Nó là một khả năng quán sát nhưng không phê bình của tâm. Nhờ vậy, ta có thể nhìn sự vật mà không chỉ trích, không lên án. Không có một điều gì làm cho ta ngạc nhiên. Ta chỉ đơn giản quân bình chú ý vào sự việc như nó thật sự đang hiện hữu, trong trạng thái tự nhiên của nó. Ta không cần phải quyết định và cũng không phê phán. Chỉ quán sát. Khi tôi nói *"không cần phải quyết định và cũng không phê phán"* là có ý ví dụ thiền sinh với một nhà khoa học trong phòng thí nghiệm. Ông ta quan sát đối tượng của mình dưới ống kính hiển vi mà không có một nhận thức, một thiên kiến nào trước, chỉ nhìn sự vật đúng như nó đang hiện hữu. Cũng bằng cách đó, hành giả quán sát những tính chất vô thường, vô ngã và bất toại nguyện của mọi hiện tượng.

Chúng ta không thể nào khách quan quán sát những gì đang xảy ra trong ta, nếu ta không cùng một lúc chấp nhận sự có mặt của nó trong tâm mình. Điều này đặc biệt đúng đối với những tâm thức tiêu cực. Muốn quán sát nỗi sợ của mình, trước nhất ta phải chấp nhận là mình sợ hãi. Chúng ta không thể nào khám xét được nỗi khổ của ta, nếu ta không chịu chấp nhận nó trọn vẹn. Và đối với những nhức nhối, buồn lo, bực tức, và tất cả những cảm thụ bất an khác cũng vậy. Chúng ta không thể nào quán sát được một sự việc gì trọn vẹn, nếu ta cứ bận rộn chối bỏ sự có mặt của nó. Bất cứ một kinh nghiệm nào đang có mặt trong ta, chánh niệm sẽ chấp nhận nó. Nó chỉ đơn giản là một sự kiện khác của cuộc sống, thêm một việc nữa để ta có ý thức. Không tự hào, không mặc cảm, không có gì là cá nhân - cái gì có mặt thì nó có mặt.

Chánh niệm là một sự quán sát vô tư. Nó không thiên vị một bên nào. Nó không bị dính mắc vào những gì nó nhận thức. Nó chỉ đơn thuần nhận thức. Chánh niệm không bị những trạng thái tốt đẹp làm mê đắm, và cũng không tránh né những trạng thái xấu xa. Không nắm bắt những gì dễ chịu, cũng không xua đuổi những gì khó chịu. Chánh niệm đối xử với tất cả mọi kinh nghiệm đều bình đẳng như nhau, mọi tư tưởng bằng nhau, và mọi cảm thụ cũng bằng nhau. Không có gì được đưa lên, không có gì bị đè xuống. Chánh niệm không có sự thiên vị.

Chánh niệm là một ý thức không cần khái niệm. Một cách khác để diễn tả chánh niệm là "sự nhận diện đơn thuần." Nó không phải là suy nghĩ. Nó không có liên quan gì đến tư tưởng hoặc khái niệm. Nó không dính líu gì đến ý tưởng, ý kiến hoặc ký ức. Nó chỉ nhìn và quán sát. Chánh niệm ghi nhận hết những kinh nghiệm, nhưng không hề so sánh. Nó không dán nhãn hiệu hoặc phân loại chúng. Nó quán sát mọi việc như là chúng đang xảy ra lần đầu tiên. Đây không phải là một sự phân tích dựa trên ký ức và những suy tưởng. Mà đó chính là một kinh nghiệm trực tiếp và tức thì về bất cứ một điều gì đang xảy ra, không cần đến tư tưởng. Chánh niệm có mặt trước tư tưởng trong tiến trình nhận thức.

Chánh niệm là sự ý thức trong giây phút hiện tại. Nó có mặt ngay bây giờ và ở đây. Chánh niệm quán sát những gì đang xảy ra ngay trong giờ phút này. Nó vĩnh viễn ở trong giây phút hiện tại, lúc nào cũng đứng yên trên đầu những ngọn sóng thời gian đang lướt ngang qua. Nếu bạn nhớ về cô giáo dạy lớp mẫu giáo của mình, đó là ký ức. Khi bạn có ý thức rằng mình đang nhớ về cô giáo dạy lớp mẫu giáo, thì đó là chánh niệm. Và nếu bạn nhận thức việc ấy và tự bảo thầm "Ồ, tôi đang nhớ," thì đó là suy nghĩ.

Chánh niệm là một ý thức không có một cái ngã. Nó xảy ra không cần đến một cái *"tôi"* nào hết. Với chánh niệm, chúng

Chương Mười Ba: Chánh Niệm (sati)

ta nhìn mọi hiện tượng mà không cần phải cộng thêm những ý niệm như là *"tôi"* hoặc *"của tôi"*. Ví dụ, có một cái đau nơi chân. Bình thường, tâm bạn sẽ nói: *"Tôi bị đau."* Với chánh niệm, ta chỉ đơn giản ghi nhận cảm giác ấy như là một cảm giác. Ta sẽ không gắn thêm lên nó một ý niệm về một cái *"tôi"* dư thừa. Chánh niệm ngăn chặn không cho ta cộng thêm bất cứ một cái gì vào nhận thức của mình, hoặc bỏ bớt ra. Ta không nhấn mạnh một cái gì. Ta không tô đậm một cái gì. Ta chỉ quán sát những gì đang thật sự có mặt - không bóp méo.

Chánh niệm là một ý thức về sự thay đổi. Nó quán sát dòng biến chuyển không dừng của mọi hiện tượng. Nó theo dõi sự vật trong khi chúng đang thay đổi. Chánh niệm nhìn thấy được tiến trình sinh ra, lớn lên và già đi của mọi hiện tượng. Nó nhìn chúng tàn hoại và tiêu diệt. Chánh niệm theo dõi sự vật trong từng giây phút, không gián đoạn. Nó quán sát tất cả mọi sự kiện - vật lý, tâm lý hoặc cảm thụ - bất cứ những gì đang có mặt trong tâm. Ta chỉ ngồi yên và xem một tấn tuồng đang diễn ra. Chánh niệm nhìn thấy được tự tính căn bản của các hiện tượng đi ngang qua. Nó quán sát sự vật sinh khởi và diệt mất. Nó thấy được phản ứng và cảm xúc của mình đối với chúng. Nó nhìn thấy được những ảnh hưởng của chúng trên kẻ khác. Trong chánh niệm, ta là một người quan sát vô tư, không thành kiến, với một công việc duy nhất là ghi nhận hết những gì đang đi qua thế giới nội tâm của mình.

Xin bạn ghi nhớ điểm chốt ấy. Trong chánh niệm, ta quán sát thế giới bên trong ta. Hành giả thực tập chánh niệm không quan tâm gì đến thế giới bên ngoài. Mặc dù nó có đó, nhưng trong thiền tập chúng ta học khảo sát về những kinh nghiệm của chính mình, tư tưởng của mình, cảm thụ của mình, và nhận thức của mình. Trong thiền tập, tâm ta chính là phòng thí nghiệm. Thế giới bên trong ta có tàng chứa những dữ kiện rất phong phú, phản ảnh được hết thế giới chung quanh, và còn rộng lớn hơn thế nữa. Khảo sát những chất liệu này sẽ đưa ta đến giải thoát.

Chánh niệm là một sự quán sát có tham dự. Hành giả vừa là người quán chiếu mà cũng vừa là người tham dự. Nếu ta đang theo dõi cảm thụ hoặc cảm xúc của mình, thì cũng cùng ngay trong lúc ấy, ta đang cảm nhận nó. Chánh niệm không phải là một chức năng thuộc về tri thức. Nó chỉ thuần túy là một ý thức. Chánh niệm rất vô tư và khách quan, nhưng không có nghĩa là nó dửng dưng hoặc lạnh lùng. Ngược lại, nó là một kinh nghiệm sống rất sinh động, một sự quán chiếu có tham dự trong quá trình của sự sống.

Chánh niệm rất khó có thể nào diễn tả được bằng ngôn từ. Không phải vì nó quá phức tạp mà là vì nó quá đơn giản và rộng mở. Và đó cũng là một vấn đề chung trong mọi lĩnh vực của đời sống. Nếu bạn để ý sẽ thấy rằng, những ý niệm cơ bản thường lại là những gì mà người ta khó lĩnh hội nhất. Thử mở một quyển tự điển Anh Việt ra và bạn sẽ thấy. Những chữ dài và phức tạp lại thường có những câu định nghĩa rất chính xác và rõ ràng. Trong khi những chữ căn bản như là *"the"* và *"be"* có thể lại có rất nhiều định nghĩa khác nhau, có khi dài đến cả trang. Trong khoa học vật lý cũng thế, những chức năng khó diễn tả nhất lại là những cái cơ bản nhất - ví dụ như những gì có liên quan đến cái thực tại cơ bản về lượng tử học (*quantum mechanics*). Chánh niệm là một chức năng *tiền biểu tượng*, nó không cần đến biểu tượng. Bạn có thể tìm tòi, sử dụng những biểu tượng của ngôn ngữ cả ngày, và rồi bạn sẽ khám phá ra rằng mình không thật sự hiểu gì hết. Chúng ta không thể nào diễn tả được một cách trọn vẹn chánh niệm là gì. Nhưng ta có thể nói được nó làm những gì.

Ba chức năng căn bản của chánh niệm

Chánh niệm có ba chức năng căn bản. Đó là:

1. Chánh niệm nhắc nhở ta về những gì mình phải làm.

2. Chánh niệm giúp ta nhìn sự vật đúng thật như chúng đang hiện hữu.

3. Chánh niệm giúp ta thấy được thật tính của mọi hiện tượng.

Bây giờ chúng ta hãy nói chi tiết hơn về những chức năng này.

Chánh niệm nhắc nhở ta những gì phải làm

Trong thiền tập, chúng ta đặt sự chú ý của mình vào một sự vật duy nhất. Khi tâm ta đi lan man ra khỏi đề mục này, chánh niệm nhắc nhở tâm ta đang bị tản mác và ta cần phải làm gì. Chánh niệm mang tâm ta trở về với đề mục thiền quán. Tất cả những điều đó xảy ra tức thì, không bằng ngôn từ. Chánh niệm không phải là suy nghĩ. Công phu thiền tập lâu ngày sẽ giúp ta biến khả năng này thành một thói quen, và mang nó vào trong mọi lĩnh vực khác của đời sống. Một thiền sinh tinh tiến lúc nào cũng thực tập nhận diện đơn thuần đối với mọi sự việc xảy ra, ngày hay đêm, trong lúc ngồi thiền hay không ngồi thiền. Đây là một mục tiêu rất cao thượng mà chúng ta cần hướng đến, và nó có thể mất nhiều năm hoặc đôi khi phải đến mấy mươi năm. Thói quen dính mắc vào tư tưởng của ta cũng đã có gốc rễ rất lâu đời, không dễ gì bứng nhổ nó đi trong một sớm một chiều. Chỉ có một phương cách duy nhất là cứ kiên trì thực tập chánh niệm cho thật miên mật. Khi ta có chánh niệm, ta sẽ thấy được khi nào mình đang bị kẹt vào thói quen suy nghĩ. Nó sẽ giúp ta dừng lại và bước ra khỏi tiến trình suy nghĩ ấy, và ta có được tự do. Rồi chánh niệm sẽ mang sự chú ý của ta trở về với đề mục chính. Nếu bạn đang ngồi thiền, bạn sẽ trở lại chú tâm đến đối tượng thiền quán. Nếu bạn không ngồi thiền, bạn chỉ cần áp dụng một sự nhận diện đơn thuần, thuần túy ghi nhận những gì đang khởi lên mà không để bị dính mắc: "À, cái này khởi lên... và rồi cái này, và cái này nữa... và bây giờ là cái này..."

Chánh niệm vừa là sự nhận diện đơn thuần, vừa là chức năng nhắc nhở chúng ta nhận diện đơn thuần, mỗi khi ta lơ đễnh. Nhận diện đơn thuần là ghi nhận. Nó tự thiết lập lại chính nó bằng cách ghi nhận rằng mình không có mặt trong giây phút hiện tại. Vừa khi bạn ghi nhận rằng từ nãy giờ mình không ghi nhận gì hết, thì ngay chính lúc đó là bạn *đã có sự ghi nhận*, có nghĩa là bạn đã thiết lập lại chánh niệm.

Chánh niệm cũng có một cảm thụ riêng biệt của nó trong tâm thức. Nó có một vị riêng - nhẹ nhàng, trong sáng, nhiều năng lượng. Ngược lại, những tư tưởng bình thường khác có những tính chất nặng nề, cân nhắc, và khó khăn. Nhưng một lần nữa, bạn nên nhớ rằng những điều này cũng chỉ là ngôn từ mà thôi. Sự thực hành của chính bạn sẽ chỉ cho bạn thấy sự khác biệt ấy. Khi đó, bạn sẽ có thể giải thích bằng chính ngôn ngữ của bạn, còn những chữ nghĩa dùng ở đây chỉ là dư thừa, vô ích. Hãy nhớ, sự thực tập mới là vấn đề chính.

Nhìn sự vật đúng thật như đang hiện hữu

Chánh niệm không thêm vào một cái gì, và cũng không bỏ ra bất cứ một cái gì. Nó là một sự nhận diện đơn thuần, chỉ nhìn xem cái gì đang có mặt. Ý nghĩ của ta thường tô điểm cho kinh nghiệm, chồng chất lên thêm những ý tưởng của mình, nhận chìm ta xuống cơn lốc xoáy của những lo âu, dự tính, sợ hãi và mơ ước. Khi có chánh niệm, chúng ta sẽ thôi không làm những việc ấy nữa. Ta chỉ ghi nhận chính xác điều gì đang khởi lên trong tâm, và rồi ghi nhận cái kế tiếp. "À, cái này... và cái này... và bây giờ là cái này." Điều đó rất đơn giản.

Thấy được thật tính của mọi hiện tượng

Chánh niệm, và chỉ có chánh niệm mới có thể nhận thức được rằng, ba đặc tính trong đạo Phật là ba sự thật sâu sắc nhất của hiện thực. Trong tiếng *Pali*, ba đặc tính đó là *anicca* (vô thường), *dukkha* (bất toại nguyện, khổ), và *anatta* (vô ngã - không có một thực thể độc lập, thường hằng và riêng rẽ) Nhưng những sự thật này trong đạo Phật không bao giờ được trình bày như là những giáo điều tuyệt đối, bắt ta phải mù quáng tin theo. Người học Phật cảm thấy những sự thật này rất là phổ biến và hiển nhiên cho bất cứ ai muốn khảo sát một cách đúng đắn. Chánh niệm là phương pháp khảo sát đó. Chánh niệm tự nó có đầy đủ năng lực để làm hiển lộ cái thực tại sâu kín nhất mà con người chúng ta có thể quán sát được. Dưới sự quán chiếu ấy, ta có thể thấy được những điều này:

a. Bản chất của mọi sự vật tồn tại có điều kiện là luôn luôn biến đổi.

b. Tất cả mọi việc trên thế gian này, xét cho cùng đều là bất toại nguyện.

c. Không có một thực thể nào thường hằng hoặc không thay đổi, chỉ có những tiến trình liên tục diễn ra mà thôi.

Chánh niệm cũng giống như một kính hiển vi điện tử. Có nghĩa là nó tinh vi đến nỗi có thể giúp ta thật sự tiếp xúc trực tiếp được với thực tại mà ta chỉ biết qua lý thuyết về quá trình nhận thức của mình. Chánh niệm có thể nhìn thấy được tính chất vô thường của mỗi nhận thức. Nó thấy được tính chất tạm thời và tự tính thay đổi của những gì nó tiếp xúc. Nó cũng thấy được bản chất bất toại nguyện của những sự vật nào vẫn còn tồn tại có điều kiện. Nó hiểu rằng, bám víu vào những vở tuồng tạm bợ này sẽ chẳng mang lại một lợi ích nào. Ta sẽ không bao giờ có được hạnh phúc bằng cách ấy. Và sau hết, chánh niệm nhìn thấy được bản chất vô ngã trong tất cả mọi hiện tượng. Nó thấy được rõ rằng chúng ta đã chọn lấy một số nhỏ nhận thức hoặc tri giác nào đó, cắt đứt và tách lìa chúng ra khỏi dòng kinh nghiệm, rồi xem đó như là một thực thể riêng biệt và có bản chất thật sự. Chánh niệm có thể thực sự nhìn thấy được những việc ấy. Nó không nghĩ về chúng, nó trực tiếp thấy chúng.

Khi chánh niệm được tăng trưởng đầy đủ, ta có thể nhìn thấy được ba thuộc tính này của sự sống một cách trực tiếp và tức thời mà không cần đến sự can thiệp của tư tưởng. Thật ra, bản chất của ba thuộc tính ấy - vô thường, vô ngã và bất toại nguyện - cũng chỉ là một. Chúng không thể nào có mặt một cách riêng rẽ được. Sở dĩ có sự phân biệt ấy là do kết quả của một sự diễn đạt khó khăn, khi ta cố gắng diễn tả tiến trình chánh niệm đơn giản này bằng những biểu tượng, ý tưởng đầy thiếu sót và rườm rà.

Chánh niệm là một quá trình, nhưng nó không xảy ra theo thứ tự từng bước một. Chánh niệm là một quá trình xảy ra trong một đơn vị trọn vẹn: ta ghi nhận rằng mình không có chánh niệm; và sự ghi nhận ấy, tự chính nó là kết quả của chánh niệm. Chánh niệm là sự nhận diện đơn thuần; và nhận diện đơn thuần có nghĩa là nhìn sự vật như nó thật sự đang hiện hữu, không thêm, không bớt, không bóp méo; và sự vật như nó thật sự đang hiện hữu chính là: *anicca* (vô thường), *dukkha* (bất toại nguyện) và *anatta* (vô ngã). Tất cả những điều đó chỉ xảy ra trong một vài sát-na, một khoảnh khắc của tâm thức. Nhưng việc ấy không có nghĩa là bạn sẽ lập tức đạt được giải thoát ngay sau khi mình mới vừa có chánh niệm. Làm sao để mang chất liệu chánh niệm ấy vào trong cuộc sống hằng ngày là một quá trình khác. Và học cách duy trì trạng thái chánh niệm cho được dài lâu lại là một quá trình khác nữa. Nhưng đó là những quá trình rất là thú vị và hạnh phúc, chúng hoàn toàn rất xứng đáng với công sức của ta.

Chánh niệm (Sati) và *Thiền quán (Vipassana)*

Chánh niệm là trái tim của thiền quán và là chìa khóa

của cả tiến trình ấy. Nó vừa là mục đích, vừa là phương tiện của thiền quán. Ta đạt đến chánh niệm bằng cách tinh tiến giữ chánh niệm. Một chữ *Pali* khác cũng được dịch thành chánh niệm là *appamada*, có nghĩa là không lơ đãng hoặc sự vắng mặt của điên rồ. Một người lúc nào cũng chú ý đến những gì đang xảy ra trong tâm, sẽ đạt đến một trạng thái hoàn toàn an ổn và tốt lành.

Chữ *sati* trong tiếng *Pali* cũng có hàm nghĩa là *ghi nhớ*. Ghi nhớ ở đây không có nghĩa là những ký ức về các hình ảnh, ý tưởng thuộc quá khứ, nhưng là một cái biết rõ ràng, trực tiếp, không lời về cái gì có và cái gì không, về cái gì đúng và cái gì sai, về những gì mình đang làm và nên làm như thế nào. Chánh niệm nhắc nhở hành giả chú tâm đúng lúc đến đối tượng thích hợp và với sự cố gắng đúng mức để thực hiện được việc quán chiếu. Khi năng lượng của chánh niệm đầy đủ, hành giả sẽ luôn luôn ở trong một trạng thái an vui và tỉnh giác. Trong tình trạng này, những trạng thái *"chướng ngại"* hoặc *"kích thích"* của tâm thức sẽ không thể nào khởi lên được - không còn tham lam, sân hận, si mê và lười biếng.

Nhưng chúng ta đều là con người và vì vậy đều có những lỡ lầm. Phần lớn chúng ta cứ lỗi lầm liên tiếp. Mặc dầu cố gắng hết lòng, nhưng đôi khi chúng ta vẫn để cho chánh niệm mình bị sơ xuất, và bị mắc kẹt vào những lỗi lầm đáng tiếc. Nhưng đó cũng là điều bình thường của con người mà thôi. Chánh niệm giúp ta ghi nhận được những sơ xuất ấy. Và cũng chánh niệm nhắc nhở ta vận dụng chánh niệm để tự kéo mình ra khỏi. Những lỡ lầm này sẽ tiếp tục xảy ra, nhưng nhịp độ của nó sẽ dần dần giảm đi theo sự tu tập của ta.

Và một khi chánh niệm đã đẩy được những tâm thức vẩn đục này sang một bên, những tâm thức khác tốt lành hơn sẽ thay thế chúng. Thù hận sẽ được thay thế bằng tình thương, đam mê sẽ được thay thế bằng sự buông xả. Chánh niệm cũng ghi nhận được những đổi thay này, và nó nhắc nhở hành giả biết cố gắng tinh tiến để duy trì những trạng thái tốt lành ấy. Nhờ chánh niệm mà tuệ giác và tình thương được lớn mạnh. Thiếu chánh niệm, chúng sẽ không bao giờ có thể tăng trưởng và thành thục được.

Nằm sâu kín trong tâm thức ta là một cơ chế tinh thần luôn chấp nhận những kinh nghiệm mà tâm ta cho là đẹp, là dễ chịu và loại bỏ những kinh nghiệm được cho là xấu, là khó chịu và đau đớn. Cơ chế ấy làm phát khởi những tâm thức mà chúng ta đang cố gắng tu tập để tránh - như là tham lam, đam mê, sân hận và ghen tức. Chúng ta muốn tránh những tâm thức chướng ngại này, không phải vì chúng là điều xấu ác theo nghĩa thông thường, nhưng bởi vì chúng rất là độc đoán; bởi vì chúng xâm lấn tâm ta, chiếm hữu hoàn toàn sự chú ý của ta; bởi vì chúng cứ chạy quanh quẩn theo những suy nghĩ vòng vo; và bởi vì chúng ngăn che ta với thực tại sinh động.

Những chướng ngại ấy sẽ không thể nào khởi lên khi chánh niệm có mặt. Chánh niệm là sự chú ý vào giây phút hiện tại. Vì vậy nó là một liều thuốc trực tiếp hoá giải được hết tất cả những tâm thức nào làm trở ngại cho việc ấy. Là một thiền sinh, chỉ khi nào chúng ta lơ đễnh, sống trong thất niệm, cơ chế phân biệt ấy mới có thể giành quyền kiểm soát - nó nắm bắt cái này và loại bỏ cái kia. Và từ đó, những mâu thuẫn sẽ xuất hiện làm lu mờ đi ý thức của ta. Chúng ta không còn khả năng ghi nhận được những gì đang xảy ra. Ta quá bận rộn với một ý nghĩ trả thù, hoặc tham lam, hoặc là gì gì đó... Chánh niệm sẽ nhận diện được sự kiện ấy. Chánh niệm sẽ nhớ lại phương pháp thực tập, và tập trung lại sự chú ý của ta, khiến cho những rối loạn ấy từ từ phai nhạt đi. Và cũng là chánh niệm cố gắng duy trì cho nó được lâu dài, để những chướng ngại ấy không còn nổi lên được nữa. Vì vậy, chánh niệm là một loại thần dược hóa giải được hết tất cả mọi chướng ngại. Nó vừa là biện pháp chữa trị mà cũng vừa là một biện pháp ngăn ngừa.

Chánh niệm phát triển đúng mức là một trạng thái hoàn toàn tự tại, không bị dính mắc vào bất cứ một sự việc gì trong cuộc đời này. Nếu ta giữ được trạng thái này, ta sẽ không cần phải nhờ đến bất cứ một cái gì khác để chuyển hóa những khó khăn của mình. Chánh niệm là một ý thức sâu sắc. Nó nhìn thấy sự vật một cách thẩm thấu, xuyên qua mọi bình diện của ý niệm và tư tưởng. Cái nhìn ấy sẽ mang lại cho ta một niềm tin vững chắc và kiên cố, không ngờ vực. Nó được biểu hiện bằng một sự chú tâm chuyên nhất, không gián đoạn, không lay động và cũng không bao giờ thối chuyển.

Năng lực của chánh niệm không những chỉ cô lập các chướng ngại trong tâm thức, mà còn làm phơi bày cơ chế hoạt động của nó ra, để rồi tiêu hủy đi. Chánh niệm làm thanh tịnh mọi ô uế trong tâm. Kết quả là một tâm thức hoàn toàn trong sáng và an ổn, hoàn toàn bất động trước mọi phong ba và thăng trầm của cuộc sống.

Chương Mười Bốn:
Niệm và định

Thiền quán cũng tương tự như một hành động giữ thăng bằng của tâm. Bạn cố gắng phát triển hai phẩm chất riêng biệt của tâm - *niệm* và *định*. Lý tưởng nhất là hai yếu tố này làm việc chung với nhau. Chúng hỗ tương cho nhau. Vì vậy, điều quan trọng là chúng ta cần phải phát triển hai yếu tố này song song với nhau và giữ cho chúng được quân bình. Nếu một cái này trội hơn và lấn áp cái kia, tâm ta sẽ mất đi sự thăng bằng và việc thiền tập không thể thực hiện.

Định và *niệm* là hai chức năng hoàn toàn khác biệt. Mỗi cái giữ một vai trò riêng biệt trong thiền tập, và sự liên hệ giữa chúng với nhau cũng rất là rõ ràng và tế nhị. Định còn được gọi là trạng thái *nhất tâm*. Nó gồm có sự ép buộc chú tâm vào một điểm cố định. Xin lưu ý đến chữ *ép buộc*. Định là một hoạt động có tính cách cưỡng ép và bắt buộc. Nó có thể được phát triển bởi sự ép buộc đơn thuần bằng sức mạnh kiên trì của ý chí. Và khi đã được phát triển rồi, nó vẫn duy trì một phần nào tính chất ép buộc đó.

Ngược lại, chánh niệm là một chức năng rất khéo léo, nó đưa đến một sự nhạy cảm tinh tế. Định và niệm là hai người bạn đồng sự cùng đi trên con đường thiền tập. *Niệm* là một người bạn rất tế nhị. Nó chú ý và ghi nhận hết mọi sự việc. Và *định* mang lại sức mạnh. Nó giúp cho sự chú ý ấy được giữ yên trên một đề mục duy nhất. Niệm chọn đối tượng thiền quán, và ghi nhận khi nào sự chú ý của mình bị xao lãng. Định là kẻ thật sự làm công việc giữ cho sự chú ý được ở yên trên đối tượng ấy. Nếu một trong hai yếu tố này bị yếu, công phu thiền tập của ta sẽ lập tức bị sụp đổ ngay.

Ta có thể định nghĩa: *định* là một khả năng tập trung tâm ý trên một đối tượng duy nhất và không gián đoạn, một trạng thái *nhất tâm*. Cũng cần nên nhấn mạnh, *chính định* (ý¶) là một trạng thái nhất tâm hiền thiện. Có nghĩa là nó không bị ảnh hưởng bởi *tham, sân* và *si*. Cũng có những trạng thái nhất tâm bất thiện, nhưng chúng không đưa ta đến giải thoát. Bạn có thể đạt được nhất tâm trong một trạng thái mê đắm dục lạc. Nhưng nó không đưa bạn đi đến đâu cả. Chú tâm không gián đoạn vào một đối tượng thù ghét sẽ không giúp ích gì cho ta. Thật ra, những trạng thái định bất thiện ấy rất là ngắn ngủi, nhất là khi ta dùng chúng để làm hại kẻ khác. *Chính định* (ý¶) tự nó không bao giờ bị ảnh hưởng bởi những thứ xấu xa ấy.

Định là một trạng thái khi tâm được gom tụ lại, và nhờ đó có được cường độ và sức mạnh. Chúng ta có thể ví nó với một chiếc kính lúp. Những tia nắng chiếu rọi xuống bề mặt của một tờ giấy không làm được gì khác hơn là sưởi ấm nó. Nhưng cũng cùng bấy nhiêu đó tia nắng đó, nếu ta dùng một cái kính lúp để hội tụ chúng lại, chiếu rọi vào một điểm duy nhất, tờ giấy sẽ bốc cháy. Định lực chính là chiếc kính lúp. Nó chế tác ra một sức mạnh đốt nóng cao độ, cần thiết, giúp ta soi chiếu vào những ngõ ngách sâu kín trong tâm. Chánh niệm chọn đối tượng cho chiếc kính lúp soi lên, và rồi nó nhìn qua thấu kính ấy để xem những gì đang có mặt.

Ta nên xem định lực như là một công cụ, một phương tiện. Và cũng như mọi công cụ khác, nó có thể được dùng cho mục đích tốt hoặc xấu. Một con dao bén có thể được dùng để chạm trổ những đường nét mỹ thuật, và cũng được dùng để gây thương tích cho kẻ khác. Tất cả đều tùy vào người sử dụng. Định lực cũng vậy. Sử dụng đúng, nó có thể giúp đưa ta đến bến bờ giải thoát. Nhưng nó cũng có thể được dùng để phục vụ cho *bản ngã*. Nó có thể được sử dụng trong một khuôn khổ của sự thành đạt và tranh đua. Bạn có thể dùng

Chương Mười Bốn: Niệm Và Định

định lực để thống trị kẻ khác. Bạn có thể dùng nó cho một mục tiêu ích kỷ.

Thật ra, vấn đề là định lực tự nó không thể giúp cho ta nhìn thấy chính mình được. Nó không thể làm sáng tỏ được những vấn đề căn bản của *ngã chấp* và *tự tính của khổ đau*. Ta có thể dùng nó để đào sâu vào những trạng thái tâm lý sâu kín. Nhưng dù vậy, ta vẫn không hiểu được năng lực của *ngã chấp*. Chỉ có chánh niệm mới có thể làm được việc đó. Nếu như chánh niệm không có mặt để nhìn vào thấu kính ấy, để thấy được những gì đã được định lực phơi bày, thì tất cả chỉ là công dã tràng. Chỉ có chánh niệm mới hiểu. Chỉ có chánh niệm mới làm phát sinh tuệ giác. Định lực vẫn còn bị nhiều giới hạn khác.

Những trạng thái định thâm sâu chỉ có thể đạt được trong những môi trường đặc biệt và thích hợp. Những người tu Phật đã bỏ ra rất nhiều công sức để xây dựng các thiền đường và tu viện. Mục đích chính là tạo nên một khung cảnh, điều kiện yên tĩnh để ta có thể phát huy được khả năng định này. Không có tiếng động ồn ào, không bị gián đoạn. Và cũng quan trọng không kém là tạo cho hành giả một môi trường tình cảm an ổn. Sự phát triển định lực sẽ bị ngăn chận bởi 5 điều chướng ngại, như ta đã trình bày trong chương 12. Đó là: *ham muốn dục lạc, ghét bỏ, hôn trầm, kích động* và *nghi ngờ*.

Tu viện là một môi trường mà những tình cảm náo động và phiền toái này sẽ được giới hạn đến mức tối đa. Những người khác phái không sống chung với nhau. Nhờ vậy, dục vọng ít có cơ hội khởi lên. Ta không được phép giữ một tài vật gì, nhờ vậy sẽ tránh được những sự tranh chấp, chiếm hữu, giúp giảm đi cơ hội của sự tham lam và thèm khát. Ta cũng cần nên nhắc đến một chướng ngại khác nữa của định lực. Trong một trạng thái định thâm sâu, ta có thể bị thu hút vào đối tượng thiền định của mình, và quên hết mọi vấn đề nhỏ nhặt khác. Ví dụ như là thân ta, ta là ai, và tất cả những thứ khác quanh mình. Chính ở chỗ này mà tu viện lại là một môi trường rất thích hợp. Ở đây, chúng ta có người khác lo cho mình bằng cách chăm sóc những nhu cầu vật chất như là thức ăn, chỗ ngủ và an ninh của ta. Không có những bảo đảm đó, ta sẽ do dự và không bao giờ dám đi vào những mức định thâm sâu hơn.

Ngược lại, chánh niệm không bao giờ có những vấn đề này. Chánh niệm không bị phụ thuộc, và cũng không đòi hỏi phải có một hoàn cảnh hoặc môi trường đặc biệt nào hết. Chánh niệm chỉ là một chức năng ghi nhận. Vì vậy, nó có thể tự do ghi nhận bất cứ một cái gì khởi lên - tham dục, ghét bỏ, tiếng ồn ào. Chánh niệm không hề bị giới hạn bởi bất cứ một điều kiện nào. Nó có thể có mặt trong bất cứ lúc nào và bất cứ hoàn cảnh nào. Và chánh niệm cũng không cần phải có một đối tượng cố định để tập trung. Nó quán sát sự thay đổi. Có nghĩa là nó có vô số những đối tượng khác nhau để chú ý. Nó chỉ theo dõi những gì đi ngang qua tâm ta, và không phân loại. Những sự xao lãng và gián đoạn cũng được ghi nhận cùng với một sự chú tâm như bất cứ một đề mục thiền quán chủ yếu nào khác. Trong trạng thái chánh niệm, sự chú ý của ta biến chuyển theo bất cứ sự thay đổi nào có mặt trong tâm. "Thay đổi, thay đổi, thay đổi... Bây giờ là cái này, bây giờ là cái này, và bây giờ là cái này..."

Chúng ta không thể làm phát triển chánh niệm bằng sự ép buộc. Nghiến răng, gồng người dùng ý chí cũng sẽ không đem lại cho ta một ích lợi nào. Mà thật ra, nó còn làm trở ngại cho sự tiến bộ của ta nữa. Chánh niệm không thể nào được phát huy bằng một sự tranh đấu. Nó chỉ tăng trưởng bằng sự hiểu biết, bằng sự buông bỏ, bằng cách dừng yên lại trong giây phút hiện tại, và giữ cho mình được thoải mái với bất cứ điều gì ta đang trải nghiệm. Nhưng điều đó không có nghĩa là chánh niệm tự động sẽ xảy ra. Ngược lại thế. Nó đòi hỏi một năng lượng. Nó đòi hỏi một sự tinh tiến. Nhưng sự tinh

Chương Mười Bốn: Niệm Và Định

tiến này không phải là dùng sức mạnh ép buộc. Chánh niệm được phát triển bằng một sự cố gắng dịu dàng. Ta nuôi dưỡng chánh niệm bằng cách thường xuyên nhẹ nhàng nhắc nhở mình, biết theo dõi và chú ý đến những gì đang có mặt trong giây phút hiện tại. Kiên trì và từ tốn là bí quyết. Chánh niệm được nuôi dưỡng bằng sự thường xuyên mang ta trở về trong trạng thái tỉnh thức, một cách dịu dàng, nhẹ nhàng và thật từ tốn.

Ta cũng không thể nào sử dụng chánh niệm cho sự ích kỷ được. Chánh niệm là một ý thức không có một cái ngã. Trong một trạng thái chánh niệm thuần túy không có cái *"tôi."* Vì vậy sẽ không có một cái *"tôi"* nào để mà *"cho tôi"* hoặc *"của tôi"* được cả. Trái lại, chánh niệm mang đến cho ta một cái nhìn rõ ràng và chân thật về mình. Nó giúp ta có thể bước lùi lại một bước, ra khỏi những ham muốn và ghét bỏ, để có thể thật sự nhìn lại chính mình và nói *"À, thì ra tôi thật sự là như vậy!"*

Trong trạng thái chánh niệm, ta sẽ thật sự thấy được rõ mình là người như thế nào. Ta thấy được thái độ ích kỷ của mình. Ta thấy được những khổ đau của mình. Và ta cũng thấy được mình đã tự tạo nên những khổ đau ấy ra sao. Ta thấy mình đã gây nên đau đớn cho kẻ khác. Ta nhìn xuyên thấu qua những lớp giả tạo mà bình thường ta vẫn dùng để tự lừa dối mình, và nhìn thấy được sự thật! Chánh niệm sẽ đưa ta đến tuệ giác.

Chánh niệm không bao giờ cố gắng để đạt đến một cái gì hết. Nó chỉ nhìn và theo dõi. Vì vậy, sự ham muốn và sự ghét bỏ không có chỗ đứng. Sự tranh đua và chiến đấu để thành công cũng không có giá trị gì trong quá trình này. Chánh niệm không nhắm đến một mục tiêu nào cả. Nó chỉ quán sát những gì đang hiện hữu.

Niệm có một chức năng rộng lớn và to tát hơn định. Niệm bao gồm tất cả. Ngược lại, định có tính cách chọn lọc và phân biệt. Nó chú tâm vào một cái duy nhất và bỏ ra ngoài tất cả những cái khác. Chánh niệm thu nhận hết. Nó lùi lại đứng bên ngoài tụ điểm của sự chú tâm, và nhanh nhẹn ghi nhận hết tất cả những sự thay đổi nào khởi lên. Nếu bạn chú tâm vào một tảng đá, định lực sẽ chỉ thấy có mỗi mình tảng đá. Ngược lại, chánh niệm sẽ bước ra ngoài tiến trình ấy, nó ý thức được tảng đá, ý thức được định lực tập trung trên tảng đá, ý thức được cường độ của nó, và lập tức ghi nhận bất cứ một sự thay đổi nào của sự chú tâm khi định lực bị xao lãng. Chánh niệm sẽ ghi nhận khi có một sự xao lãng xảy ra, và cũng là chánh niệm sẽ mang sự chú ý của ta trở về với tảng đá. Niệm lực khó phát triển hơn định lực, vì nó là một chức năng rất rộng lớn và sâu sắc. Định chỉ là một sự tập trung tâm ý, cũng giống như một tia sáng *laser*. Nó có năng lực đốt cháy và đi thẳng vào trong tâm thức ta và soi sáng những gì đang có mặt ở đó. Nhưng có điều nó không hiểu được những gì nó thấy. Chánh niệm có thể quán xét cơ chế hình thành của lòng ích kỷ và thấu hiểu những gì nó thấy. Chỉ có chánh niệm mới có thể xuyên thủng được tấm màn bí mật của khổ đau và cơ chế bất toại nguyện. Chánh niệm có thể khai phóng bạn!

Tuy nhiên, ở đây lại là một tình huống loanh quanh bế tắc. Chánh niệm không hề phản ứng lại với những gì nó thấy. Nó chỉ nhìn và hiểu. Chánh niệm là tinh hoa của sự nhẫn nại. Vì vậy, những gì ta thấy cần phải được chấp nhận hoàn toàn, thừa nhận và quán sát một cách bình thản. Điều này không dễ, nhưng nó vô cùng cần thiết. Chúng ta si mê, ích kỷ, tham lam và rất khoe khoang. Ta ham mê sắc dục và ưa nói dối. Đó là sự thật. Chánh niệm có nghĩa là nhìn thấy những sự thật này và biết nhẫn nại với mình, biết chấp nhận con người thật của mình. Nhưng việc làm đó rất ngược đời. Ta không muốn công nhận nó. Ta muốn chối bỏ nó, hoặc thay đổi nó, hoặc bào chữa cho nó. Nhưng sự chấp nhận lại chính là cốt tủy của chánh niệm. Nếu chúng ta muốn được trưởng thành trong chánh niệm, ta phải biết chấp nhận những gì mà chánh niệm tìm thấy. Nó có thể là sự nhàm chán, bức rức hoặc sợ hãi. Nó có thể là sự yếu đuối, thiếu kém, hoặc lỗi lầm. Là gì đi chăng nữa, thì đó cũng là con người thật của ta. Đó là một hiện thực.

Chánh niệm chấp nhận hoàn toàn những gì có mặt. Nếu bạn muốn chánh niệm được tăng trưởng thì chấp nhận một cách kiên nhẫn là phương cách duy nhất. Bởi vì chánh niệm chỉ có thể được phát triển nhờ vào sự thực tập chánh niệm liên tục, nhờ vào sự cố gắng duy trì chánh niệm, và những điều đó cũng có nghĩa là kiên nhẫn. Ta không thể ép buộc và cũng không thể thúc ép tiến trình ấy. Nó sẽ tiến triển theo nhịp độ riêng của chính nó.

Trong thiền tập, *niệm* và *định* lúc nào cũng đi đôi với nhau. Chánh niệm dẫn lối cho định lực. Chánh niệm giữ vai trò của một vị giám đốc điều hành. Định lực cung cấp năng lực cho chánh niệm, giúp nó có thể xuyên thấu được vào những bình diện sâu kín nhất trong tâm thức. Kết quả của sự hợp tác đó là một tuệ giác và hiểu biết sâu sắc. Hai yếu tố niệm và định cần phải được kết hợp với nhau một cách quân bình. Nhưng cũng cần hơi nhấn mạnh yếu tố chánh niệm một chút, vì chánh niệm là trái tim của thiền quán. Những tầng định thâm sâu nhất thật ra cũng không thật sự cần thiết cho sự tu tập giải thoát. Dù vậy, một sự cân bằng bao giờ cũng rất quan trọng. Tỉnh thức, chú ý nhiều quá mà không có sự tĩnh lặng sẽ dẫn đến một trạng thái nhạy cảm cuồng nhiệt quá độ, tương tự như trường hợp lạm dụng chất gây ảo giác (*LSD*). Quá nhiều sự tập trung, tĩnh lặng mà không có sự tỉnh thức, chú ý, sẽ dẫn đến triệu chứng "*ông Phật bằng đá*", khi ta ngồi yên bất động và không biết gì hết, tĩnh lặng như một khối đá! Cả hai trường hợp ấy đều nên tránh.

Giai đoạn mới bắt đầu của sự tu tập thiền quán đặc biệt rất tế nhị. Nếu ta quá chú trọng đến chánh niệm trong thời điểm này, nó sẽ làm chậm trễ cho sự phát triển định lực. Khi mới bắt đầu tập ngồi thiền, một trong những điều đầu tiên bạn ghi nhận là tâm ý mình náo động và bận rộn vô cùng. Truyền thống Nam tông gọi hiện tượng đó là *"tâm con khỉ"*. Trong truyền thống Tây tạng, nó được ví như một dòng thác tư tưởng. Nếu trong thời điểm này, bạn chú trọng đến yếu tố niệm thì sẽ có quá nhiều đối tượng để chú ý, đến nỗi việc định tâm không thể thực hiện được. Đừng nản lòng. Điều này xảy ra cho tất cả mọi người. Và có một giải pháp rất đơn giản. Trong giai đoạn đầu, hãy dồn hết công phu vào việc đạt đến trạng thái *nhất tâm*. Hãy kiên nhẫn thực tập, tiếp tục mang tâm mình trở lại với một đối tượng duy nhất, một lần, một lần nữa, rồi thêm lần nữa... Hãy kiên trì thực tập. Những bài thực tập và hướng dẫn cho phương pháp này đã được trình bày trong chương 7 và 8. Sau một vài tháng thực tập, bạn sẽ có được một định lực đáng kể. Và từ đó bạn có thể mang định lực này ứng dụng vào chánh niệm. Nhưng bạn nhớ giữ cho quân bình, đừng để định lực nhiều quá sẽ đưa ta đến một trạng thái sững sờ, ngơ ngẩn.

Trong hai yếu tố niệm và định, niệm bao giờ cũng vẫn là quan trọng hơn. Ta cần phải thiết lập chánh niệm ngay khi cảm thấy đã có được sự thoải mái. Chánh niệm sẽ cung cấp nền tảng cần thiết cho sự phát triển một định lực sâu hơn. Những sai lầm trong sự cân bằng giữa hai yếu tố này sẽ dần dần được tự điều chỉnh qua thời gian. *Chánh niệm* sẽ tự nhiên làm phát sinh *chính định*. Khi chánh niệm càng phát huy, bạn càng ghi nhận được những sự xao lãng một cách nhanh chóng hơn, và bạn càng thoát ra khỏi nó và trở về với đối tượng thiền quán của mình sớm hơn. Kết quả tự nhiên là một định lực mạnh mẽ hơn. Và cũng thế, *chính định* sẽ hỗ trợ và làm tăng trưởng cho *chánh niệm*. Định lực ta càng mạnh

Chương Mười Bốn: Niệm Và Định

bao nhiêu, ta sẽ càng ít bị lôi cuốn mỗi khi có một sự xao lãng khởi lên. Bạn chỉ đơn giản ghi nhận sự xao lãng ấy, và rồi đem sự chú ý trở về với đề mục thiền quán.

Vì vậy, hai yếu tố *niệm* và *định* có khuynh hướng cân bằng và hỗ trợ cho nhau phát triển một cách rất tự nhiên. Ở đây chỉ có một quy luật bạn cần ghi nhớ là: Trong giai đoạn đầu, bạn cần phải chú tâm cố gắng vào việc phát triển định lực trước, cho đến khi nào *"tâm con khỉ"* của bạn bắt đầu được lắng yên đôi chút. Sau đó, chú trọng vào chánh niệm. Khi nào bạn cảm thấy náo động, xôn xao, hãy nhấn mạnh vào yếu tố định. Khi nào bạn cảm thấy ngẩn ngơ, mù mờ, hãy nhấn mạnh vào yếu tố niệm. Nhưng nói chung thì niệm là yếu tố cần nhấn mạnh hơn.

Chánh niệm hướng dẫn cho sự phát triển trong thiền tập, vì chánh niệm có khả năng ý thức được chính nó. Chánh niệm sẽ giúp cho bạn có được một cái nhìn sáng tỏ về sự tu tập của mình. Chánh niệm cho bạn thấy được mình đã thực tập như thế nào. Nhưng cũng đừng nên lo lắng về việc ấy quá. Đây không phải là một cuộc đua. Bạn không cần phải tranh tài với bất cứ một ai, và cũng không cần theo một thời biểu nào hết.

Một trong những điều khó hiểu nhất mà chúng ta phải học biết là: Chánh niệm không hề phụ thuộc vào bất cứ một cảm thụ hoặc một trạng thái tâm thức nào. Thường thường chúng ta có một số hình ảnh cố định về thiền tập. Thiền tập là một cái gì được thực hành trong những hang động vắng vẻ, bởi những vị tu sĩ đi đứng thật chậm chạp. Nhưng thật ra đó chỉ là những điều kiện để giúp hành giả luyện tập mà thôi. Đó là môi trường giúp ta nuôi dưỡng định lực và phát triển chánh niệm. Một khi ta đã biết cách thực tập chánh niệm rồi, ta có thể bỏ đi những gò bó của sự tập luyện ấy, và cần nên buông bỏ nó. Bạn không cần phải cử động chậm chạp như một con ốc sên mới gọi là có chánh niệm. Bạn cũng không cần phải điềm tĩnh nữa. Bạn có thể có chánh niệm trong khi đang cố tìm giải đáp cho một bài toán số tích phân. Bạn có thể có chánh niệm giữa một sân đá banh. Bạn cũng vẫn có thể có chánh niệm ngay giữa một cơn giận điên cuồng! Những hoạt động tâm lý và vật lý không thể nào làm cản trở được chánh niệm. Nếu như bạn thấy tâm mình quá náo động, bạn chỉ cần quán sát tự tính và cường độ của nó. Nó chỉ là một phần của một vở tuồng tạm diễn ra trong tâm ta mà thôi!

Chương Mười Lăm:
Thiền tập trong đời sống hằng ngày

Tất cả nhạc sĩ đều biết chơi những thang âm. Khi bạn học chơi dương cầm thì đó là điều đầu tiên bạn học, và từ đó bạn sẽ không bao giờ ngừng chơi những thang âm. Những nhạc sĩ dương cầm tài danh nhất thế giới cũng vẫn phải chơi các thang âm. Đó là một kỹ năng cơ bản không thể ngừng luyện tập.

Các tay bơi lội đều phải luyện tập những động tác của tay chân. Đó là những điều căn bản bạn học khi mới tập bơi, và bạn sẽ không bao giờ ngừng luyện tập. Trước mỗi cuộc đua bơi ở thế vận hội, các lực sĩ môn bơi lội bắt đầu bằng cách ôn luyện những động tác căn bản ấy. Những kỹ năng cơ bản lúc nào cũng phải được giữ cho thật bén nhạy.

Và ngồi thiền là lĩnh vực mà các thiền giả dùng để luyện tập những kỹ năng khiếu cơ bản của chính mình. Môn chơi ở đây là trải nghiệm sự sống của chính mình, và dụng cụ được sử dụng là những giác quan! Ngay cả những hành giả lâu năm nhất cũng vẫn phải tiếp tục luyện tập ngồi thiền, vì nó giúp điều chỉnh và làm bén nhạy những kỹ năng cơ bản cần thiết cho cuộc chơi của họ. Nhưng chúng ta đừng quên rằng, ngồi thiền tự nó không phải là cuộc chơi ấy. Nó là một sự luyện tập. Môn chơi mà những kỹ năng ấy được ứng dụng chính là sự trải nghiệm cuộc sống. Thiền tập mà không được ứng dụng vào đời sống hằng ngày thì sẽ rất là vô ích và hạn chế.

Mục đích của thiền quán không gì khác hơn là để chuyển hóa tận gốc rễ những kinh nghiệm về tri giác và nhận thức một cách vĩnh viễn và toàn diện. Nó sẽ chuyển đổi hoàn toàn kinh nghiệm sống. Thời gian ngồi thiền là những giờ phút ta bỏ ra để gieo trồng những tập quán tâm thức mới. Bạn học những phương cách mới để tiếp nhận và hiểu được những cảm giác. Bạn phát triển những phương thức mới để đối phó với các tư tưởng, cũng như sự xô đẩy bất tận của các cảm xúc. Và thái độ mới này cũng cần phải được ứng dụng vào đời sống hằng ngày. Bằng không, thiền tập sẽ trở thành khô cằn và không có hoa trái. Nó sẽ chỉ là một phần lý thuyết riêng rẽ, không dính dáng gì đến phần còn lại của cuộc sống.

Điều quan trọng là chúng ta cần phải cố gắng nối liền hai phần ấy lại với nhau. Có một số tiến trình liên kết sẽ diễn ra hoàn toàn ngẫu nhiên trong cuộc sống, nhưng tiến trình ấy chậm chạp và không đáng tin cậy. Có rất nhiều khả năng là bạn sẽ phải đối diện với cảm giác không có gì tiến triển và từ bỏ tiến trình ấy vì thấy nó không có hiệu quả.

Trên con đường tu học, một trong những giây phút đáng nhớ nhất sẽ là lúc bạn nhận thấy rằng mình có thể thiền tập ngay giữa những sinh hoạt bình thường của đời sống hằng ngày. Bạn đang lái xe trên xa lộ hoặc mang thùng rác ra đường, và đột nhiên chánh niệm phát khởi lên rất rõ ràng. Đó là hoa trái bất ngờ của một công phu thực tập và nuôi dưỡng chánh niệm tinh cần, và đó là một niềm vui lớn. Nó mở ra một cánh cửa sổ nhỏ cho ta thấy được tương lai. Bạn đột nhiên hiểu rõ được ý nghĩa của sự thực tập. Cơ hội đó giúp bạn ý thức rằng sự chuyển hóa ấy có thể trở thành một phần vĩnh viễn của kinh nghiệm mình. Bạn hiểu rằng, trong cuộc sống, ta có thể thật sự đứng ngoài vòng kiềm tỏa, áp lực của những ham muốn và tham vọng của chính mình, không để bị chúng lôi cuốn và sai xử. Bạn nếm được một chút mùi vị ngọt ngào của sự giải thoát. Giây phút ấy vô cùng nhiệm mầu!

Nhưng kinh nghiệm đó chỉ trở thành hiện thực nếu bạn biết mang sự thực tập vào đời sống hằng ngày. Giây phút quan trọng nhất trong thiền tập là khi bạn rời khỏi tọa cụ của mình. Khi giờ công phu chấm dứt, bạn có thể đứng dậy và rũ bỏ hết mọi việc, hoặc bạn có thể mang sự thực tập ấy ứng dụng vào mọi sinh hoạt khác trong đời sống.

Điều cốt yếu là bạn cần phải hiểu rõ thiền tập là gì. Nó không phải là một thế ngồi đặc biệt nào đó, và cũng không phải chỉ là một số bài tập của tâm thức. Thiền tập là sự đào luyện chánh niệm và đem ứng dụng chánh niệm ấy khi nó được phát triển. Bạn không cần phải ngồi yên mới có thể là thiền. Bạn có thể thiền trong khi rửa chén. Bạn có thể thiền trong khi tắm, trong khi đi xe đạp, hoặc trong khi viết thư... Thiền có nghĩa là có ý thức, và nó cần phải được áp dụng vào mọi sinh hoạt của đời sống. Việc ấy thật không dễ!

Trong thiền tập, chúng ta thường chọn tư thế ngồi yên trong một hoàn cảnh tĩnh lặng, vì đó là một môi trường thuận lợi nhất. Thiền trong khi di động thì khó hơn bội phần. Thiền giữa những sinh hoạt bận rộn của đời sống hằng ngày lại còn trăm lần khó hơn nữa. Và thiền giữa những sinh hoạt đầy ngã ái như là yêu đương hoặc cãi vã thì đó là một thử thách tối hậu. Đối với những thiền sinh mới thì đối phó với những vấn đề đơn giản thôi cũng đủ khó khăn rồi!

Nhưng mục tiêu tối hậu của thiền tập là giúp cho ta có được định lực và chánh niệm vững vàng đủ để không bị lay chuyển trước những xao động và áp lực của xã hội ngày nay. Cuộc sống lúc nào cũng mang đến đủ mọi thử thách mà một thiền sinh nghiêm túc sẽ không bao giờ bị nhàm chán.

Mang chánh niệm vào những sinh hoạt của cuộc sống hằng ngày không phải là một việc làm đơn giản. Cứ thử đi và bạn sẽ thấy. Điểm chuyển tiếp từ lúc bạn chấm dứt giờ ngồi thiền và bắt đầu "đời sống thật" là một bước nhảy rất dài, quá dài đối với phần lớn chúng ta! Sự an tĩnh và tập trung của ta tan biến hết ngay vài phút sau khi xả thiền, và ta cảm thấy mình chẳng có gì khác biệt hơn lúc chưa ngồi thiền. Để nối liền khoảng cách này, các thiền giả nhiều kinh nghiệm có đặt ra một số bài tập để giúp chúng ta làm cho sự chuyển tiếp này được trôi chảy. Họ đem chia cắt bước nhảy dài ấy ra thành từng bước nhỏ. Và mỗi bước nhỏ có thể được thực tập riêng rẽ.

Kinh hành

Sự sống hằng ngày của chúng ta đầy những sinh hoạt và sự di động. Ngồi bất động hàng giờ gần như là chuyện hoàn toàn trái nghịch với những kinh nghiệm bình thường của ta. Những trạng thái sáng suốt và tĩnh lặng có được trong lúc ngồi thiền thường có khuynh hướng tiêu tán hết khi ta vừa đứng dậy. Vì vậy, chúng ta cần có những bài tập chuyển tiếp, giúp cho mình có một khả năng duy trì được sự tĩnh lặng và chánh niệm ấy ngay giữa những hoạt động. Và kinh hành có thể giúp cho ta làm được việc đó, chuyển từ một trạng thái bất động yên nghỉ sang cuộc sống hằng ngày. Đây là một phương pháp thiền trong khi di động, và nó cũng thường được dùng để thay thế cho phương pháp ngồi thiền. Kinh hành rất hữu ích vào những lúc bạn cảm thấy tâm mình có nhiều bất an. Một giờ đi kinh hành thường có thể giúp bạn vượt qua được năng lượng bất an đó, mà vẫn mang lại cho ta một sự sáng suốt. Và nhờ đó bạn có thể trở lại ngồi thiền với nhiều lợi ích hơn.

Trên con đường tu tập, chúng ta thường được khuyến khích nên tham dự những khóa tu nhiều ngày để hỗ trợ thêm cho sự ngồi thiền hằng ngày. Một khóa tu là một thời gian tương đối khá dài và chỉ dành riêng cho sự hành thiền. Đối với người cư sĩ tại gia thì thời gian ấy là hai hoặc ba ngày. Những thiền sinh lâu năm trong môi trường của một tu viện có thể bỏ ra hằng tháng và không làm một việc gì khác. Thời gian tu tập ấy khá khắt khe, và đòi hỏi rất nhiều từ cả thân lẫn tâm. Trừ khi bạn đã hành thiền được ít nhất vài năm, thời gian bạn ngồi cũng như lợi ích mang lại đều có giới hạn. Ngồi thiền liên tục trong suốt mười tiếng đồng hồ sẽ mang lại cho hành giả sơ cơ một trạng thái đau đớn ghê gớm, vượt quá mức chịu đựng của định lực. Vì vậy, một khóa tu muốn có được nhiều lợi ích cần phải có những sự thay đổi về tư thế, cũng như có những sự di động. Và thường trong các khóa tu, người ta xen kẽ những giờ ngồi thiền với giờ đi kinh hành. Mỗi lần khoảng một tiếng đồng hồ với những khoảng nghỉ ngắn xen vào giữa.

Để đi kinh hành, bạn cần một chỗ đủ rộng để có thể đi thẳng tới được ít nhất từ năm đến mười bước. Bạn sẽ đi tới đi lui thật chậm rãi. Dưới mắt người thường, bạn trông rất là kỳ cục và xa cách với cuộc sống chung quanh. Bạn không nên thực hành trước sân nhà, nơi có thể thu hút cái nhìn xoi mói của những người hàng xóm. Hãy chọn một nơi riêng tư!

Bài tập đi kinh hành rất đơn giản. Chọn một khoảng cách không có chướng ngại và bắt đầu từ một phía. Đứng yên với sự chú tâm trong chừng một phút. Hai tay bạn giữ sao cũng được, phía trước, phía sau, hoặc để buông hai bên, miễn là cho thoải mái. Rồi khi thở vào, dở một gót chân lên. Khi thở ra, nghỉ chân đó trên những ngón chân của nó. Rồi lại khi thở vào, nhấc chân ấy lên và đưa tới trước, và trong khi thở ra đặt chân xuống và chạm mặt đất. Lặp lại chuỗi cử động ấy cho bàn chân kia. Đi thật chậm rãi cho đến cuối quãng đường, đứng yên chừng một phút, quay người trở lại, và đứng yên chừng một phút nữa trước khi đi trở lại. Và rồi bắt lại từ đầu.

Giữ cho đầu được thẳng và cổ buông thư. Mở mắt để dễ giữ quân bình, nhưng đừng chăm chú nhìn vào một cái gì. Đi tự nhiên. Giữ một tốc độ chậm rãi nhất mà ta vẫn cảm thấy thoải mái, và đừng quan tâm đến sự vật chung quanh. Để ý xem có một sự căng thẳng nào khởi lên trong thân không, và buông thư chúng khi vừa ghi nhận được. Đừng cố gắng để có một dáng điệu quý phái. Đừng cố gắng làm cho đẹp. Đây không phải là một bài tập thể dục, và cũng không phải là một điệu vũ. Đây là một bài tập chánh niệm. Mục tiêu của bạn là để có được một ý thức sáng tỏ, một sự nhạy cảm cao độ, và một kinh nghiệm của bước đi trọn vẹn, không bị chướng ngại. Hãy đặt hết sự chú ý của mình vào những cảm giác có mặt nơi bàn chân và cẳng chân. Cố gắng ghi nhận hết mọi dữ kiện càng nhiều càng tốt về mỗi bàn chân khi nó di động. Hãy tiếp xúc thẳng với cái cảm giác bước tới thuần túy ấy, và ghi nhận từng chi tiết đổi thay trong mỗi bước chân. Cảm nhận từng bắp thịt nào đang làm việc. Kinh nghiệm mỗi cảm xúc li ti thay đổi khi bàn chân tiếp xúc với mặt đất và khi nhấc chân lên.

Hãy chú ý đến cách thức mà sự di động bề ngoài có vẻ nhẹ nhàng và trôi chảy này được cấu thành từ một chuỗi cử động co giật nho nhỏ và phức tạp. Cố gắng đừng để lỡ một sự ghi nhận nào. Để nâng cao mức độ nhận thức của mình, ta có thể chia cắt sự cử động ấy ra thành những phần riêng biệt. Mỗi bàn chân đều đi qua những giai đoạn dở lên, đưa qua và đặt xuống. Và mỗi giai đoạn ấy lại có phần đầu, phần giữa và phần cuối. Muốn tiếp xúc với chuỗi cử động này, bạn có thể bắt đầu bằng cách ghi nhận rõ ràng từng giai đoạn một.

Niệm thầm trong đầu "dở lên, đưa qua, đặt xuống, xúc chạm, ép xuống" v.v... Đây là một bài tập giúp ta quen thuộc với chuỗi tiến trình di động, và bảo đảm cho ta sẽ không bỏ sót một chi tiết nào. Khi bạn bắt đầu ý thức được vô số những sự kiện li ti có mặt, bạn sẽ không còn có thì giờ cho ngôn từ nữa. Bạn sẽ hòa nhập vào một dòng ý thức tuôn chảy không gián đoạn về sự di động. Bàn chân sẽ trở thành toàn thể vũ trụ của bạn. Nếu tâm ta xao lãng, ghi nhận sự lơ đễnh ấy như thường lệ, và rồi mang sự chú ý trở về với bước chân kinh hành. Khi đi kinh hành đừng nhìn xuống bàn chân của mình, và khi đi tới lui cũng đừng có hình ảnh nào trong đầu về cẳng chân hoặc bàn chân của mình. Đừng suy nghĩ mà hãy cảm nhận nó. Bạn không cần có một ý niệm về chân, bạn không cần hình ảnh. Chỉ ghi nhận hết những cảm giác nào đang trôi qua. Lúc đầu, có thể bạn sẽ có khó khăn trong việc giữ thăng bằng. Vì chúng ta sử dụng những bắp thịt chân theo một cách mới, vấn đề là chưa quen mà thôi. Nếu bạn cảm thấy bực mình, ghi nhận, rồi buông bỏ nó đi.

Phương pháp kinh hành này có mục đích làm tràn đầy tâm thức bạn với những cảm giác đơn sơ, và nó làm đầy đến mức tất cả mọi cái khác đều bị đẩy sang một bên. Không có chỗ trống cho tư tưởng, và vì vậy cũng không có chỗ trống cho cảm thụ. Không có thì giờ cho sự nắm bắt, và cũng không có thì giờ để ta đông cứng các hoạt động lại thành những ý niệm. Không cần phải có một cái *ngã* nào. Nó chỉ là một chuỗi cảm giác của sự xúc chạm và chuyển động, một dòng sông kinh nghiệm sống trực tiếp, trôi chảy không ngừng. Ở đây chúng ta thực tập thoát vào trong thực tại, thay vì là ra khỏi nó. Và những tuệ giác nào ta có được sẽ có thể trực tiếp ứng dụng ngay vào trong đời sống hằng ngày đầy ý niệm của mình.

Tư thế

Mục đích của sự tu tập là làm sao để ta có thể hoàn toàn ý thức được hết mọi khía cạnh của kinh nghiệm mình, trong mỗi giây mỗi phút không hề bị gián đoạn. Phần lớn những gì chúng ta làm và kinh nghiệm đều trong vô thức, có nghĩa là chúng ta làm mà không biết mình làm, vì thiếu chánh niệm. Thân ta ở đây mà tâm ta hoàn toàn ở một nơi khác. Chúng ta đa số sống trong một trạng thái tự động, "không người lái", bị lạc trong màn sương mù của mộng tưởng và những bận tâm suy tính.

Một trong những khía cạnh của hiện thực thường bị lãng quên nhất là thân ta. Những vở tuồng với các hình ảnh màu sắc hoạt họa trong đầu, chúng rất hấp dẫn, khiến ta không còn để ý gì đến những cảm giác về xúc chạm và sự chuyển động trong thân mình. Những dữ kiện ấy lúc nào cũng tuôn chảy theo những đường dây thần kinh lên đến bộ óc, trong mỗi giây phút, nhưng phần lớn bị ta ngăn chận lại bên ngoài ý thức. Nó tràn vào những tầng lớp tâm thức thấp hơn, và không thoát đi đâu được. Trong đạo Phật, ta có những bài thực tập giúp mở tung cánh cửa ngăn này và cho phép những dữ kiện ấy tuôn chảy vào trong phần ý thức. Đó cũng là một phương cách để ta biến phần vô thức trở thành ý thức.

Trong suốt một ngày, cơ thể ta đã trải qua biết bao nhiêu sự méo mó và vặn vẹo. Bạn hết ngồi rồi lại đứng. Bạn đi rồi lại nằm. Bạn cúi xuống, chồm lên, chạy, bò, trườn... Các thiền sư khuyên bạn nên thường xuyên chú ý đến cái vũ điệu bất tận này. Trong một ngày, mỗi vài phút bạn nên bỏ ra chừng vài giây để kiểm soát lại tư thế của mình. Nhưng không phải là để phê phán gì hết. Đây không phải là một bài tập để điều chỉnh lại tư thế, hoặc là cải thiện cho bề ngoài của mình. Quét sự chú ý của mình từ đầu cho đến chân, và cảm nhận xem ta đang giữ thân mình như thế nào. Niệm thầm trong đầu "*đi*" hoặc "*ngồi*" hoặc "*nằm*" hoặc "*đứng*". Nghe như có vẻ quá sức đơn giản, nhưng bạn đừng bao giờ coi thường tiến trình này. Đây là một bài tập vô cùng hiệu quả. Nếu bạn thực hành cho nghiêm chỉnh, nếu bạn biến nó thành một thói quen trong tâm, nó có thể chuyển hoá được những kinh nghiệm của bạn. Nó giúp bạn tiếp xúc được với một khía cạnh mới của cảm giác, và bạn sẽ cảm thấy mình như một người mù vừa mới được sáng mắt.

Hành động chậm rãi

Mỗi hành động của ta được kết hợp bằng những phần riêng rẽ. Một hành động giản dị như là cột dây giày cũng được làm bằng một chuỗi cử động vi tế và phức tạp. Nhưng đa số những chi tiết ấy đều không được chú ý đến. Muốn thực tập để có một thói quen chánh niệm, bạn hãy tập làm những hành động đơn giản ấy với một thái độ cực kỳ chậm rãi - cố gắng chú ý đến từng chi tiết nhỏ nhặt trong việc làm ấy.

Ví dụ như khi ngồi uống trà chẳng hạn. Có biết bao nhiêu việc để cho ta trải nghiệm! Quán sát tư thế ngồi của mình, cảm nhận cái quai cầm của tách trà trong những ngón tay. Ngửi mùi hương thơm của trà. Ghi nhận vị trí, sự sắp xếp của tách nước, lá trà, cánh tay, và cái bàn. Theo dõi tác ý muốn nâng tay lên phát khởi trong tâm, cảm nhận cánh tay ta đang đưa lên, cảm nhận tách trà chạm vào môi và nước chảy vào trong miệng. Nếm hương vị trà, rồi quán sát tác ý muốn để tay xuống. Cả tiến trình ấy rất là kỳ diệu và đẹp vô cùng, nếu bạn có mặt trọn vẹn, và khách quan chú ý đến từng cảm giác cũng như dòng tư tưởng và cảm thụ của mình.

Và bạn có thể đem cách thức này áp dụng vào mọi sinh hoạt khác trong đời sống hằng ngày. Cố ý làm chậm lại ý nghĩ, lời nói và cử động của mình. Điều đó sẽ cho phép ta đi sâu và hiểu rõ chúng hơn bình thường. Những gì bạn khám phá sẽ là rất nhiệm mầu. Trong thời gian đầu, ta có thể cảm thấy khó giữ được sự chậm rãi có chủ ý này trong các việc làm bình thường của mình, nhưng rồi kỹ năng ấy sẽ dần dần phát triển. Có những tuệ giác lớn bùng vỡ trong lúc ngồi thiền. Và những tuệ giác lớn ấy cũng có thể bùng vỡ trong khi ta quán sát những hoạt động nội tâm của mình, ngay giữa những sinh hoạt bình thường hằng ngày. Nơi đây mới chính là phòng thí nghiệm giúp ta thật sự thấy được cơ chế cảm thụ và cách hoạt động của lòng ham muốn. Chính nơi đây ta mới có thể thật sự đo lường được mức hiệu quả của lý trí, và thấy được sự khác biệt giữa cái nguyên do thật sự và chiếc áo giáp giả tạo ta khoác lên để tự dối mình và kẻ khác.

Chúng ta sẽ thấy rằng đa số những dữ kiện này rất đáng ngạc nhiên, và có thể là khó chịu, nhưng chúng đều mang lại nhiều lợi ích cho ta. Sự chú ý đơn thuần sẽ mang lại trật tự cho những vấn đề bừa bộn còn nằm sâu kín trong những ngõ ngách của tâm thức. Và khi bạn vẫn giữ được một ý thức sáng tỏ giữa những bận rộn trong cuộc sống, bạn cũng sẽ có được sự sáng suốt và tĩnh lặng khi đem ánh sáng chánh niệm chiếu soi vào những góc tối xó xỉnh của tâm thức. Bạn sẽ bắt đầu thấy được trách nhiệm của chính mình đối với những khổ đau. Bạn thấy rõ rằng những sầu khổ, sợ hãi và căng thẳng là do chính mình tự tạo nên. Bạn sẽ thấy được ta đã gây nên những khổ đau ấy bằng cách nào. Và càng thấy rõ bao nhiêu, chúng lại càng mất đi khả năng trói buộc mình bấy nhiêu.

Phối hợp với hơi thở

Trong khi ngồi thiền, ta chú tâm vào đề mục chính là hơi thở. Sự chú tâm hoàn toàn vào hơi thở liên tục biến đổi sẽ đưa ta trở về ngay với giây phút hiện tại. Và ta cũng có thể dùng nguyên tắc ấy ứng dụng vào những sinh hoạt hằng ngày. Bạn có thể phối hợp công việc đang làm với hơi thở. Nó sẽ mang lại một nhịp điệu trôi chảy cho những cử động của ta, và giúp những giai đoạn chuyển tiếp bớt vụng về và đột ngột hơn. Ta sẽ dễ chú tâm vào việc đang làm hơn, và chánh niệm được lớn mạnh hơn. Ý thức ta nhờ vậy dễ an trú trong hiện tại. Một cách lý tưởng thì thiền quán phải được thực tập hai mươi bốn giờ một ngày. Và đó là điều thực tiễn mà ta có thể làm được.

Trạng thái chánh niệm là một trạng thái tâm thức sẵn sàng. Tâm ta không bị đè nặng bởi những sự bận tâm và lo lắng. Những gì khởi lên sẽ được đối phó ngay lập tức. Khi ta thật sự có chánh niệm, hệ thần kinh của ta lúc nào cũng được tươi mới và lành mạnh, nó nuôi dưỡng tuệ giác. Khi có một khó khăn nào khởi lên, bạn chỉ giản dị đối phó với nó, nhanh chóng, hiệu quả và không làm lớn chuyện. Bạn không đứng đó bối rối, và cũng không chạy đi tìm một góc vắng vẻ nào đó để ngồi xuống thiền. Bạn chỉ đơn giản đối phó thẳng với nó. Và trong những trường hợp hiếm hoi, khi không tìm được một giải pháp nào, ta cũng không để mình bận tâm về nó. Ta chỉ chuyển sang cái kế tiếp đang cần đến sự chú ý của mình. Trực giác của ta trở thành một chức năng rất cụ thể.

Những giây phút dư thừa

Ý niệm về một giây phút lãng phí không có đối với những thiền sinh nghiêm túc. Những khoảng thời gian trống trong một ngày có thể được biến thành thời gian hữu ích. Bất cứ một giây phút rảnh rỗi nào cũng có thể được dùng để thiền tập. Khi ngồi lo lắng trong phòng nha sĩ, hãy quán chiếu sự lo âu ấy. Khi cảm thấy bực dọc lúc đứng xếp hàng trong ngân hàng, hãy quán chiếu sự bực mình ấy. Khi cảm thấy nhàm chán trong lúc đứng chờ xe buýt, hãy quán chiếu sự nhàm chán ấy. Hãy cố giữ cho mình lúc nào cũng chú ý và tỉnh thức trong suốt một ngày. Hãy có chánh niệm về những gì đang xảy ra trong giây phút này, cho dù nó có nhỏ nhặt và buồn tẻ đến đâu. Hãy lợi dụng những giây phút bạn được ở một mình. Hãy lợi dụng những công việc nào có tính cách máy móc, tự động. Sử dụng mỗi giây phút dư thừa cho sự thực tập chánh niệm. Hãy sử dụng hết tất cả thời gian mà bạn có!

Chú tâm vào mọi hành động

Bạn nên cố gắng giữ chánh niệm trong mọi việc làm và nhận thức của mình trọn ngày, bắt đầu với nhận thức đầu tiên khi bạn vừa mới thức dậy, và chấm dứt với tư tưởng cuối cùng trước khi bạn rơi vào giấc ngủ. Đây là một mục tiêu cực kỳ lớn lao. Bạn đừng mong rằng mình có thể nhanh chóng đạt được. Hãy tiến từng bước một, chậm rãi, và để cho khả năng của mình được tăng trưởng dần. Một cách hay nhất để thực hiện được việc này là chia cắt một ngày của ta ra thành nhiều phần nhỏ. Dành ra một khoảng thời gian nào đó, chỉ riêng cho việc duy trì chánh niệm về tư thế của thân, rồi từ đó nói rộng vòng chánh niệm ấy ra đến những sinh hoạt đơn giản khác, như là ăn uống, rửa chén, thay quần áo... Thỉnh thoảng trong ngày, bạn cũng có thể bỏ ra chừng mười lăm phút để thực tập quán sát, theo dõi những trạng thái tâm thức riêng biệt, như là những cảm thụ dễ chịu, khó chịu và trung hòa; hoặc những tâm thức chướng ngại hay tư tưởng của mình. Tùy bạn sắp xếp. Điều quan trọng là hãy thực tập ghi nhận những gì đang xảy ra và duy trì chánh niệm cho thật trọn vẹn trong suốt một ngày.

Hãy cố gắng đạt đến một chương trình sinh hoạt thường ngày sao cho có thể giảm thiểu được tối đa sự khác biệt giữa khi ngồi thiền và những thời gian khác trong ngày. Hãy để cho cái này trôi chảy tự nhiên sang cái kia. Thân ta không bao giờ hoàn toàn dừng yên được. Lúc nào cũng có những sự di động để ta quán sát. Ít nhất cũng là sự chuyển động của hơi thở. Tâm ta cũng không bao giờ ngừng suy nghĩ, chỉ trừ trong những trạng thái định thật thâm sâu. Lúc nào cũng có chuyện khởi lên để ta theo dõi. Nếu bạn thực hành thiền quán nghiêm túc, sẽ không bao giờ bạn cảm thấy thiếu đối tượng để mình chú ý.

Sự thực tập của bạn phải có thể ứng dụng được vào trong mọi hoàn cảnh của cuộc sống. Cuộc đời là một phòng thí nghiệm. Nó cung cấp những cơ hội thực hành và thử thách cần thiết, giúp cho sự thực tập của ta được sâu sắc và chân thật. Nó là lò lửa đỏ tôi luyện, thanh lọc hết những lỗi lầm và giả dối trong sự thực tập. Nó là một sự thử nghiệm axít, cho ta thấy rõ khi nào mình thật sự có tiến bộ, và khi nào ta chỉ tự dối mình. Nếu công phu thiền tập của bạn không giúp bạn đối phó được với những khó khăn và xung đột trong đời sống hằng ngày thì nó còn rất là nông cạn. Nếu những phản ứng cảm xúc của bạn không được rõ ràng hơn, dễ chế ngự hơn, thì bạn chỉ đang hoang phí thì giờ của mình mà thôi. Và bạn sẽ không bao giờ biết được trình độ của mình đang ở mức nào, cho đến khi bạn thật sự dám chịu những thử nghiệm này.

Duy trì chánh niệm là một phương pháp thực tập mở rộng, lúc nào cũng có mặt. Ta không thể nào thực tập trong một lúc này và rồi không thực tập trong những lúc khác. Lúc nào ta cũng thực hành cả. Thiền tập mà chỉ thành công khi bạn ngồi yên trong tháp ngà yên tĩnh sẽ là thứ thiền tập còn rất non nớt. Thiền quán là sự thực tập chánh niệm trong từng giây, từng phút. Hành giả học cách nhận diện đơn thuần những tính chất *sinh, trụ, hoại, diệt* của mọi hiện tượng trong tâm. Chánh niệm không từ chối cái nào và cũng không bỏ sót một cái nào. Nó gồm có tư tưởng, cảm thụ, hành động và sự ham muốn, đầy đủ tất cả. Chánh niệm quán sát hết tất cả và theo dõi liên tục. Nó không phân biệt và không cần biết đó là đẹp đẽ hay xấu xa, cao thượng hay đáng hổ thẹn. Nó nhìn sự vật như đang thực sự hiện hữu với những biến đổi của chúng. Không có một khía cạnh nào của kinh nghiệm lại bị bỏ sót hoặc tránh né. Nó là một tiến trình hết sức chu toàn.

Giữa những sinh hoạt hằng ngày, nếu khi nào bạn cảm thấy có một sự nhàm chán, hãy quán chiếu sự nhàm chán ấy. Thử tìm xem nó có cảm giác như thế nào, hoạt động như thế nào, cơ cấu của nó là gồm những gì. Nếu bạn nổi giận, hãy quán chiếu cơn giận ấy. Khảo sát về cơ chế, cấu trúc của cái giận. Đừng bỏ chạy. Nếu bạn thấy mình đang bị bóng tối của sự tuyệt vọng vây hãm, hãy quán chiếu nỗi tuyệt vọng ấy. Quán sát sự tuyệt vọng đó một cách tò mò và thật khách quan. Đừng nhắm mắt mù quáng bỏ chạy. Hãy thử khám phá và vẽ rõ lại đường đi nước bước trong cái mê đồ ấy. Nhờ đó, bạn sẽ có thể đối phó dễ dàng hơn với cơn tuyệt vọng lần tới, nếu nó lại đến.

Thực tập thiền quán giữa những thăng trầm của cuộc sống hằng ngày là điểm chính yếu của pháp môn *vipassana*. Sự thực tập này rất gian nan và nhiều đòi hỏi. Nhưng nó sẽ mang lại cho ta một trạng thái tâm thức linh động vô song. Một thiền giả bao giờ cũng giữ cho tâm mình rộng mở trong từng giây phút. Họ luôn luôn khảo sát sự sống, khám xét kinh nghiệm của chính mình, quán sát hiện hữu một cách chăm chú và khách quan. Nhờ vậy mà lúc nào họ cũng sẵn sàng mở rộng để tiếp nhận sự thật, dưới bất cứ hình thức nào, từ bất cứ nơi nào và vào bất cứ khi nào. Đó là một tâm thức rất cần thiết cho sự giác ngộ.

Kinh nghiệm của những người đi trước cho thấy rằng sự giác ngộ có thể đạt đến bất cứ lúc nào, nếu tâm ta sẵn sàng và tĩnh lặng. Những việc tầm thường nhất cũng có thể đủ để khơi dậy sự giác ngộ: ánh trăng qua cửa sổ, tiếng chim kêu, tiếng gió xuyên qua những hàng cây... Những gì ta nhận thức không quan trọng bằng cách ta nhận thức. Trạng thái rộng mở và sẵn sàng ấy vô cùng quan trọng. Nó có thể xảy đến cho bạn ngay trong lúc này nếu bạn sẵn sàng. Cảm giác xúc chạm của ngón tay bạn trên quyển sách này có thể khơi dậy điều ấy. Âm thanh của những chữ này trong đầu bạn cũng có thể là đủ. Bạn có thể đạt được sự giác ngộ ngay trong giây phút này, nếu bạn sẵn sàng.

Chương Mười Sáu:
Được gì cho ta?

Bạn có thể kỳ vọng rằng thiền tập sẽ mang lại cho bạn một số lợi ích nào đó. Lúc ban đầu là những lợi ích cụ thể, và giai đoạn về sau là những chuyển hóa to tát hơn. Nó đi từ những điều thật đơn giản cho đến những việc siêu phàm. Ở đây chúng ta sẽ trình bày một số những lợi ích ấy. Và sự thực tập của bạn sẽ chỉ cho bạn thấy được sự thật. Kinh nghiệm của chính bạn, đó mới là điều quan trọng.

Những cái mà ta gọi là năm điều chướng ngại, thật ra chúng chỉ là những thói quen bất lợi của tâm thức mà thôi. Chúng là những biểu hiện căn bản của một cái *ngã*, cái *tôi*. Cái *ngã*, tự nó thật ra chính là một cảm nhận bị tách rời, khác biệt - một nhận thức về sự chia cách giữa cái gọi là *tôi* và cái gọi là *kẻ khác*. Nhận thức ấy chỉ hiện hữu khi nó được trau giồi liên tục, và những điều chướng ngại là sự trau giồi ấy.

Lòng tham lam và ái dục là những cố gắng muốn "*gom góp về cho ta*"; lòng sân hận và ghét bỏ là sự cố gắng tách xa thêm cái khoảng cách giữa "*tôi*" và "*nó*". Tất cả những chướng ngại ấy đều bắt nguồn từ nhận thức sai lầm về một ranh giới ngăn chia giữa ta và kẻ khác, và chúng sẽ nuôi dưỡng thêm nhận thức ấy mỗi khi chúng được biểu hiện. Chánh niệm nhìn thực tại một cách sáng tỏ và sâu sắc. Nó mang sự chú ý soi chiếu đến tận gốc rễ của vấn đề, và làm phơi bày cơ chế hoạt động của chúng. Nó nhìn thấy rõ được kết quả và ảnh hưởng của chúng đối với ta. Chánh niệm không thể bị đánh lừa. Một khi ta thấy được bộ mặt thật của tham ái và những gì nó đã gây ra cho ta và người khác, tự động ta sẽ buông bỏ ngay. Khi một đứa bé đưa bàn tay sờ vào một lò lửa nóng, bạn không cần phải bảo nó rút tay lại, nó sẽ tự động làm việc ấy, không cần suy nghĩ và cũng không cần phải quyết định. Trong hệ thần kinh chúng ta có một phản xạ tự nhiên, và nó hoạt động còn nhanh hơn tư tưởng. Khi đứa bé cảm thấy nóng bỏng và bắt đầu khóc ré lên, thì bàn tay của nó đã giật lại từ lâu. Phương cách hoạt động của chánh niệm cũng tương tự như thế: nó không lời, tự động và vô cùng hiệu quả. Một chánh niệm sáng tỏ sẽ ngăn trở sự phát triển của các chướng ngại. Và một chánh niệm kiên trì sẽ tiêu diệt chúng tận gốc. Vì vậy, khi chánh niệm của ta tăng trưởng, những bức tường của cái *ngã* tự nó sẽ sụp đổ, lòng tham dục sẽ giảm bớt, thái độ bảo thủ và ngoan cố cũng bớt đi, ta trở nên cởi mở hơn, linh động hơn và dễ chấp nhận hơn. Và bạn biết chia sẻ tình thương của mình hơn.

Theo truyền thống thì những người học Phật thường ít khi muốn đề cập đến chân tính tuyệt đối của con người. Nhưng những vị nào chịu diễn tả thì thường chia sẻ rằng chân tính, hay Phật tính của chúng ta rất thanh tịnh, trong sáng và nhiệm mầu. Và lý do duy nhất chúng ta không cảm nhận được nó là vì cái kinh nghiệm về Phật tính ấy thường bị cản trở. Nó bị ngăn chặn như là nước phía sau một bờ đê. Và những điều chướng ngại là những tảng đá dùng để xây cất nên bờ đê ấy. Khi ánh sáng chánh niệm làm tan rã những tảng đá, soi thủng bờ đê, lòng từ bi và tâm hỷ xả sẽ tuôn chảy tràn vào. Khi năng lượng thiền quán của chánh niệm được tăng trưởng, tất cả những kinh nghiệm của bạn sẽ thay đổi. Chúng trở thành một kinh nghiệm sống đầy sinh động, mọi cảm giác nhận thức đều trở nên vô cùng sáng tỏ và chính xác, không còn chỉ là những sự bận tâm lo lắng vô ý thức.

Mỗi giây phút tự nó sẽ nổi bật hẳn lên. Những giây phút trôi qua không còn bị hòa nhập với nhau và trở nên nhòa nhạt. Không có gì chỉ là thoáng qua hoặc bị coi thường cả! Không có một kinh nghiệm nào bị đơn giản dán cho nhãn hiệu *"tầm thường"*. Mọi vật đều sáng chói và đặc biệt. Bạn không

Chương Mười Sáu: Được Gì Cho Ta?

còn xếp loại kinh nghiệm của mình và bỏ nó vào những hộc tủ nhận thức khác nhau nữa. Những sự giải thích và giảng nghĩa đều được dẹp sang một bên. Mỗi giây phút được cho phép tự nó trình bày. Bạn thật sự lắng nghe những gì nó muốn nói, và lắng nghe như đó là lần đầu tiên. Khi công phu thiền quán của bạn được sâu sắc, điều này cũng sẽ trở thành vĩnh viễn. Bạn lúc nào cũng quán sát bằng một ý thức đơn thuần đối với cả hai: hơi thở và bất cứ một hiện tượng nào khởi lên trong tâm thức. Bạn càng ngày càng cảm thấy vững vàng hơn, như một con thuyền bỏ neo trong bến, và kinh nghiệm được sự sống của mình trong mỗi giây, mỗi phút.

Một khi tâm bạn được giải thoát không còn tư tưởng, nó sẽ trở nên tỉnh thức và được nghỉ ngơi trong một trạng thái ý thức rất thuần túy. Trạng thái ý thức này không thể nào diễn tả cho trọn vẹn được. Ngôn ngữ không có đủ khả năng. Trạng thái này chỉ có thể hiểu được bằng kinh nghiệm của chính mình. Hơi thở sẽ không còn chỉ là hơi thở. Hơi thở không còn bị giới hạn trong một ý niệm cố định và thông thường của ta về nó. Bạn không còn cảm nhận nó như chỉ là một chuỗi tiếp nối hít vào và thở ra, một chuỗi kinh nghiệm vô vị và tầm thường. Hơi thở trở thành một tiến trình sống động và biến đổi, một cái gì rất sinh động và kỳ diệu. Hơi thở không phải là một cái gì có mặt trong thời gian, mà tự nó chính là giây phút hiện tại. Thời gian chỉ là một khái niệm, không phải là một kinh nghiệm thực tại.

Trạng thái này là một ý thức đơn sơ, mộc mạc không thêm thắt vào một chi tiết dư thừa nào. Nó đứng vững trên mặt đất của hiện tại với một ý thức sinh động. Bạn biết chắc rằng đây là sự thật, nó chân thật hơn bất cứ những gì bạn đã từng kinh nghiệm, và từ đó bạn có một ưu điểm, một tiêu chuẩn mới để đo lường các kinh nghiệm của mình. Bạn sẽ thấy rõ được lúc nào mình tiếp xúc với sự vật bằng một ý thức đơn thuần, và khi nào mình bóp méo sự vật bằng những nhận thức đầy ý niệm và thành kiến. Bạn nhận diện được những khi mình vặn vẹo thực tại bằng những phê phán trong tâm, bằng những hình ảnh cố định và ý kiến cá nhân. Bạn biết rõ mình đang làm gì, và khi nào mình làm việc ấy. Bạn trở nên bén nhạy khi tiếp xúc với thực tại, và có khuynh hướng nhìn sự vật một cách đơn sơ và khách quan hơn, không thêm vào cũng không bớt ra một điều gì. Bạn trở nên rất chuẩn xác. Từ nơi bạn nhìn, tất cả đều sáng tỏ. Vô số những hoạt động của thân và tâm được hiển lộ lên với những chi tiết thật rõ ràng. Bạn quán sát trong chánh niệm sự lên xuống không ngừng của hơi thở; bạn quán sát một dòng sông cảm giác bất tận của những xúc chạm và chuyển động ở thân; bạn thấy được sự biến đổi nhanh chóng của chuỗi tư tưởng và cảm thụ; bạn cảm nhận được nhịp điệu vang vọng từ những bước chân đều đặn của thời gian. Và ngay giữa những biến chuyển bất tận ấy, không có người quán sát, chỉ có sự quán sát mà thôi!

Trong nhận thức này, không có gì tồn tại trong hai giây phút kế tiếp nhau. Mọi vật đều biến chuyển liên tục. Mọi hiện tượng sinh ra, mọi hiện tượng lớn lên và rồi diệt đi. Không có một ngoại lệ nào cả! Bạn đột nhiên ý thức được sự thay đổi không ngừng của cuộc đời mình. Bạn nhìn quanh và thấy tất cả mọi sự vật đều biến đổi, tất cả mọi sự vật. Tất cả lên cao rồi xuống thấp, tăng lên rồi giảm đi, sinh ra rồi diệt mất... Mọi sự sống, từ những vật vi phân cho đến một đại dương bao la, đều luôn luôn chuyển động. Bạn nhận thức vũ trụ như là một dòng sông kinh nghiệm vĩ đại. Những gì mà bạn trân quý nhất đang từ từ vuột ra khỏi bàn tay của bạn, ngay chính cả cuộc đời mình. Nhưng sự vô thường ấy không làm cho bạn sầu khổ. Bạn đứng đó không lay chuyển, nhìn những sinh hoạt diễn ra trong bất tận, và phản ứng của bạn là một niềm vui, một hạnh phúc nhiệm mầu. Tất cả đang chuyển động, đang nhảy múa và tràn đầy sự sống.

Khi bạn tiếp tục quán sát những đổi thay này và thấy

được sự tương quan của chúng với nhau, bạn sẽ ý thức được một sự liên hệ mật thiết giữa tất cả những hiện tượng của tâm lý, xúc giác và vật lý. Bạn nhìn một tư tưởng này dẫn sang một tư tưởng khác, bạn thấy sự tàn hoại sẽ làm khởi lên những phản ứng tình cảm, và cảm thụ ấy lại làm sinh khởi nhiều tư tưởng khác. Hành động, tư tưởng, cảm thụ, ham muốn - tất cả đều liên kết khắn khít với nhau, trong một tiến trình nhân quả rất tinh vi. Bạn nhìn những kinh nghiệm thú vị đến rồi đi, bạn thấy chúng không bao giờ có mặt dài lâu. Bạn nhìn những sự đau đớn đến không cần ai mời gọi, và bạn thấy mình vùng vẫy, cố gắng tống đẩy chúng đi; và bạn nhìn mình thất bại. Và bấy nhiêu đó cứ tiếp tục lặp đi, lặp lại mãi, trong khi bạn bước lui lại, yên lặng và quán sát nó xảy ra.

Qua những nhận xét ấy, bạn không tránh khỏi đi đến một kết luận duy nhất. Bạn thấy rõ đời mình được đánh dấu bằng sự thất vọng và bối rối, và bạn cũng thấy rõ nguyên nhân của chúng. Những phản ứng ấy xuất phát từ sự bất lực của ta vì không đạt được những gì mình muốn, từ một sự sợ hãi không muốn đánh mất những gì mình có, và từ một thói quen không bao giờ hài lòng với những gì đang nằm trong tầm tay mình. Chúng không còn chỉ là lý thuyết và ý niệm suông - bạn đã thấy và kinh nghiệm, và bạn biết đó là một hiện thực. Bạn nhận thức được nỗi sợ của mình, một nỗi bất an khi đối diện với vấn đề sinh tử. Đó là một mối lo âu rất lớn lao, nó ăn sâu đến tận gốc rễ của ta và biến sự sống trở thành một cuộc tranh đấu. Bạn thấy mình hoang mang nắm bắt, cố quơ tìm những gì vững chắc và đáng tin cậy. Bạn thấy mình lúc nào cũng cố gắng bám víu vào một cái gì đó, nắm giữ bất cứ một cái gì, giữa một vùng cát sa lầy. Và rồi bạn hiểu rằng không có gì để ta bám vào được hết, không có gì không thay đổi cả!

Bạn thấy được nỗi đau của những sự mất mát và buồn lo. Bạn thấy mình bị bắt buộc phải tự thích ứng với những khổ đau có mặt trong đời sống. Bạn chứng kiến những mâu thuẫn và xung đột có mặt hằng ngày, và bạn cũng thấy được rằng chúng nông cạn đến đâu. Bạn quán sát cái quá trình của đau đớn, bệnh hoạn, già nua và cái chết. Và bạn cũng ý thức được rằng những điều ấy thật ra không có gì đáng sợ. Chúng chỉ là một hiện thực!

Qua sự quán chiếu về những khía cạnh tiêu cực ấy của cuộc đời, bạn sẽ có một hiểu biết sâu sắc hơn về *dukkha* - tính chất bất toại nguyện của hiện hữu. Bạn bắt đầu nhận diện được *dukkha* trong mọi lĩnh vực của đời người, từ những cái rất hiển nhiên cho đến những cái vi tế nhất. Bạn thấy được khổ đau lúc nào cũng theo sau sự nắm bắt, vừa khi bạn nắm giữ bất cứ một cái gì, khổ đau đã có mặt, không thể tránh khỏi. Và một khi bạn hiểu rõ được sự hoạt động của lòng ham muốn, bạn sẽ trở nên bén nhạy hơn đối với nó. Bạn thấy được nó khởi lên ở đâu, khởi lên khi nào, và có ảnh hưởng ra sao. Bạn nhìn thấy nó hoạt động liên tục, biểu lộ xuyên qua những giác quan, rồi chiếm đoạt và làm chủ tâm thức!

Ngay giữa những kinh nghiệm dễ chịu và thú vị, bạn nhìn thấy những bám víu và dính mắc của mình. Ngay giữa những kinh nghiệm khó chịu và đau đớn, bạn nhìn thấy có một sự chống cự phát khởi. Bạn không phải ngăn chặn những hiện tượng ấy, bạn chỉ cần theo dõi chúng. Bạn muốn đi tìm một cái gì để gọi là *"tôi"*, nhưng cái bạn tìm thấy chỉ là cái thân vật lý này, và làm sao ta có thể nhận cái túi da bọc xương ấy là mình được? Rồi đi tìm sâu hơn nữa, bạn thấy những hiện tượng tâm lý - như là cảm thụ, suy nghĩ, và ý kiến - và rồi lại tự nhận hết những cái ấy là *"tôi"*. Bạn thấy mình trở nên chiếm hữu, bảo vệ, và che chở cho chúng, điều ấy thật là điên rồ! Bạn cố đi tìm một cái gì có thể gọi là *"tôi"* - cơ thể vật lý, cảm xúc trong thân, cảm thụ, và tình cảm - nhưng chúng cứ xoay vần và biến đổi mãi trong khi bạn tìm kiếm, lục lọi trong mọi ngõ ngách, xó xỉnh cố tìm cho ra được một cái gọi là *"tôi"*.

Chương Mười Sáu: Được Gì Cho Ta?

Cuối cùng, bạn sẽ không tìm được một cái gì cả! Trong tất cả những kinh nghiệm biến đổi không ngừng ấy, có tìm được gì chăng thì cũng chỉ là những tiến trình *vô ngã*, được thúc đẩy và quy định bởi những tiến trình đi trước. Không có một cái *ngã* hoặc cái *tôi* cố định nào trong đó cả! Tất cả chỉ là những tiến trình. Bạn tìm thấy tư tưởng nhưng không có chủ thể tư tưởng, bạn tìm thấy tình cảm và ham muốn, nhưng không có người nào làm việc ấy. Căn nhà hoàn toàn trống vắng. Không có một ai ở nhà cả!

Quan niệm của bạn về một cái *tôi* từ nay sẽ thay đổi vĩnh viễn. Bạn sẽ nhìn lại ta như là một tấm hình trên một trang báo. Dưới con mắt thường, bức hình ấy là một tấm ảnh về ta thật rõ ràng. Nhưng khi nhìn dưới một cái kính lúp, tấm hình ấy sẽ hiện rõ thành một tập hợp của vô số những dấu chấm nhỏ đen trắng phức tạp. Cũng tương tự, dưới ánh sáng của chánh niệm, cảm nhận về một cái *ngã*, cái *tôi*, hoặc là một cái gì đó sẽ mất đi tính chất rắn chắc của nó và bị tan rã. Trong thiền quán, sẽ có một lúc tuệ giác về ba đặc tính của hiện hữu - *vô thường, bất toại nguyện*, và *vô ngã* - sẽ bừng lên trong ta. Bạn kinh nghiệm được hết sức rõ rệt sự *vô thường* của đời sống, sự *khổ đau* của kiếp người, và sự thật về *không có một cái tôi* cố định và riêng rẽ! Bạn kinh nghiệm được những điều này rất sâu sắc, đến nỗi đột nhiên bạn ý thức rằng tất cả những tham ái, nắm bắt và ghét bỏ của mình là vô nghĩa lý và hoàn toàn vô ích. Trong giây phút ấy, tâm thức của bạn được chuyển hóa hoàn toàn. Cái *tôi* hoàn toàn bị tan rã. Tất cả còn lại chỉ là những hiện tượng *vô ngã* liên kết, tương quan với nhau, chỉ tồn tại với những điều kiện nhất định và luôn biến đổi không ngừng! Lòng ái dục tắt ngấm và gánh nặng được buông xuống. Chỉ còn lại một dòng sông thong thả trôi, không chống cự, không ngăn ngại. Bây giờ chỉ còn có mặt một hạnh phúc thường hằng, *Niết-bàn*, vô sinh, đã đạt đến!

Lời Kết:
Năng lực của tâm từ

Phương pháp thực tập chánh niệm được trình bày trong quyển sách này, nếu cố gắng thực hành, chắc chắn sẽ chuyển hóa được đời bạn. Giờ đây, tôi xin được giới thiệu và nhấn mạnh thêm về một khía cạnh khác của đạo Phật, con đường này đi song song với chánh niệm, đó là *metta*, hay tâm từ. Thiếu tâm từ, chỉ riêng chánh niệm khó có thể nào phá vỡ được sự dính mắc và *ngã chấp*. Và ngược lại, chánh niệm là một nhân tố căn bản cần thiết để phát huy tâm từ. Hai điều này lúc nào cũng phải song hành với nhau.

Mỗi người trong chúng ta đều có đầy đủ những hạt giống và tiềm năng thương yêu. Nhưng chỉ với một tâm thức tĩnh lặng, không bị ảnh hưởng bởi tham lam, sân hận và ganh tỵ, những hạt giống thương yêu này mới có thể trưởng thành. Nhờ mảnh đất phì nhiêu của chánh niệm mà hoa tình thương được nở rộ. Chúng ta cần nuôi dưỡng những hạt giống thương yêu ấy trong ta và trong người khác, giúp chúng cắm rễ và trưởng thành.

Tôi có dịp đi rất nhiều nơi trên thế giới để dạy Phật pháp, và vì vậy tôi phải mất nhiều thời gian ở những sân bay. Một hôm, tôi ngồi ở sân bay *Gatwick* gần *London* để chờ một chuyến bay. Tôi có nhiều thời gian trống, nhưng đối với tôi điều đó không bao giờ là vấn đề. Thật ra nó là một niềm vui, vì tôi có cơ hội để thực tập thiền quán. Thế là tôi ngồi đó giữa phòng đợi của sân bay, chân xếp bằng trên ghế, mắt nhắm lại, trong khi quanh tôi người ta lũ lượt đến và đi, hối hả đổi chuyến bay. Trong những hoàn cảnh này, khi ngồi thiền tôi thường thực tập niệm tâm từ, đem tình thương ban rải đến cho mọi người, ở khắp mọi nơi. Với mỗi hơi thở, mỗi mạch nhảy, mỗi nhịp tim, tôi để cho toàn thể con người mình được thấm nhuần và tỏa sáng một tình thương, một tâm từ.

Giữa sân bay náo nhiệt ấy, chìm đắm trong một cảm thụ của tâm từ, tôi không còn để ý đến sự ồn ào và xô bồ của thế giới chung quanh. Nhưng bỗng dưng tôi có cảm giác như có một người nào đó đang đến ngồi sát bên tôi. Tôi vẫn không mở mắt ra, tiếp tục hành thiền và phóng rải tâm từ. Rồi tôi cảm thấy có hai bàn tay nhỏ xíu ôm choàng lấy cổ tôi. Tôi từ từ mở mắt ra, và thấy đó là một em bé gái nhỏ thật dễ thương, chắc chỉ độ chừng hai tuổi. Mắt cháu màu xanh thật sáng, với những lọn tóc vàng, đang ôm chầm lấy tôi thật sát. Ngồi trong phi trường, trước đây tôi có thấy cháu đi với mẹ cháu, bàn tay bé nhỏ nắm chặt lấy ngón tay của mẹ. Có lẽ cháu đã rời mẹ cháu và chạy sang chỗ tôi.

Tôi nhìn lên thì thấy mẹ cháu cũng vừa đuổi tới nơi. Thấy nó đang ôm cổ tôi, mẹ cháu bảo: "Xin Thầy ban phước cho cháu và để nó đi." Tôi không biết đứa bé nói tiếng gì, nhưng tôi bảo cháu bằng tiếng Anh: "Cháu đi đi. Mẹ cháu có nhiều nụ hôn cho cháu lắm, nhiều đồ chơi và nhiều kẹo nữa kìa. Còn ta chẳng có gì hết. Cháu đi đi." Nhưng đứa bé vẫn cứ bá chặt vào cổ tôi, không chịu buông ra. Và người mẹ lại nhìn tôi, chắp tay lại và nói với một giọng rất ân cần: "Xin Thầy làm ơn ban phước cho cháu, và để cho cháu đi."

Lúc này, những người khác trong phi trường cũng bắt đầu để ý đến chúng tôi. Có lẽ họ nghĩ tôi quen biết với đứa bé gái, hoặc là tôi với nó có liên hệ với nhau. Họ tin chắc rằng tôi và đứa bé nhất định phải có một sự ràng buộc nào đó. Nhưng trước hôm ấy, tôi chưa từng gặp nó bao giờ. Tôi cũng không rõ cháu nói ngôn ngữ gì nữa. Và tôi lại phải năn nỉ: "Cháu đi đi. Cháu và mẹ cháu còn phải lên phi cơ cho kịp giờ. Trễ rồi đó. Mẹ có nhiều đồ chơi với kẹo lắm kìa. Ta đâu có gì đâu. Hãy đi đi." Nhưng đứa bé gái vẫn không chút nao núng. Nó lại còn ôm chặt lấy tôi hơn nữa. Người mẹ thấy vậy đến nhẹ nhàng

Lời Kết: Năng Lực Của Tâm Từ

gỡ tay của đứa bé ra và nhờ tôi ban phước cho nó. "Cháu ngoan lắm." Tôi nói: "Mẹ cháu thương cháu lắm. Nhanh lên. Coi chừng trễ chuyến bay rồi đó. Cháu đi đi." Nhưng đứa bé gái vẫn không chịu đi. Nó oà khóc lên. Cuối cùng, mẹ nó phải bế nó lên. Đứa bé vùng vẫy và la khóc. Nó muốn tụt xuống và chạy lại tôi. Nhưng lần này mẹ nó cố giữ nó lại và mang nó lên phi cơ. Lần cuối cùng tôi nhìn thấy cháu vẫn còn đang cố thoát ra khỏi mẹ cháu để chạy lại với tôi.

Có thể vì chiếc y tôi mặc mà đứa bé gái này tưởng tôi là ông già *Nô-en* hoặc một nhân vật thần thoại nào đó chăng? Nhưng cũng có thể là một lý do khác. Trong lúc đó tôi đang ngồi trên ghế và thực hành niệm tâm từ, *metta*, phóng rải những tư tưởng thương yêu ra khắp nơi với mỗi hơi thở. Có thể đứa bé gái này cảm nhận được điều đó. Trẻ con rất nhạy cảm trong lĩnh vực này, tâm thức của chúng dễ dàng hấp thụ được những cảm thụ chung quanh chúng. Khi bạn giận, chúng cảm nhận được sự rung động ấy, và khi bạn tràn đầy thương yêu và hạnh phúc, chúng cũng cảm nhận được. Có thể đứa bé gái ấy muốn đến gần tôi vì nó cảm nhận được một tâm từ. Giữa tôi và nó có một sự ràng buộc - bởi một sợi dây của tâm từ.

Bốn trạng thái siêu việt

Tâm từ rất nhiệm mầu. Chúng ta ai cũng có khả năng thương yêu cả. Cho dù ta có nhận biết hay không, năng lượng và hạt giống của thương yêu bao giờ cũng có mặt trong ta. Tâm từ là một trong bốn trạng thái siêu việt mà đức Phật có nói đến trong kinh. Ba tâm kia là tâm *bi*, tâm *hỷ* và tâm *xả*. Bốn trạng thái ấy đều liên kết mật thiết với nhau, ta không thể nào phát triển một cái này mà lại không cần đến ba cái kia.

Một cách dễ hiểu hơn là lấy ví dụ của tình thương cha mẹ. Khi một người đàn bà trẻ biết rằng mình đang có thai một đứa bé, cô sẽ cảm thấy có một tình thương vô bờ bến đối với đứa con trong bụng. Cô ta sẽ sẵn sàng làm tất cả mọi việc để bảo vệ nó. Cô sẽ cố gắng hết sức mình để cái bào thai được khỏe mạnh và tốt lành. Người mẹ trẻ ấy có đầy những tư tưởng thương yêu và hy vọng về đứa con trong bụng mình. Cũng giống như tâm từ, *metta*, tình cảm của một người mẹ đối với đứa con là vô bờ bến, bao trùm tất cả và hoàn toàn vô điều kiện!

Khi đứa bé sinh ra và lớn lên, nó bắt đầu khám phá thế giới chung quanh, cha mẹ sẽ bắt đầu có tâm *bi* đối với nó. Mỗi khi đứa bé bị té trầy đầu gối, u đầu sứt trán, cha mẹ luôn cảm nhận được cái đau của con mình. Có nhiều bậc cha mẹ còn nói rằng, mỗi khi con mình đau là họ cũng cảm thấy như chính mình đang bị đau. Nhưng đây không phải là một sự thương hại, vì lòng thương hại chỉ tạo nên khoảng cách giữa ta và người khác. Tâm *bi* là một tâm muốn cho người khác được bớt khổ đau. Tâm bi dẫn ta đến những hành động thích hợp. Và một hành động thích hợp của tâm *bi* là muốn làm sao để sự đau đớn sớm chấm dứt, để con mình không còn khổ nữa.

Thời gian trôi qua, đứa con lớn lên và cắp sách đến trường. Cha mẹ nhìn con mình kết bạn mới, học hành tiến bộ, tham gia các môn thể thao... Có thể đứa con học xuất sắc về môn toán, hoặc được nhận vào đội đá banh, hoặc được bầu làm lớp trưởng... Cha mẹ không bao giờ cảm thấy ganh tỵ về những thành công của con mình, ngược lại còn hân hoan vui mừng theo nó nữa. Đó chính là tâm *hỷ*. Ta mừng vui cho kẻ khác như là niềm vui của chính ta. Mặc dù người khác có vượt trội hơn ta, may mắn hơn ta, chúng ta vẫn hoan hỷ với những thành công của họ, mừng vui theo với niềm hạnh phúc của họ.

Và rồi khi đứa con trưởng thành. Nó ra trường, có sự nghiệp, lập gia đình và có con cái. Đây là lúc cha mẹ thực tập tâm *xả*. Lẽ dĩ nhiên, chắc chắn đây không phải là một thái độ lạnh lùng và dửng dưng. Nó là một sự bình an, hạnh phúc vì thấy rằng mình đã làm hết những gì cần phải làm cho con. Ta cũng ý thức được sự giới hạn của mình. Và lẽ dĩ nhiên, cha mẹ vẫn tiếp tục thương yêu và giúp đỡ con cái, nhưng họ biết rằng mình không còn kiểm soát được chúng nữa. Đó là sự thực tập tâm *xả*.

Mục đích tối thượng của thiền tập là nuôi dưỡng và phát triển bốn trạng thái này của tâm *từ*, tâm *bi*, tâm *hỷ* và tâm *xả*.

Hạt giống có mặt trong mỗi chúng ta

Mỗi sự vật sẽ phản chiếu ánh sáng mặt trời qua những cách khác nhau. Cũng vậy, mỗi người biểu lộ tâm từ qua những phương cách khác nhau. Có người bộc lộ sự nồng nhiệt một cách tự nhiên, có người hơi kín đáo và do dự khi mở con tim mình ra... Có người thực tập tâm từ một cách khá vất vả, trong khi có người lại không có khó khăn gì nhiều... Nhưng không một ai lại hoàn toàn không có tâm từ! Chúng ta đều sinh ra với một bản năng thương yêu, *metta*. Bạn hãy nhìn những đứa bé thơ mỉm cười rạng rỡ trước hình ảnh của một gương mặt người, bất cứ là gương mặt của ai. Tội nghiệp một điều là có nhiều người không ý thức được khả năng thương yêu của mình. Tiềm năng thương yêu ấy bị chôn vùi bên dưới những sân hận, giận hờn, ghét bỏ, mà ta đã huân tập trong một đời - mà có lẽ là rất nhiều đời - qua những tư tưởng và hành động bất thiện. Nhưng ai trong chúng ta cũng đều có thể nuôi dưỡng lại con tim biết thương yêu ấy, cho dầu trong bất cứ một hoàn cảnh nào. Chúng ta vẫn có thể tưới tẩm và nuôi dưỡng hạt giống từ bi, cho đến ngày hoa tình thương nở rộ và bay về trăm hướng.

Vào thời đức Phật, có một người tên là *Angulimala* (*Ương-quật-ma-la*). Anh ta là một kẻ sát nhân giết hại rất nhiều người. Anh ta tàn ác đến nỗi đeo trên cổ mình một xâu chuỗi làm bằng ngón tay của những người anh đã giết. Và anh có ý định chọn đức Phật để làm nạn nhân thứ một ngàn của anh! Mặc dù đứng trước những lời đồn và bề ngoài dữ tợn của *Angulimala*, đức Phật vẫn có thể nhận thấy được tiềm năng thương yêu của anh. Và nhờ khơi dậy được tiềm năng đó trong chính anh ta mà đức Phật đã cảm hoá được anh, và giảng Pháp cho kẻ giết người không gớm tay này. Sau khi nghe lời giảng của đức Phật, *Angulimala* đã buông gươm xuống và quy y Phật. Anh ta xin xuất gia và đi theo tăng đoàn của ngài.

Trong kinh kể rằng, nhiều năm về trước, *Angulimala* bắt đầu đi giết hại nhiều người vì tin theo lời chỉ bảo của một đạo sĩ mà anh nhận làm thầy. Bản chất của *Angulimala* không phải là tàn bạo, cũng không phải là ác độc. Thật ra, khi còn nhỏ anh là một cậu bé rất hiền lành. Trong tim anh có đầy sự thương yêu, dịu dàng và thân thiện. Sau khi xuất gia, những tiềm năng ấy trong anh lại được hiển bày, và chỉ trong một thời gian ngắn anh đã đạt được sự giác ngộ.

Câu chuyện về *Angulimala* nhắc nhở ta một điều. Đôi khi con người có thể có những hành động rất nhẫn tâm và tàn bạo, nhưng ta nên hiểu rằng đó không phải là tự tính của họ. Có thể vì hoàn cảnh, điều kiện trong cuộc đời đã khiến họ có những cách hành xử bất thiện ấy. Trong trường hợp của *Angulimala*, đó là vì anh hoàn toàn tin tưởng theo lời hướng dẫn của thầy mình. Và đối với tất cả chúng ta, không phải chỉ riêng gì những kẻ tội phạm, có rất nhiều lý do và điều kiện khác nhau - thiện và bất thiện - đã đưa đẩy làm cho ta có cách hành xử như ngày hôm nay.

Cùng với những bài thiền tập đã trình bày trong sách này, tôi xin được giới thiệu thêm một bài thiền tập *niệm tâm từ*. Trước hết, bạn bắt đầu bằng cách loại bỏ hết những tư tưởng tự ghét bỏ hoặc tự trách móc mình. Bắt đầu mỗi thời ngồi thiền, bạn hãy tự niệm thầm những câu sau đây, và phải thật sự cảm nhận được sự chân thành của mình:

"Mong sao cho tâm tôi có đầy những tư tưởng từ, bi, hỷ và xả. Mong sao cho tôi được nhiều rộng lượng. Mong sao cho tôi được thoải mái. Mong sao cho tôi được vui vẻ và hạnh phúc. Mong sao cho tôi được khỏe mạnh. Mong sao cho con tim tôi được dịu dàng. Mong sao cho tôi luôn nói lời ái ngữ. Mong sao cho tôi luôn hành động tử tế.

"Mong sao cho những gì tôi thấy, nghe, ngửi, nếm, xúc chạm và suy nghĩ sẽ giúp cho tôi nuôi dưỡng thêm tâm từ, bi, hỷ và xả. Mong sao cho chúng giúp tôi được thêm rộng lượng và tử tế. Mong sao cho chúng giúp tôi được nghỉ ngơi. Mong sao cho chúng làm khơi dậy những hành động thân ái trong tôi. Mong sao cho những kinh nghiệm ấy là sẽ nguồn suối của hạnh phúc và an vui. Mong sao cho chúng sẽ giúp tôi giải thoát ra khỏi mọi sự sợ hãi, căng thẳng, lo lắng và bất an.

"Bất cứ nơi nào tôi đến trên thế gian này, trong bất cứ một phương nào, mong sao cho tôi luôn tiếp xúc với mọi người bằng một niềm an vui và thân thiện. Mọng sao cho tôi được bảo vệ trong mười phương khỏi những tham lam, sân hận, ghen tỵ, nhỏ nhen và sợ hãi."

Khi chúng ta phát triển tâm từ trong ta, ta sẽ thấy rằng nó cũng có mặt trong người khác - cho dù có bị vùi lấp đến đâu. Đôi khi ta phải đào thật sâu, và đôi khi nó hiển nhiên ngay trên bề mặt.

Nhìn xuyên qua những vết dơ bẩn

Đức Phật có kể câu chuyện về một thầy nọ tìm thấy một miếng vải dơ trên đường. Tấm giẻ rách ấy bẩn thỉu đến nỗi thầy ấy không dám sờ tới. Ông ta lấy chân đá nó một hồi cho những thứ dơ bẩn ấy rơi ra bớt. Kinh tởm, ông ta lấy hết can đảm dùng hai ngón tay cẩn thận cầm nó lên đưa ra xa, sợ chạm vào người mình. Dầu vậy, vị thầy ấy vẫn nhận thấy được tiềm năng và giá trị của miếng vải ấy, ông ta mang về và giặt rửa thật nhiều lần cho thật sạch. Cuối cùng, nước giặt trở nên trong, và phía dưới những lớp bẩn thỉu, dơ dáy ấy là một chất liệu có thể sử dụng ích lợi. Vị thầy ấy thấy rằng, nếu ông có thể tìm được thêm những miếng vải như vậy, ông có thể may được cho mình một chiếc y thật tốt.

Cũng vậy, vì một người nào đó có những lời lẽ lỗ mãng và ác độc, người ấy có thể được xem như là hoàn toàn vô dụng. Ta khó có thể nào thấy được những hạt giống và tiềm năng thương yêu trong họ. Nhưng đây chính là chỗ ta nên thực tập sử dụng những phương tiện thiện xảo. Bên dưới lớp vỏ thô lỗ và cục cằn của người ấy, bạn vẫn có thể tìm thấy được một hạt châu sáng chói và tỏa chiếu, nó chính là chân tính của họ.

Một người có thể dùng những lời lẽ thô lỗ đối với người khác, nhưng đôi khi vẫn hành xử rất thương yêu và dịu dàng. Họ có thể là những người *"khẩu xà tâm Phật"*. Đức Phật so sánh hạng người này với một ao nước bị rong rêu phủ kín. Muốn dùng nước ấy, bạn phải biết dùng tay gạt những rong rêu sang một bên. Cũng vậy, đôi khi chúng ta cũng cần phải bỏ qua những sơ xuất bề ngoài của một người, và nhìn thấy con tim chân thành của họ.

Nhưng nếu một người có lời nói không dễ thương và cử chỉ, hành động cũng không dễ thương thì sao? Hạng người này cũng vẫn có một con tim chân thật. Thử tưởng tượng bạn đang đi trên sa mạc. Bạn không mang theo nước, và chung quanh cũng không có nước. Bạn mệt và khát. Mỗi bước đi làm bạn khát thêm và lại càng khát thêm. Bạn tuyệt vọng, cầu mong cho có nước uống. Và lúc ấy, bạn tìm thấy một dấu chân trâu. Trong dấu chân trâu có một chút nước, nhưng không nhiều lắm vì lỗ rất cạn. Nếu bạn lấy tay vốc nước lên, nó sẽ nổi bùn. Trong cơn khát, bạn quỳ và cúi xuống. Từ từ, bạn đưa miệng mình kề sát xuống và húp từ ngụm nhỏ, chầm chậm, không để cho bùn dơ bị khuấy lên. Mặc dù bùn dơ có mặt nhưng nước vẫn được trong. Bạn có thể làm hết cơn khát của mình. Cũng với cùng một thái độ cố gắng ấy, bạn có thể tìm thấy được một con tim chân thành trong một người mà hoàn toàn có vẻ như không có chút gì muốn hối cải.

Thiền viện của tôi nằm ở một miền đồi núi thuộc vùng đồng quê tiểu bang *West Virginia*. Khi trung tâm thiền tập này mới mở, có một ông hàng xóm ở cuối đường tỏ vẻ dường như không có thiện cảm với chúng tôi. Mỗi ngày tôi thường đi bộ rất lâu, và mỗi khi thấy ông ta, tôi vẫy tay chào, nhưng lần nào ông cũng nhíu mày và quay đi nơi khác. Dù vậy, lần nào gặp ông tôi cũng đưa tay vẫy chào và phóng gởi những tư tưởng từ bi, tốt lành đến cho ông. Tôi không hề nản lòng trước thái độ của ông ta, tôi không bao giờ bỏ cuộc với ông. Mỗi khi gặp ông, tôi vẫy tay chào. Sau chừng một năm trời, thái độ của ông bắt đầu thay đổi. Ông ta không còn nhíu mày nữa. Tôi cảm thấy rất vui. Sự thực tập ban rải tâm từ có lẽ bắt đầu có hoa trái.

Một năm sau nữa, khi tôi đi ngang ông trong lúc đi bộ, có một phép lạ xảy ra. Ông lái xe đi ngang qua và đưa một ngón tay lên khỏi tay cầm lái. Và tôi nghĩ: "Ồ, thật là tuyệt vời! Từ bi quán có hiệu quả quá!" Và rồi lại một năm nữa trôi qua, mỗi lần gặp ông tôi vẫn vẫy tay chào và chúc lành cho ông. Năm thứ ba, ông giơ hai ngón tay lên về hướng tôi. Và rồi năm kế đó, ông dở lên cả bốn ngón tay khỏi tay cầm lái. Thời gian vẫn trôi qua. Một ngày nọ tôi đang đi trên đường và gặp ông đang cho xe vào ngõ nhà mình. Lần này ông dở hẳn tay mình lên khỏi tay cầm lái, đưa ra bên ngoài cửa xe, và vẫy lại tôi.

Sau đó không lâu, một ngày nọ, tôi gặp ông đậu xe bên

một con đường rừng nhỏ. Ông ta ngồi bên phía tay lái và đang hút thuốc lá. Tôi đến cạnh bên ông và chúng tôi bắt chuyện. Lúc đầu chúng tôi nói về chuyện thời tiết, và dần dần, ông bắt đầu kể câu chuyện của ông. Mấy năm trước đây ông bị một tai nạn rất nặng, một cây to ngã đè lên chiếc xe tải của ông. Ông bị gãy hết phần lớn xương trong người và bị hôn mê trong một thời gian rất lâu. Lần đầu tiên tôi gặp ông trên đường, lúc ấy ông cũng mới vừa bắt đầu bình phục. Ông không vẫy tay chào lại tôi không phải vì ông là một người khó chịu, nhưng vì ông không thể cử động hết những ngón tay. Nếu tôi bỏ cuộc thì có lẽ tôi sẽ không bao giờ biết được ông là một người tốt như thế nào! Có một ngày nọ, khi tôi phải đi xa, ông có ghé sang trung tâm để tìm tôi. Ông lo lắng vì đã nhiều ngày không thấy tôi đi bộ. Bây giờ chúng tôi là bạn.

Thực hành niệm tâm từ

Đức Phật dạy: "Ta đem tâm ta quán chiếu khắp thế gian này, và ta không thấy một ai mà lại thương người khác hơn thương chính mình. Vì vậy những ai thương mình nên thực hành niệm tâm từ." Chúng ta thực hành ban rải tâm từ đến chính mình trước, với chủ ý chia sẻ những tư tưởng thương yêu ấy đến cho người khác. Phát triển cảm thụ ấy. Hãy tử tế với chính mình cho thật trọn vẹn. Chấp nhận mình là như vậy. Làm hòa với những khuyết điểm của ta. Ôm ấp và chấp nhận những yếu kém của mình. Hãy từ tốn và tha thứ cho chính mình ngay trong giây phút này. Nếu có tư tưởng khởi lên, rằng ta phải là như thế này hoặc như thế khác, hãy buông bỏ chúng đi. Hãy để cho những cảm thụ thương yêu và tha thứ này ăn sâu vào trong ta. Để cho năng lực của tâm từ dâng tràn khắp thân và tâm mình. An nghỉ trong sự ấm áp và tỏa sáng của nó. Và rồi nói rộng cảm thụ này đến với người mình thương, người không quen biết, hoặc cũng không thương không ghét - và ngay cả đến những người thù ghét mình nữa!

Lời Kết: Năng Lực Của Tâm Từ

Tất cả chúng ta hãy tưởng tượng rằng tâm mình được giải thoát ra khỏi mọi ham muốn, sân hận, ganh tỵ và sợ hãi. Để cho những tư tưởng của tâm từ ôm ấp ta và phủ kín ta. Để cho mỗi tế bào, mỗi giọt máu, mỗi nguyên tử, mỗi nguyên tố của thân và tâm ta được thấm nhuần trong tâm từ. Hãy buông thư cơ thể. Hãy buông thư tâm mình. Hãy để cho thân và tâm ta được ngập tràn những ý nghĩ thương yêu. Hãy để cho sự an vui và tĩnh lặng của tâm từ thâm nhập toàn thân ta!

Mong sao cho mọi người, mọi loài trong khắp mọi phương, trong khắp cõi thế giới, đều có trái tim thương yêu. Hãy cầu cho họ có hạnh phúc, hãy cầu cho họ được nhiều may mắn, hãy cầu cho họ được tốt lành, hãy cầu cho họ có được những người bạn tốt và chân thành. Mong sao cho mọi người và mọi loài đều được sống trong cảm thụ của tâm từ - tràn đầy, cao thượng và vô biên. Mong sao cho tất cả không bị ai thù nghịch, không bị lo âu và sầu khổ. Mong sao cho mọi người luôn sống trong hạnh phúc!

Cũng như việc ta đi bộ, chạy bộ, hoặc bơi lội để giúp cho cơ thể được tráng kiện, sự thực tập niệm tâm từ một cách đều đặn sẽ làm con tim mình được vững mạnh. Lúc đầu, nó có thể như là sự thực hành của ta chỉ ở bề ngoài mà thôi. Nhưng khi ta cứ tiếp tục liên tưởng đến những ý nghĩ từ bi một cách đều đặn, nó sẽ trở thành một thói quen, một thói quen rất tốt lành. Theo thời gian, con tim ta sẽ trở nên mạnh mẽ hơn, và phản ứng thương yêu của ta sẽ trở nên tự động. Và khi con tim mình đã được vững chãi rồi, ta có thể dễ dàng ban rải tư tưởng từ bi, thương yêu đến những người khó tính nhất.

Mong sao cho những người thù ghét tôi luôn được khỏe mạnh, vui vẻ và an lành. Mong sao cho họ không gặp điều nguy hại nào, không gặp một khó khăn nào. Mong sao cho họ không bao giờ bị đau đớn. Mong sao lúc nào họ cũng được thành công.

"Thành công?" Có người sẽ hỏi: "Làm sao ta có thể cầu mong cho kẻ thù ghét mình thành công được? Nếu như họ muốn giết hại mình thì sao?" Khi chúng ta mong cầu cho người thù ghét mình được thành công, ta không có ý nói về một thứ thành công của thế gian, hoặc thành công trong những việc làm bất thiện hay thiếu đạo đức. Chúng ta có ý nói đến sự thành công thuộc về lĩnh vực tâm linh. Rõ ràng là kẻ thù ghét ta không hề thành công về tâm linh, bằng không họ đã không làm những điều gì có thể gây hại cho ta!

Khi chúng ta nguyện cho kẻ thù ghét mình *"Mong cho họ được thành công,"* là ta muốn nói rằng *"Mong sao cho người thù ghét tôi được thoát khỏi những sân hận, tham lam và ganh ghét. Mong sao cho họ được an vui, dễ chịu và hạnh phúc."* Tại sao một người lại có những hành động tàn nhẫn hoặc không dễ thương? Có lẽ vì người ấy đã lớn lên trong những hoàn cảnh khó khăn hoặc thiếu may mắn. Có lẽ do những nguyên nhân sâu xa nào đó trong cuộc đời người ấy, mà ta không biết đến, đã khiến họ hành xử khó thương như vậy. Đức Phật khuyên ta nên nghĩ đến họ giống như là những người đang bị cơn bệnh khốn đốn hành hạ. Chúng ta có bao giờ bực tức hay giận hờn một người mắc bệnh không? Hay là ta có lòng thương và muốn giúp đỡ người ấy? Có lẽ kẻ thù ghét ta cần nhiều tình thương của ta hơn là những người thân, vì khổ đau của họ lớn hơn gấp bội phần. Vì vậy, họ là những người cần tâm từ của ta nhiều nhất. Chúng ta nên giữ họ trong trái tim mình, như những người thân thương nhất của ta.

Mong sao cho những ai đã làm hại ta sẽ được giải thoát khỏi những ham muốn, sân hận, ganh tỵ và sợ hãi. Hãy để cho những tư tưởng của tâm từ ôm ấp họ và phủ kín họ. Hãy để cho mỗi tế bào, mỗi giọt máu, mỗi nguyên tử, mỗi nguyên tố của thân và tâm họ được thấm nhuần trong tâm từ. Hãy cầu cho họ buông thư cơ thể của mình. Hãy cầu cho họ buông thư tâm mình. Hãy để cho thân và tâm họ được ngập tràn những ý nghĩ thương yêu. Hãy cầu cho sự an vui và tĩnh lặng của tâm từ thâm nhập toàn thân của họ!

Lời Kết: Năng Lực Của Tâm Từ

Thực tập niệm tâm từ có thể thay đổi được những đường lối suy nghĩ tiêu cực của mình, và củng cố lại những tư tưởng tích cực. Khi ta thực tập niệm tâm từ, tâm ta sẽ được ngập tràn hạnh phúc và an vui. Ta sẽ được an nghỉ. Tâm ta được định. Và khi tâm ta trở nên tĩnh lặng và an vui, mọi sự ghét bỏ, sân hận, và thù hằn sẽ phai mờ đi mất. Nhưng tâm từ không phải chỉ giới hạn trong tư tưởng. Chúng cần phải được biểu lộ ra thành lời nói và hành động của mình. Ta không thể phát triển tâm từ bằng cách cô lập mình với thế giới chung quanh.

Bạn có thể bắt đầu bằng cách nghĩ những tư tưởng tốt lành về tất cả mọi người bạn tiếp xúc mỗi ngày. Nếu có chánh niệm, bạn có thể thực hành điều này trong mỗi giây phút bạn tiếp xúc với kẻ khác. Khi bạn gặp một người nào, bạn ý thức rằng, cũng như bạn, người ấy muốn có hạnh phúc và không thích bị khổ đau. Chúng ta ai cũng mong ước điều ấy. Mọi chúng sinh đều muốn điều ấy. Cho đến một con côn trùng nhỏ bé nhất cũng muốn trốn tránh đớn đau. Ý thức được điểm tương đồng này, ta sẽ thấy rằng tất cả mọi sự sống đều rất gần gũi với nhau. Người đàn bà đứng sau quầy hàng trả tiền, người đàn ông bạn qua mặt trên xa lộ, cặp tình nhân trẻ nắm tay nhau băng qua đường, cụ già ngồi trong chiếc ghế công viên cho bồ câu ăn... Mỗi khi bạn gặp một người nào, loài nào, bất cứ một sinh vật nào, hãy ghi nhớ một điều ấy. Hãy mong ước cho họ được hạnh phúc, an vui, và được gặp mọi điều tốt lành. Đó là một sự thực tập có thể thay đổi cuộc đời bạn, và cả những cuộc đời khác chung quanh bạn.

Lúc đầu, có thể bạn sẽ cảm thấy có một sự chống cự lại sự thực tập này. Sự thực tập dường như hơi gượng ép và giả tạo. Có lẽ bạn không thể nào cảm nhận được những loại tư tưởng ấy. Có lẽ bạn cảm thấy mình có thể dễ dàng phóng tâm từ đến một số người này, và lại cảm thấy rất khó khăn đối với một số người khác. Ví dụ, những đứa bé thơ bao giờ cũng dễ khơi dậy lòng thương yêu trong ta, trong khi những người khác lại khó khăn hơn. Hãy quán sát thói quen ấy trong tâm ta. Hãy học nhận diện những tình cảm tiêu cực của mình và chuyển hóa chúng. Với chánh niệm, từ từ từng chút một ta có thể làm thay đổi được những phản ứng của mình.

Phóng gửi tư tưởng từ bi đến một người nào, có thật sự thay đổi được người ấy không? Thực tập niệm tâm từ có thể thay đổi được thế giới này không? Khi bạn phóng tâm từ đến những người ở xa hoặc những người mình không quen biết, lẽ dĩ nhiên bạn sẽ không thể nào biết được ảnh hưởng của nó. Nhưng bạn có thể nhận thấy được ảnh hưởng của việc niệm tâm từ trên sự an vui của mình. Điều quan trọng là sự chân thành trong lời mong cầu hạnh phúc của ta cho kẻ khác. Sự thật là ảnh hưởng ấy xảy ra tức thì. Nhưng chỉ có một cách duy nhất để biết được điều này là tự chính mình hãy thử lấy.

Thực tập niệm tâm từ không có nghĩa là ta sẽ hoàn toàn làm ngơ trước những hành động bất thiện của kẻ khác. Nó chỉ đơn giản có nghĩa là ta sẽ đáp ứng lại những hành động ấy bằng một đường lối thích hợp.

Có một vị hoàng tử tên là *Abharaja Kumara*, một hôm tìm đến gặp Phật và hỏi là có bao giờ đức Phật đối xử khắt khe với một người khác hay không. Lúc ấy, vị hoàng tử đang bế đứa con nhỏ của mình ngồi trong lòng. Đức Phật hỏi: "Này hoàng tử, giả sử như đứa con này của hoàng tử lấy một miếng gỗ nhỏ bỏ vào miệng và ngậm lại, hoàng tử sẽ làm gì?"

Vị hoàng tử đáp: "Nếu nó bỏ một miếng gỗ vào miệng nó, tôi sẽ giữ lấy nó thật chặt và dùng những ngón tay móc vào miệng nó để lấy ra. Dầu nó có khóc la và vùng vẫy mấy đi nữa, tôi cũng sẽ móc cho bằng được miếng gỗ ấy ra khỏi miệng, cho dù nó có bị chảy máu."

"Tại sao hoàng tử lại làm như vậy?"

"Bởi vì tôi rất thương con của tôi. Tôi muốn cứu lấy mạng sống của nó."

Đức Phật nói: "Cũng vậy đó, hoàng tử! Đôi khi ta cũng phải khắt khe đối với đệ tử của mình, không phải vì ghét bỏ, mà vì tình thương của ta đối với họ."

Như vậy là tình thương, chứ không phải lòng sân hận, đã thúc đẩy hành động của ngài. Đức Phật đã cung cấp cho ta năm phương cách để giúp ta đối xử tốt lành với kẻ khác. Đó là năm giới quý báu. Có người cho rằng giới luật làm cản ngăn và giới hạn sự tự do. Nhưng thật ra, chính giới luật đã giải thoát chúng ta. Giới luật giúp ta tránh được những khổ đau mà ta thường gây ra cho chính mình và người khác khi hành xử thiếu chánh niệm. Giới luật giúp ta bảo vệ người khác khỏi bị hại, và khi ta bảo vệ người khác là ta cũng đang bảo vệ chính ta! Năm giới quý báu ngăn ngừa chúng ta không giết hại, không trộm cắp, không tà dâm, không nói dối hoặc nói lời cay độc, và không sử dụng những chất gây say khiến ta hành xử thiếu chánh niệm.

Phát triển chánh niệm qua thiền tập cũng có thể giúp ta đối xử với người khác bằng tâm từ. Trên tọa cụ, chúng ta theo dõi tâm mình khi có những sự thương ghét khởi lên. Chúng ta học cách thư giãn tâm mình khi các tư tưởng ấy khởi lên. Chúng ta học nhìn những thương ghét chỉ là những trạng thái tạm thời, và rồi buông bỏ chúng. Thiền tập giúp ta nhìn cuộc đời dưới một ánh sáng mới và cho ta một lối thoát. Càng thực tập sâu sắc bao nhiêu, ta sẽ càng trở nên khôn khéo bấy nhiêu!

Đối trị phiền giận

Khi chúng ta giận ai, ta thường trở nên cố chấp và chỉ nhìn thấy được một khía cạnh nhỏ hẹp nào đó của người ấy. Thường thì chỉ trong chừng một vài giây cũng đã đủ để cho ta nói vài lời cay độc, một cái nhìn ghê tởm, một hành động thiếu suy nghĩ... Trong tâm ta, những khía cạnh tốt đẹp khác của người ấy đều bị tiêu tán hết. Tất cả còn lại chỉ là cái phần của người ấy mà đã khơi dậy cơn giận của ta. Khi ta làm điều này là ta đã chấp giữ và cô lập một phần rất nhỏ nhoi, luôn thay đổi, của một con người toàn vẹn, và rồi xem đó là thật, là cố định. Chúng ta không nhìn thấy hết mọi yếu tố và năng lực đã cấu thành con người ấy. Chúng ta chỉ tập trung vào một khía cạnh duy nhất của người đó - cái phần mà đã làm chúng ta nổi giận!

Trong nhiều năm qua, tôi có nhận được nhiều lá thư gửi ra từ trong tù, từ những phạm nhân muốn tìm học Phật pháp. Có nhiều người đã phạm những tội rất nặng, như là giết người. Dù vậy, bây giờ họ đã có một cái nhìn khác biệt và muốn thay đổi đời mình. Tôi có nhận được một lá thư chất chứa nhiều tuệ giác và đã làm tôi xúc cảm rất sâu đậm. Trong lá thư, người ấy kể lại những phạm nhân khác thường hay la hét và chế giễu như thế nào mỗi khi thấy người lính canh xuất hiện. Anh ta cố gắng giải thích cho những tù nhân khác rằng người lính ấy cũng là một con người! Nhưng họ đã bị sự căm thù làm mờ mắt. Tất cả những gì họ thấy chỉ là bộ đồ lính của anh ta, chứ không thấy được một con người phía dưới lớp quần áo ấy!

Khi chúng ta nổi giận đối với một người nào, ta có thể tự hỏi mình như sau: "Có phải tôi đang giận những sợi tóc trên đầu người đó không? Tôi giận da của người ấy? Hay răng của người ấy? Bộ óc của anh ta? Trái tim của anh? Tính hài hước của anh? Sự dịu dàng của anh? Tính rộng rãi của anh? Nụ cười của anh?..." Và khi chúng ta chịu bỏ thì giờ ra để xem xét hết tất cả những yếu tố và tiến trình cấu thành người ấy, cơn giận của ta tự nhiên sẽ nhẹ xuống.

Bằng sự thực tập chánh niệm, chúng ta học cách nhìn lại

mình và người khác được rõ ràng hơn. Sự hiểu biết ấy sẽ giúp chúng ta đối xử với kẻ khác bằng một tình thương. Trong mỗi chúng ta là một cốt lõi của sự tốt lành. Trong nhiều trường hợp, như trường hợp của *Angulimala*, chúng ta không thể nào nhìn thấy được chân tính của họ. Hiểu được ý niệm về *vô ngã* sẽ giúp con tim ta được nhẹ nhàng hơn, và giúp ta dễ tha thứ hơn cho những hành động khó thương của người khác. Chúng ta sẽ biết đối xử với chính mình và kẻ khác bằng tâm từ.

Nhưng nếu người khác muốn làm hại ta thì sao? Nếu người khác lăng mạ, sỉ nhục ta thì sao? Có thể bạn sẽ muốn trả đũa lại - và đó cũng chỉ là một phản ứng bình thường thôi. Nhưng rồi nó sẽ dẫn đến đâu? Kệ số 5 kinh Pháp Cú dạy rằng: *"Hận thù không thể tiêu diệt được hận thù."* Một phản ứng sân hận chỉ đưa đến thêm nhiều sân hận. Và nếu bạn đem từ bi đáp lại cho hận thù, sự sân hận của người kia sẽ không thể nào tăng trưởng. Dần dần nó sẽ phai mờ đi. Cũng bài kệ trên trong kinh Pháp Cú viết tiếp: *"Chỉ có tình thương mới diệt được hận thù."*

Một người luôn để tâm thù nghịch đức Phật là *Devadatta* (Đề-bà-đạt-đa) có bày mưu để giết ngài. Ông ta xúi giục vua *Ajatasattu* (A-xà-thế) cho một con voi uống rượu say và thả nó chạy đến nơi mà ông biết đức Phật đang có mặt. Mọi người trên đường thấy con voi say hung hăng như điên cuồng đều hoảng sợ bỏ chạy. Gặp đức Phật đang đi trên đường, họ báo cho ngài hay và bảo ngài nên tránh đi. Nhưng đức Phật vẫn tiếp tục đi tới. Thấy vậy, thầy *Ananda*, thị giả của Phật, nghĩ rằng mình phải ngăn chặn con voi điên ấy lại. Khi thầy *Ananda* bước ra chặn phía trước đức Phật để bảo vệ ngài, đức Phật bảo *Ananda* hãy tránh sang một bên. Sức mạnh của thầy *Ananda* không thể nào ngăn chặn được con voi say ấy!

Khi con voi say tiến đến gần đức Phật, nó nhấc cao đầu lên, hai tai mở to như hai cánh quạt, vòi nó đưa lên cao một cách điên cuồng. Đức Phật chỉ đứng yên ngay trước mặt nó và phóng rải tâm từ của ngài đến con thú ấy - và con voi say đứng sựng lại. Đức Phật dịu dàng đưa bàn tay của ngài lên, lòng bàn tay hướng về phía con thú dữ, ban phóng tình thương của ngài đến cho nó. Con voi từ từ quỳ xuống, khuất phục ngoan ngoãn như một con cừu. Chỉ bằng năng lực của tâm từ, đức Phật đã có thể khuất phục được một con thú dữ điên cuồng!

Phản ứng sân hận đối lại với sân hận là một phản ứng có điều kiện. Nó là kết quả của một sự huấn luyện hơn là một bản chất tự nhiên của ta. Nếu khi còn thơ, chúng ta được huấn luyện thực tập kiên nhẫn, dịu dàng và từ tốn, thì tâm từ sẽ trở thành một phần của đời mình. Nó trở thành một thói quen. Bằng không, sân hận trở thành thói quen. Nhưng dù vậy, dầu đã trưởng thành, chúng ta vẫn có thể thay đổi được cái thói quen phản ứng của mình. Chúng ta vẫn có thể tập cho mình phản ứng theo một cách khác.

Có một câu chuyện khác về cuộc đời đức Phật có thể dạy cho chúng ta cách đáp lại những lời nặng nề và sự sỉ nhục của kẻ khác. Có một người thù nghịch với đức Phật, mua chuộc một cô gái điếm tên là *Cinca* đến để bêu xấu và làm nhục Phật. *Cinca* bó những thanh gỗ nhỏ lại và độn vào trong bụng, phía dưới áo, để trông giống như một người đang mang bụng chửa. Trong khi đức Phật đang giảng Pháp cho một thính chúng vài trăm người, cô bước ra trước đức Phật và nói: "Này ông lừa đảo kia. Ông làm bộ như mình là một người thánh thiện để giảng đạo cho hàng trăm người này. Nhưng hãy nhìn xem ông đã làm gì với tôi! Tôi mang cái bụng này là do ông đó." Đức Phật vẫn điềm tĩnh, không chút tức giận, không thù ghét. Với một giọng đầy từ bi và thương yêu, đức Phật nói với *Cinca*: "Này cô kia, ở đây chỉ có cô và tôi là biết được việc gì đã xảy ra." *Cinca* bị bất ngờ khi nghe câu trả lời của đức Phật. Vì quá lúng túng nên khi bước ra cô bị vấp té.

Lời Kết: Năng Lực Của Tâm Từ

Sợi dây bó những thanh gỗ bị đứt tung và chúng rơi xuống đất. Bụng cô nhỏ lại, và mọi người đều thấy được cái mưu chước gian dối của cô. Vài người trong đám đông muốn đánh phạt cô, nhưng đức Phật ngăn lại: "Đừng làm như vậy! Đó không phải là cách ta đối xử với cô ta. Ta nên đem giáo lý để chỉ dạy cho cô ta. Và đó mới là điều thích hợp." Sau khi nghe đức Phật giảng dạy, tâm tính của cô *Cinca* hoàn toàn thay đổi. Cô trở nên hiền lành, dễ thương và lòng đầy tâm từ.

Khi có một người nào muốn làm cho bạn tức giận hoặc làm gì để hại bạn, hãy giữ những tư tưởng tốt lành của mình đối với người ấy. Đức Phật dạy: Một người trong tâm tràn ngập những tư tưởng từ bi cũng giống như mặt đất. Người ta có cố gắng làm tiêu hoại đất bằng cách dùng cuốc để đào xới lên, nhưng đó chỉ là những việc làm vô ích. Cho dù họ có đào xới trọn đời mình, hoặc nhiều đời đi chăng nữa, mặt đất này vẫn không suy suyễn. Quả đất này vẫn nguyên vẹn, vẫn tròn đầy. Cũng giống như đất, đối với một người có tâm từ sự tức giận sẽ không thể nào chạm tới được.

Trong một câu chuyện khác về cuộc đời của đức Phật, có một người tên là *Akkosina*, có nghĩa là *"không còn sân hận"*. Nhưng thật ra anh ta lại hoàn toàn ngược lại: anh rất nóng tính. Khi anh ta nghe nói rằng đức Phật không bao giờ nổi giận với bất cứ ai, anh quyết định tìm gặp. Khi thấy đức Phật, anh ta đến trước mặt ngài và bắt đầu chửi rủa thậm tệ, anh dùng đủ mọi từ ngữ xấu xa để sỉ nhục đức Phật. Sau một hồi, anh ta im lặng vì thấm mệt. Khi ấy, đức Phật hỏi anh có người thân hay bạn bè gì không. Anh trả lời: "Có chứ.". Ngài lại hỏi: "Khi anh đến thăm những người ấy, anh có thường mang quà tặng họ không?" Anh đáp: "Lẽ dĩ nhiên, lúc nào ta cũng mang theo quà." Đức Phật hỏi: "Nhưng nếu họ không nhận quà của anh thì anh làm gì?" "À, thì ta mang về nhà cho mình và gia đình mình hưởng thụ."

Đức Phật nói: "Cũng giống như vậy, hôm nay anh đến đây

và mang cho tôi những món quà, nhưng tôi không nhận. Anh hãy mang chúng về nhà cho gia đình của anh."

Với sự kiên nhẫn, khôn khéo và từ bi, đức Phật kêu gọi chúng ta hãy thay đổi lối suy nghĩ của mình về những *"món quà"* tức giận của kẻ khác.

Nếu chúng ta đáp lại những lời lẽ sỉ nhục, giận dữ bằng chánh niệm và tâm từ, ta sẽ có thể nhìn được vấn đề một cách trọn vẹn và rõ rệt hơn. Có thể người kia không hề ý thức được những gì mình nói. Có thể những lời ấy không hề có ác ý gì đối với ta. Chúng có thể hết sức thật thà và vô tình. Có lẽ vì tâm trạng của ta lúc nghe những lời ấy không được tốt đẹp lắm. Có lẽ ta không nghe rõ được tất cả hoặc là hiểu lầm ý của người kia. Cẩn thận xem xét lại những gì họ nói cũng là một điều rất cần thiết. Nếu chúng ta vội nổi giận, ta sẽ không thể nào thấy được cái thông điệp phía sau những lời ấy. Có thể người ấy muốn nêu lên một điều gì đó, mà ta cũng cần lắng nghe.

Chúng ta, ai cũng đều có gặp những hạng người chuyên *"chọc tức"* mình. Thiếu chánh niệm và tâm từ, chúng ta sẽ tự động phản ứng bằng sân hận hoặc ghét bỏ. Với chánh niệm, chúng ta có thể thấy được rõ những phản ứng của tâm mình đối với một số lời nói và hành động. Cũng giống như lúc đang ngồi trên tọa cụ, ta có thể theo dõi sự khởi lên của những ham muốn và ghét bỏ. Chánh niệm cũng giống như một tấm lưới an toàn, bảo vệ ta khỏi những hành động bất thiện. Chánh niệm giúp cho ta có thì giờ, và thì giờ sẽ giúp cho ta có sự chọn lựa. Chúng ta không cần để cho những cảm thụ của mình lôi cuốn đi. Ta có thể đáp ứng bằng tuệ giác thay vì là si mê.

Niệm tâm từ

Niệm tâm từ không phải là những gì chúng ta làm khi ngồi yên một chỗ trên tọa cụ: suy nghĩ, suy nghĩ và suy nghĩ... Chúng ta cần phải để cho năng lực của tâm từ biểu lộ ra trong mỗi sự tiếp xúc của mình với kẻ khác. Tâm từ là một nguyên lý nền tảng của mọi tư tưởng, lời nói và hành động tốt lành. Với tâm từ, ta sẽ nhận thấy rõ được những nhu cầu của kẻ khác và sẵn sàng để giúp họ. Với tâm từ, ta cảm nhận được một niềm vui chân thật trước sự thành công của kẻ khác. Chúng ta cần có tâm từ để sống và làm việc hài hòa với những người chung quanh. Tâm từ sẽ bảo vệ chúng ta khỏi những khổ đau do lòng sân hận và ganh tỵ gây nên. Khi chúng ta nuôi dưỡng được tâm từ, tâm bi, tâm hỷ và tâm xả, không những ta sẽ làm cho cuộc sống của những người chung quanh được dễ chịu hơn, mà chính cuộc đời ta cũng sẽ trở nên an vui và hạnh phúc hơn. Năng lực của tâm từ, cũng giống như ánh sáng mặt trời tỏa chiếu, tác dụng của nó là vô biên và vô tận.

Mong sao cho tất cả những ai đang bị giam cầm, dầu hợp pháp hay không hợp pháp, đang ở trong sự kiềm chế của cảnh sát, trên khắp thế giới, sẽ được đối xử hạnh phúc và an vui. Mong sao cho họ thoát khỏi mọi tham lam, sân hận, thù hằn, ganh tỵ và sợ hãi. Hãy cho thân và tâm họ được tràn ngập những tư tưởng từ bi. Hãy để cho sự bình an và tĩnh lặng được thấm nhuần toàn thể thân và tâm của họ.

Mong sao cho tất cả những ai đang nằm trong các bệnh viện, đang chịu đựng những khổ đau vì bệnh tật sẽ được gặp nhiều an vui và hạnh phúc. Mong sao cho họ thoát khỏi mọi đau đớn, sầu khổ, thất vọng, lo âu và sợ hãi. Cầu cho những tư tưởng từ bi này ôm ấp họ, trùm phủ họ. Cầu cho thân và tâm họ được tràn ngập những tư tưởng từ bi.

Mong sao cho tất cả những bà mẹ đang sanh nở được gặp nhiều an vui và hạnh phúc. Cầu cho mỗi giọt máu, mỗi tế bào, mỗi nguyên tử, mỗi nguyên tố trong toàn thể thân và tâm của họ được tràn ngập những tư tưởng từ bi.

Mong sao cho tất cả những đứa trẻ bị lạm dụng và ngược đãi bởi người lớn được gặp nhiều an vui và hạnh phúc. Mong sao cho các em luôn được tràn đầy những tư tưởng từ, bi, hỷ và xả. Mong sao cho các em lúc nào cũng được nhẹ nhàng. Mong sao cho các em được thư thái. Mong sao cho trái tim các em được dịu êm. Mong sao cho những lời em nói được dễ thương. Mong sao cho các em được thoát khỏi mọi sự sợ hãi, căng thẳng, lo lắng và bất an.

Mong sao cho tất cả những nhà lãnh đạo đều rộng lượng, tử tế và thương yêu. Mong sao cho họ cảm thông và hiểu được những kẻ bị trị, những người thấp cổ bé miệng, nghèo khó, bị áp bức và kỳ thị. Mong sao cho trái tim của họ yếu mềm trước nỗi khổ của dân chúng. Cầu cho những tư tưởng từ bi này ôm ấp họ, trùm phủ họ. Cầu cho mỗi giọt máu, mỗi tế bào, mỗi nguyên tử, mỗi nguyên tố trong toàn thể thân và tâm của họ được tràn ngập những tư tưởng từ bi. Hãy để cho sự bình an và tĩnh lặng được thấm nhuần toàn thể thân và tâm của họ.

Mong sao cho tất cả những kẻ bị trị, những người thấp cổ bé miệng, nghèo khó, bị áp bức và kỳ thị, được gặp nhiều an vui và hạnh phúc. Mong sao cho họ thoát khỏi mọi đau đớn, sầu khổ, thất vọng, lo âu và sợ hãi. Mong sao cho mọi người ở mười phương thế giới được an lành, hạnh phúc và an vui. Mong sao cho họ có được kiên nhẫn, can đảm, hiểu biết và sự cương quyết để vượt qua mọi khó khăn, thử thách và những thất bại trong cuộc đời. Cầu cho những tư tưởng từ bi này ôm ấp họ, trùm phủ họ. Cầu cho thân và tâm họ được tràn ngập những tư tưởng từ bi.

Mong sao cho mọi chúng sinh ở mọi nơi, trong bất cứ hình dạng nào, với hai chân, bốn chân, nhiều chân, hoặc không chân, đang sinh ra hoặc sắp được sinh ra, trong kiếp này hoặc kiếp sau, đều có được một tâm an vui. Mong sao sẽ không có loài nào lường gạt hoặc khinh miệt loài nào. Mong sao sẽ không có loài nào sát hại loài nào. Đối với tất cả mọi chúng sinh, mong sao *cho tôi có được một con tim vô biên, trên, dưới, và khắp chung quanh, không bị ngăn ngại bởi thù hận hoặc ganh ghét. Mong sao cho mọi chúng sinh đều được thoát khỏi khổ đau và có được một hạnh phúc hoàn toàn.*

Tâm từ vượt ra mọi biên giới của tôn giáo, văn hóa, địa lý, ngôn ngữ và quốc gia. Nó là một quy luật chung và cổ xưa, buộc chặt tất cả chúng ta lại với nhau - không phân biệt ta có một hình dạng nào. Tâm từ cần được thực tập một cách vô điều kiện. Cái đau của kẻ thù ghét tôi cũng là cái đau của tôi. Cái giận của họ cũng là cái giận của tôi. Tâm từ của họ là tâm từ của tôi. Nếu họ vui, tôi cũng vui. Nếu họ an ổn, tôi cũng thấy an ổn. Nếu họ khỏe mạnh, tôi cũng khỏe mạnh. Cũng như chúng ta chia sẻ với nhau những khổ đau không phân biệt, ta cũng nên chia sẻ tâm từ với tất cả mọi người, ở mọi nơi. Không có một quốc gia nào có thể tồn tại mà không cần nương tựa vào sự giúp đỡ của những quốc gia khác, và cũng không có một cá nhân nào là cô lập. Muốn sinh tồn, chúng ta cần phải có những loài khác, nhất là những loài rất khác biệt với mình. Sự thật đơn giản là như vậy. Chính vì những sự khác biệt ấy mà sự thực tập tâm từ là một điều hoàn toàn cần thiết. Nó là sợi dây buộc chặt tất cả chúng ta lại với nhau!

MỤC LỤC

Lời giới thiệu 5
Chương Một: Vì sao phải quan tâm đến thiền? 11
Chương Hai: Những gì không phải là thiền? 25
   1. Thiền chỉ là một phương pháp nghỉ ngơi? 26
   2. Thiền là đi vào một trạng thái xuất thần? 27
   3. Thiền là huyền bí không thể hiểu được? 28
   4. Mục đích của thiền là đạt thần thông? 29
   5. Thiền rất nguy hiểm và nên tránh xa? 30
   6. Thiền chỉ dành riêng cho các bậc thánh? 31
   7. Thiền tập là sự trốn tránh thực tại? 35
   8. Thiền tập là một cách đạt đến khoái cảm? 35
   9. Thiền là ích kỷ? 36
  10. Thiền là ngồi nghĩ đến những ý tưởng cao thượng?37
  11. Sau vài tuần thiền tập, mọi khó khăn sẽ biến mất?38

Chương Ba: Thiền là gì? 39
Chương Bốn: Thái độ 53
   1. Đừng kỳ vọng bất cứ điều gì 54
   2. Đừng nỗ lực căng thẳng quá 54
   3. Đừng vội vã 54
   4. Đừng bám víu và cũng đừng bác bỏ 54
   5. Buông xả 55
   6. Chấp nhận những gì khởi lên 55
   7. Hãy rộng lượng với chính mình 55

    8. Quán chiếu tự thân..................................... 55
    9. Xem mọi khó khăn như là sự thử thách 56
    10. Đừng suy luận 56
    11. Đừng cố chấp vào những sự khác biệt 56

Chương Năm: Sự thực tập 59
    Mục đích của ta 64
    Sự thực tập... 65
    Ta làm gì khi tâm mình nghĩ đến việc khác? 68
        1. Đếm hơi thở.. 68
        2. Nối liền 70
        3. Điểm nối liền...................................... 70
        4. Tập trung tâm ý như người thợ mộc............ 70
        5. Tâm ta làm người gác cổng..................... 70
    Tỷ dụ người nông phu................................... 71

Chương Sáu: Phương cách điều thân 77
    Luật chung 77
    Y phục.. 78
    Tư thế ngồi truyền thống.............................. 79
    Ngồi trên ghế 81

Chương Bảy: Phương pháp điều tâm 83

Chương Tám: Ngồi thiền 95
    Ngồi thiền ở đâu?....................................... 97
    Ngồi thiền khi nào?..................................... 98
    Ngồi thiền bao lâu? 101

Chương Chín: Chuẩn bị trước khi ngồi thiền 105
    Ba sự hướng dẫn.. 106

Niệm tâm từ... 107

Chương Mười: Những khó khăn trong lúc ngồi thiền . 115
    1. Đau 118
    2. Tê chân 122
    3. Những cảm giác lạ 123
    4. Buồn ngủ 124
    5. Không tập trung được 125
    6. Nhàm chán 126
    7. Sợ hãi 127
    8. Kích động bất an 128
    9. Cố gắng quá sức 129
    10. Nản lòng... 131
    11. Không muốn thực tập 132
    12. Trạng thái đờ dẫn hoặc đê mê 133

Chương Mười Một: Đối trị với sự xao lãng - Phần 1 ... 135
    1. Phỏng đoán thời gian....................................... 135
    2. Thở sâu 136
    3. Đếm hơi thở 136
    4. Niệm vào-ra 137
    5. Hoán đổi tư tưởng.. 137
    6. Nhớ lại mục tiêu của mình 140

Chương Mười Hai: Đối trị với sự xao lãng - Phần 2 141
Ham muốn.. 147
Ghét bỏ 148
Hôn trầm 148
Kích động 149

    Nghi ngờ.. 149

Chương Mười Ba: Chánh niệm (Sati) 161
    Những đặc tính của chánh niệm............................ 163
    Ba chức năng căn bản của chánh niệm.................. 166
    Chánh niệm nhắc nhở ta những gì phải làm........... 167
    Nhìn sự vật đúng thật như đang hiện hữu............... 168
    Thấy được thật tính của mọi hiện tượng................ 168
    Chánh niệm (Sati) và Thiền quán (Vipassana).......... 170

Chương Mười Bốn: Niệm và định 175

Chương Mười Lăm: Thiền tập trong đời sống hằng ngày 185
    Kinh hành.. 188
    Tư thế... 191
    Hành động chậm rãi... 192
    Phối hợp với hơi thở.. 194
    Những giây phút dư thừa....................................... 195
    Chú tâm vào mọi hành động.................................. 195

Chương Mười Sáu: Được gì cho ta? 199

Lời Kết: Năng lực của tâm từ 207
    Bốn trạng thái siêu việt... 209
    Hạt giống có mặt trong mỗi chúng ta 211
    Nhìn xuyên qua những vết dơ bẩn 213
    Thực hành niệm tâm từ 216
      Đối trị phiền giận... 221
    Niệm tâm từ... 226

Lời thưa

Trong kinh Pháp Cú, đức Phật dạy rằng: "Pháp thí thắng mọi thí." Thực hành Pháp thí là chia sẻ, truyền rộng lời Phật dạy đến với mọi người. Mỗi người Phật tử đều có thể tùy theo khả năng để thực hành Pháp thí bằng những cách thức như sau:

1. Cố gắng học hiểu và thực hành những lời Phật dạy. Tự mình học hiểu càng sâu rộng thì việc chia sẻ, bố thí Pháp càng có hiệu quả lớn lao hơn. Nên nhớ rằng **việc đọc sách còn quan trọng hơn cả việc mua sách.**

2. Phải trân quý kinh điển, sách vở in ấn lời Phật dạy. Khi có điều kiện thì mua, thỉnh về nhà để tự mình và người trong gia đình đều có điều kiện học hỏi làm theo. Không nên giữ làm của riêng mà phải sẵn lòng chia sẻ, truyền rộng, khuyến khích nhiều người khác cùng đọc và học theo. Không nên để kinh sách nằm yên đóng bụi trên kệ sách, vì **kinh sách không có người đọc thì không thể mang lại lợi ích.**

3. Tùy theo khả năng mà đóng góp tài vật, công sức để hỗ trợ cho những người làm công việc biên soạn, dịch thuật, in ấn, lưu hành kinh sách, **để ngày càng có thêm nhiều kinh sách quý được in ấn, lưu hành.**

Thông thường, việc chi tiêu một số tiền nhỏ không thể mang lại lợi ích lớn, nhưng nếu sử dụng vào việc giúp lưu hành kinh sách thì lợi ích sẽ lớn lao không thể suy lường. Đó là vì đã giúp cho nhiều người có thể hiểu và làm theo lời Phật dạy. Mong sao quý Phật tử khắp nơi đều lưu tâm đóng góp sức mình vào những việc như trên.

TINH YẾU THỰC HÀNH PHÁP THÍ

- *Mua thỉnh kinh sách về đọc, tự mình sẽ được rất nhiều lợi ích.*
- *Chia sẻ, truyền rộng bằng cách cho mượn, biếu tặng kinh sách đến nhiều người thì lợi ích ấy càng tăng thêm gấp nhiều lần.*
- *Đóng góp công sức, tài vật để hỗ trợ công việc biên soạn, dịch thuật, giảng giải, in ấn, lưu hành kinh sách thì công đức lớn lao không thể suy lường, vì có vô số người sẽ được lợi ích từ việc lưu hành kinh sách.*

www.ingramcontent.com/pod-product-compliance
Ingram Content Group UK Ltd.
Pitfield, Milton Keynes, MK11 3LW, UK
UKHW022228230426
12048UKWH00016BA/1128